பயங்கரவாதி என புனையப்பட்டேன்

(24 குண்டுவெடிப்புகளில் சிக்கவைக்கப்பட்டு
14 ஆண்டுகள் நீதிக்காகப் போராடி
தனது குற்றமற்றதன்மையை நிரூபித்த
ஒரு சமகாலப் போராளியின் தன்வரலாறு.)

மொகமது ஆமிர் கான் - நந்திதா ஹக்ஸர்
தமிழாக்கம்: அப்பணசாமி

எதிர்
வெளியீடு

பயங்கரவாதி என புனையப்பட்டேன்
மொகமது ஆமிர் கான் - நந்திதா ஹக்ஸர்
தமிழாக்கம்: அப்பணசாமி

முதல் பதிப்பு: டிசம்பர் 2016
எதிர் வெளியீடு
96, நியூ ஸ்கீம் ரோடு, பொள்ளாச்சி - 642 002.
வடிவமைப்பு: ரவிந்திரன் க.

விலை: ₹ 300

Framed as a Terrorist
Mohammad Aamir Khan - Nandita Haksar
© Mohammad Aamir Khan - Nandita Haksar

Tamil Edition © with Ethir Veliyedu
First Edition: December 2016
Published by Ethir Veliyedu,
96, New Scheme Road. Pollachi - 642 002.
Phone: 04259 - 226012, 99425 11302.
Email: ethirveliyedu@gmail.com
www.ethirveliyedu.in

Price: ₹ 300

All rights reserved. No part of this book may be reprinted or reproduced or utilised in any form or by any electronic, mechanical or other means, now known or hereafter invented, including photocoping and recording, or in any information storage or retrieval system, without permission in writing from the Publisher.

அப்பு ஜான், ஆம்மி ஜான் நினைவுகளுக்கும்
எனது இனிய ஆலியாவுக்கும்

மொகமது ஆமிர் கான்

மொகமது ஆமிர் கான் 1977ல் பிறந்தார். 1998ல் அவர் கடத்தப்பட்டு, வதைகளுக்கும், வன்கொடுமைகளுக்கும் உள்ளாக்கப்பட்டு, 24 குண்டுவெடிப்புகள் தொடர்பாக 19 வழக்குகளில் புனைவாக சேர்க்கப்பட்டார். இக்குற்றச்சாட்டுகள் புனைவு என்பதையும் தான் குற்றமற்றவன் என்பதையும் நிறுவ 14 ஆண்டுகள் சிறையில் இருந்தபடியே போராடி, வெற்றிபெற்று, தற்போது விடுதலையாகி உள்ளார். இறுதியாக அவர் விடுதலையாகி சிறையிலிருந்து வெளியே வந்தபோது அவரது உலகம் வெகுவாக மாறி இருந்தது. அவரது தந்தை இறந்துவிட்டார். அவரது தாயார் பக்கவாதத்தால் தாக்கப்பட்டிருந்தார். அவருக்கு வேறு ஆதரவோ, வேலையோ, பாதுகாப்போ இல்லை. அன்றாட வாழ்க்கையே ஆமிருக்குப் போராட்டமாகிப்போன நிலையிலும் பாகுபாடு மற்றும் ஒடுக்குமுறைக்கு ஆளான மக்களுக்கு ஆதரவான பணிகளில் தம்மை ஈடுபடுத்திக்கொண்டுவருகிறார். ஜனநாயக உரிமைகள் மற்றும் மதச்சார்பின்மைப் பிரச்சனைகளில் பணியாற்றும் அரசுசார அமைப்புகளில் ஆமிர் பணியாற்றுகிறார். ஷப்னம் ஹஸ்மியின் அன்ஹத் அமைப்பில் அவரது பணி நாட்டின் பல மூலைகளுக்கு அவரை எடுத்துச் சென்றது. மதச் சிறுபான்மையினர், கைதிகள் உரிமைகள், ஒடுக்கப்பட்ட பெண்கள் உரிமைகள் மற்றும் எல்ஜிபிடி விளிம்புநிலை மக்களின் உரிமைகளுக்கான போராட்டங்களின் அங்கமாக ஆமிர் மாறியுள்ளார். மனித உரிமைகள் மற்றும் ஜனநாயகத்தின் ஆற்றல்மிக்க குரலாக எழுச்சி அடைந்துள்ளார். அவருக்காக 14 ஆண்டுகள் காத்திருந்த ஆலியாவைத் திருமணம் செய்தார். பழைய டெல்லியில் தங்கள் மகளுடன் வாழ்கிறார்கள்.

நந்திதா ஹக்ஸர்

மனித உரிமைகள் வழக்கறிஞர், பிரசாரகர், ஆசிரியர், எழுத்தாளர்.

அப்பணசாமி

தமிழாக்கம் செய்த அப்பணசாமி எழுத்தாளர், ஊடகவியலாளர், சமூக — பண்பாட்டுச் செயல்பாட்டாளர், மொழிபெயர்ப்பாளர்.

மொழிபெயர்ப்பாளர் குறிப்புகள்

இந்தப் புத்தகம் ஒரு தன் வரலாறு. இதன் நாயகன் ஒரு எளிய அப்பாவி இளைஞர். நான் அவரை இளைஞர் என்று அழைப்பதைவிட, சிறார் என்று அழைக்கவே விரும்புகிறேன். ஏனென்றால் அந்த இளைஞரின் உலகில் அவரின் அப்பா, அம்மா, அக்காள், இந்தி சினிமாக்கள் தவிர்த்து வேறு யாருமே, எதுவுமே இல்லை. ஒரு குழந்தையைப் போல தன் பெற்றோரை மட்டுமே சார்ந்து அவர் இருந்தார். அந்த அப்பாவியின் தன் வரலாறு இப்புத்தகத்தில் ஒரு நாவல் போல சொல்லப் பட்டுள்ளது. ஆனால், இப் புத்தகத்தை ஒரு நாவலைப்போல் எண்ணி நாம் கடந்து சென்றுவிட முடியாது. அவ்வாறு கடந்து போய்விட்டால் உங்களை நீங்களே ஒரு நாஜி என்று அழைத்துக் கொள்ளலாம்.

அன்றாடம் தீவிரவாதிகள்/பயங்கரவாதிகள் என்ற பெயரில் பலர் கைதாகிறார்கள். அவர்கள் மீது சதி வழக்குகள் போடப் படுகின்றன. அவர்களில் எத்தனை பேர் தண்டனை பெற்றார்கள்? கோவை குண்டுவெடிப்பு வழக்கிலும் சந்தேகத்தின் பேரில் கைது செய்யப்பட்டவர்கள் இருபதாண்டுகள் கடந்தாலும் விடுதலை செய்யப்படவில்லை. ஊடகங்கள் இவர்களைத் தீவிரவாதிகள் என்றே பிரச்சாரம் செய்வதால் அவர்களின் குற்றமற்ற தன்மை பற்றி அறியப்பட முயல்வதே இல்லை. இவர்களெல்லாம் தீவிரவாதிகள் என்றும் பிரிவினைவாதிகள் என்றும் பொதுப்புத்தியில் ஏற்றப்படுகிறது.

ஆனால், உண்மை அவ்வாறு இல்லை. சிறுபான்மை இன மக்களை அன்னியர்களாகச் சித்திரிக்க அரசும் ஊடகங்களும் இந்தக் கதைகளைக் கட்டிவிடுகின்றன. இவ்வாறு கைது செய்யப்படுபவர்களின் குற்றமற்ற தன்மையை நிரூபிப்பதற்கான வாய்ப்புகள் மறுக்கப்படுகின்றன. அவர்களின் வழக்குகளை ஏற்று நடத்தக்கூட யாரும் முன்வருவதில்லை.

இந்திய நீதி அமைப்பின் இருண்ட பக்கம் இது. இதனை ஓரளவு வெளிச்சமிட்டுக் காண்பிக்கிறது தற்போதும் வாழ்ந்து கொண்டிருக்கும் மொகமது ஆமிர் கானின் தன் வரலாறு.

1997 அக்டோபரில் டில்லி, சோனாபேட், ரோதக் ஆகிய நகரங்களில் பஜார்கள், பேருந்து, ரயில் என 24 இடங்களில் குண்டு வெடிக்கின்றன. இதில் பலர் உயிரிழக்கிறார்கள். உடனே அரசு இது பாகிஸ்தான் வேலை என்கிறது. காஷ்மீரிகள் இருவரைக் கைது செய்கிறது. ஆனால் அந்த குண்டுவெடிப்புக்கு இந்தியாவில் செயல்படும் ஒரு தீவிரவாத அமைப்பு பொறுப்பேற்கிறது. கைது செய்யப்பட்ட காஷ்மீரிகள் இருவரும் என்ன ஆனார்கள் என்று தெரியாது.

ஆனால், 1998 பிப்ரவரி 20 அன்று பழைய டெல்லியில் தனது வீட்டின் அருகில் உள்ள மசூதிக்கு இரவு நமாஸுக்காகச் சென்று திரும்பும்போது 19 வயதுகூட நிரம்பாத மொகமது ஆமிர் கான் என்ற அந்த இளைஞர் கடத்தப்படுகிறார். கடத்தியது இந்திய உளவுத்துறையும் வெளி மாநிலங்களுக்கு இடையேயான குற்றங்களை விசாரிக்கும் பிரிவும். அவரை எட்டு நாட்கள் அடைத்து வைத்து வன்கொடுமைக்கும் வதைகளுக்கும் உள்ளாக்கி 150 வெற்றுத்தாள்களில் கையெழுத்து பெற்று ஐந்து நாட்குறிப்புகளில் அதிகாரிகள் கூறுவதை அப்படியே எழுதச் செய்து 19 குண்டுவெடிப்பு வழக்குகள் தயாரித்து அதில் ஆமிரை பாகிஸ்தான் உளவாளியாகச் சித்தரித்து, முதல் குற்றவாளியாகச் சேர்த்து சிறையில் அடைத்தனர்.

அவர் 14 ஆண்டுகள் சிறையில் கழித்தார். தனக்கு என்ன நேர்ந்துள்ளது என்றே அறியாமல் அப்பாவி இளைஞராக உள்ளே சென்ற அவர் தன்னம்பிக்கையுடன் போராடி அனைத்து வழக்குகளிலும் தனது குற்றமற்ற தன்மையை நிரூபித்து விடுதலையாகி உள்ளார்.

சிறை அவருக்கு ஜனநாயகம், மதச்சார்பின்மை பற்றி கற்றுக் கொடுத்தது. இந்த நாட்டின் சிறுபான்மை இன மக்களின் வாழ்க்கை நிலை எவ்வாறு வஞ்சிக்கப்பட்டுள்ளது என்பதைப் போதித்தது. இந்திய அரசியலமைப்பு எத்தகைய சிக்கலில் சிக்கித் தவிக்கிறது என்பதையும் அவர் அறிந்து கொண்டார்.

இன்று இதுபோன்று ஜனநாயகம் மறுக்கப்பட்டு தண்டிக்கப் பட்டவர்களுக்காகப் போராடி வருகிறார். இந்தியா ஒரு மதச் சார்பற்ற நாடு; இன்னமும் பல நூறு ஆண்டுகளுக்கு மதச்சார்பற்ற நாடாகத்தான் இருக்கும் என்பதை அந்த இளைஞர் நம்புகிறார். அதற்காக முழு நேரமும் உழைத்துவருகிறார். அவரது போராட்

டங்கள் எனக்கும் நம்பிக்கை அளித்தன.

தொடக்கத்தில் ஆமிர் மீது தொடுக்கப்பட்ட வன்கொடுமைகள், வதைகள், அதனால் அவரது உடலில் ஏற்பட்ட நிரந்தர இழப்புகளைப் பற்றி வாசிக்கும்போது வடிந்த ரத்தக்கண்ணீர், ஏறக்குறைய தனிநபராகப் போராடி ஆமிர் தன் குற்றமற்ற தன்மையை நிரூபித்து ஒரு நாடறிந்த செயல்பாட்டாளராகவும், நம்பிக்கை விதைப்பாளராகவும் சமூகத்தில் உயர்ந்ததை அறியும் போது ஆனந்தக் கண்ணீராகியது.

மொழிபெயர்ப்பில் மூல மொழியின் பாண்டித்யத்தைவிட மொழிபெயர்க்கப்படும் மொழியின் சாத்தியக்கூறுகளுக்கு முக்கியத்துவம் அளிப்பவன் நான். குறிப்பாகத் தமிழ் போன்ற இலக்கண மொழியில் பெயர்க்கப்படும்போது அதன் மொழி அமைப்புகள் வழங்கும் சுதந்திரத்தை, மூல ஆசிரியரின் குரலையும் அரசியலையும் துல்லியமாக வெளிப்படுத்தவும் தமிழ் வாசக அனுபவத்தை உருவாக்கவும் முழுமையாகப் பயன் படுத்துகிறேன்.

அவ்வாறு இதில் அனைவருமே பன்மை விகுதியிலேயே அழைக்கப்பட்டுள்ளனர். ஆனால் ஒரே ஒருவனைத் தவிர. ஒரு அப்பாவி சிறுவனை அன்னிய உளவாளியாக மோசடியாகச் சித்தரிக்கக் காரணமான இந்திய உளவுத்துறை அதிகாரி ஒருவனையும், சிறையில் பொய்க் கலவரம் மூலம் ஆமிரை கொலை செய்யத் தாக்குதல் நடத்தியவனையும் மட்டும் 'ன்' விகுதியில் அழைத்துள்ளேன். மற்றபடி சிறார், பெண்கள் அனைவரும் 'ர்' விகுதியில் அழைக்கப்பட்டுள்ளனர்.

அதேபோல சித்தரவதைகள், வன்கொடுமையில் ஈடுபடும் போலீஸை காவல்துறை என்று மொழிபெயர்ப்பதை வெறுக் கிறேன். அத்தகைய போலீஸ் அதிகாரிகளை போலீஸ் அதிகாரி என்றும் போலீஸ் என்றுமே குறிப்பிடுகிறேன். மற்ற இடங்களில் காவல்துறை என்று குறிப்பிடுகிறேன்.

ஆமிர் கூறக்கேட்டு அதை ஆங்கிலத்தில் நந்திதா ஹக்ஸர் இத் தன் வரலாற்றை எழுதியுள்ளார். நானும், ஆமிர் தனது குடும்பம் பற்றி பேசும்போது எனக்குத் தெரிந்த அளவுக்கு இஸ்லாமியச் சொல்லாடல்களையே பயன்படுத்த முயன்றுள்ளேன்.

தமிழ்நாட்டின் அமைதியும் சகிப்புத்தன்மையும் கடுமையான

பதற்றத்துக்கு உள்ளாகி வரும் நிலையில் நாம் வடபுலத்தில் சில பத்தாண்டுகளாகவே நிலவிவரும் இக்கொடுமைகளை அறிவதில்லை. அதிலும் கடந்த இரண்டாண்டுகளில் நிலைமை மிக மோசமாகி வருகிறது. அதனைத் தமிழ்நாட்டுக்குக் கடத்தும் சதிகளும் நடக்கின்றன.

இந்த நிலையில் இது குறித்த கூருணர்வு பெறவும் தன்னம்பிக்கை அடையவும் இப்புத்தகம் உணர்வுப்பூர்வமாகவும் அறிவுப்பூர்வமாகவும் உதவும். இப்புத்தகத்தினை மொழியாக்கம் செய்ய வாய்ப்பளித்த எதிர் வெளியீடு தோழர் அனுஷ் அவர்களுக்கும், சந்தேகங்களுக்கு விளக்கம் அளித்த நந்திதா ஹக்ஸர் அவர்களுக்கும் அச்சுக்கலைஞர்களுக்கும் நன்றி.

குறிப்பாக, ஆமிர் கானுக்கு எனது வாழ்த்துகள்! சிறையிலிருந்து விடுதலையான பின்னர் கடுமையான உடல்நிலை பாதிப்புகளோடு ஜனநாயக உரிமைகளுக்காகப் போராடி வரும் போராளி அவர். அதுபோல ஆமிர் 14 ஆண்டுகள் சிறையில் கழித்த காலம் முழுவதும் காத்திருந்து, அவரது சட்டப் போராட்டங்களுக்கும் அவர் தாயாருக்கும் உதவிகள் செய்து, திருமணம் செய்து கொண்ட அவரது காதலி ஆலியாவின் மனஉறுதி அளப்பரியது. ஆமிர் —ஆலியா இணையருக்கும், அவர்களது மகள் அனுஷாவுக்கும் வாழ்த்துகள்.

அப்பணசாமி
சென்னை - 41

பொருளடக்கம்:

பொறுத்தப்பாடு	11
அப்புவின் கடைசி வார்த்தைகள்	43
1. டெல்லி - 6ல் வளர்தல்	47
2. தொழில்முறையற்ற உளவாளி	71
3. நீதி எவ்வாறு மறுக்கப்பட்டது?	89
4. நான் எவ்வாறு தந்திரமாக சிக்கவைக்கப்பட்டேன்	107
5. எனது குற்றமற்றதன்மையை நிரூபித்தல்	127
6. வெறுப்பு அரசியல்	149
7. கூண்டில் அடைபட்ட கைதிகள்	171
8. தேசத்தின் சீற்றம்	195
நன்றி நவிலல்	217
பின்னொருநாள்	223

பொறுத்தப்பாடு

இது, பழைய டெல்லியின் சந்துகளில் இசுலாமியக் குடும்பத்தில் பிறந்த ஆமிர் என்ற இளைஞரின் கதை. திருமணம், குடும்பம், நல்ல வீடு, நாகரிகமான வேலை என இளைஞனுக்குரிய எதிர்காலக் கனவுகளுடன் வாழ்ந்த ஒரு இளைஞர்தான் ஆமிர்.

ஆனால், இருபது வயதுகூட நிரம்பாத அவர் காவல்துறையால் கைது செய்யப்பட்டு, ஒரு பயங்கரவாதியாகவும், குண்டுகள் வைத்ததாகவும், பாகிஸ்தானைச் சேர்ந்த தீவிரவாதிகளுடன் தொடர்பு கொண்டிருந்ததாகவும் குற்றம்சாட்டப்பட்டபோது அவரது கனவுகள் அனைத்தும் குலைந்தன. தொடர்ந்து நிகழ்ந்த வினோதமான நிகழ்வுகள் அந்த இளைஞனை ஏறக்குறைய 14 ஆண்டுகள் சிறைக்கொட்டடியில் தள்ளின.

ஆமிரின் கதை தனித்தன்மை உடையது, ஏனெனில், தான் மற்றும் தமது குடும்பத்தினர் அனைவரும் துன்பங்கள் அனுபவித்

தாலும், தன்னை உருவாக்கிய கொள்கைகள், மதிப்பீடுகளை விட்டுக்கொடுக்க மறுத்தார். தனது ஜனநாயக, மதச்சார்பற்ற மதிப்பீடுகள்தான் தனது தந்தை தமக்கு விட்டுசென்ற சொத்து என்று நம்பினார். அவரது தந்தை ஒரு கொள்கைப் பிடிப்பு கொண்ட காங்கிரஸ் கட்சி உறுப்பினர்; அக் கட்சியே அக்கொள்கைகளுக்குத் துரோகம்செய்த போதும் அதே கொள்கைகளில் உறுதியாக வாழ்ந்தவர். ஆமீர் சிறைக்கம்பிகளுக்குப்பின் இருந்தபோதிலும்கூட அப்போது வளர்ந்துகொண்டிருந்த இந்து பாசிசம் மற்றும் இசுலாமிய அடிப்படைவாதம் ஆகிய போக்குகளின் சாட்சியாகத் திகழ்கிறார்; இப்போக்குகளின் வளர்ச்சி, இந்து மற்றும் இசுலாமிய சமுதாயங்கள் நடுவே மிகப்பெரிய தடுப்புச்சுவரை உருவாக்கியதைக் கண்டார். இருந்தபோதும் இந்த இரு சமுதாயங்களின் இடையே தொடர்ந்து பாலங்களை உருவாக்கிக் கொண்டிருக்கிறார். அவர் ஜனநாயகம் மற்றும் மதசார்பின்மை மாண்புகளில் கொண்டிருந்த பிடிப்புக்கு அவர் பிறந்து வளர்ந்த பழையடெல்லியின் வரலாறும் ஒரு பகுதிக்காரணம் ஆகும்.

ஆமிர் வளர்ந்த டெல்லி - 6

பழையடெல்லி ஒரு காலத்தில் ஷாஜஹானாபாத் என்று அழைக்கப்பட்டது; இந்நகரம் 1648ல் முகலாயப்பேரரசர் ஷாஜஹானால் கட்டப்பட்டது. ஷாஜஹானாபாத் நகரம் பசுமையான மரங்களும் தோட்டங்களும் கம்பீரமான ஜும்மா மசூதியும் அதனெதிரே அமைந்த அழகான குயிலாமுபாரக் கோட்டை அரண்மனையும் கொண்ட நகரம்.

1780களில் கூட 60 கடைத்தெருக்களும் ஏராளமான பாரம்பரிய உணவு வகைகளும் கொண்ட நகரமாக இருந்தது. ஆப்கன் மற்றும் மராத்தி படையெடுப்புகளைத் தாக்குப்பிடித்து நின்ற டெல்லி 1803ல் மராத்தியர்களிடமிருந்து பிரிட்டிஷ் வசமானது. இத்தனை படையெடுப்புகளையும் மீறி, நாட்டின் வேறெந்தப் பகுதிகளையும்விட இங்கு வாழ்ந்த இந்து மற்றும் இசுலாமிய சமுதாயங்கள் மிகுந்த தோழமையுடன் வாழ்ந்த பெருமையும் தனித்தன்மையும் கொண்ட நகரமாகும்.[1] இந்து மற்றும் இசுலாமிய மக்கள் சமஎண்ணிக்கையில் வாழ்ந்தனர்; தர்பார் மண்டபம், சாந்தினி சவுக், இந்து மற்றும் இசுலாமிய மக்களின் சமமான பங்கேற்புடன் களைகட்டும் திருமணங்கள் மற்றும் பூப்பல்லக்கு விழாக்களில் நடக்கும் தாஸ்டாஸ்கோய்

கதைசொல்லல் நிகழ்வுகள், ஆண்டுதோறும் நடைபெறும் பூல் வாலன் கி சேயிர் என்னும் புகழ்பெற்ற பூப்பல்லக்குத் திருவிழா ஆகியவை இந்து முஸ்லீம் மக்கள் எவ்வளவு இணக்கமாக வாழ்ந்தார்கள் என்பதைக் காட்டுகின்றன. பூல் வாலன் கி சேயிர் இன்றைக்கும் சிறப்பாக நடைபெற்றுவருகிறது.

உருது மொழி மீதான அன்பு, தர்பார் கூட்டங்கள், வார்ந்திர முஷாராக்கள், பதாங்க்பாஜிகள் மற்றும் கபுதார்பாஜிகள் ஆகிய நிகழ்வுகள் பண்பாடுகளும் நாகரிகங்களும் கலந்து நிகழ்வதன் அம்சங்களாகத் திகழ்ந்தன.

இத்தகைய தனித்தன்மைகொண்ட பண்பாட்டின்மீது, பிரிட்டிஷ் ராணுவம் கடும் தாக்குதல் நடத்தியது. 1857 புரட்சியான முதல் விடுதலைப் போரை பிரிட்டிஷ் ராணுவம் அடக்கியதைத் தொடர்ந்து இத்தாக்குதல் அரங்கேறியது. செங்கோட்டை மற்றும் ஜூம்மா மசூதியை பிரிட்டிஷ் ராணுவம் ஆக்கிரமித்தது. இசுலாமியர்கள் நகரத்தைவிட்டு விரட்டப்பட்டனர். இந்துக் களும் கலகத்தில் பங்கெடுத்தனர்.

மீர்ஸா காலிப் என்ற டெல்லியின் மிகச் சிறந்த கவிஞன், அவன் அகம் மகிழ்ந்த டெல்லி நகரின் சிதைவையும் அழிவையும் கண்முன்னேகண்டு, மனம்வெதும்பி இவ்வாறு பாடினான்:

ஓ அல்லா!
டெல்லி இனியும் இல்லை;
இப்போது அது ஒரு ராணுவ முகாம்.
கோட்டை இல்லை, நகரம் இல்லை,
கடைவீதிகள் இல்லை, கால்வாய் இல்லை,
ஒரே வார்த்தையில் நகரம் இப்போது பாலைவனம்.

ஷாஜஹானாபாத் டெல்லி ஆனது; 1912ல் அது பழைய டெல்லி என்று அழைக்கப்பட்டது. பிரிட்டிஷார் தமது புதிய இம்பீரியல் தலைநகரை பழைய டெல்லி அருகே எழுப்பி அதற்கு புதியடெல்லி என்று பெயரிட்டனர். இப்போதும்கூட சில நேரங்களில் பழையடெல்லி கோட்டை நகரம் என்று அழைக்கப்படுகிறது. ஒருகாலத்தில் இந்நகரம் 13 வாசல்கள் கொண்ட கோட்டையால் பாதுகாக்கப்பட்டதன் நினைவாக இன்றும் அப்படி அழைக்கப்படுகிறது. தற்போது காஷ்மீரி கேட் மட்டும் கடந்தகாலத்தின் மௌனசாட்சியாக நிற்கிறது.

பழைய ஷெளகிதார் முறையை பிரிட்டிஷார் ஒழித்துவிட்டு புதிய போலீஸ் படையை உருவாக்கினர், இதனை ஐரோப்பியர்கள் மற்றும் அரச விசுவாசிகள் கூட விரும்பவில்லை. புதிய போலீஸ்படையில் குஜ்ஜார்கள், ஜாட்டுகளை மட்டும் சேர்த்தனர். இந்துக்களும் இசுலாமியர்களும் வேறுவேறான இரு பகைமைச் சமுதாயங்கள் என்ற கருத்தைப் பரப்பினர். ஆனால் இச்சமுதாயங்களை உள்ளடக்கிய பன்மைத்தன்மை அம்சம்தான் இன்றுவரை நம்மைப் பாதுகாத்து வருகிறது.

பிறகுதான் வன்முறை வந்தது, பிரிவினை உணர்வு கணன்றது. பிரிட்டிஷ் இந்தியா, பாகிஸ்தான் இந்தியா என இரு இறையாண்மை கொண்ட நாடுகளாகப் பிரிவினைக்குள்ளானது. வரலாற்றின் மிகக்கொடூரமாகவும் ரத்தக்களறியாகவும் பிரிவினை இருந்தது. அப்போது வெடித்த வன்முறையில் சுமார் 20லட்சம் இந்துக்கள், இசுலாமியர்கள், சீக்கியர்கள் கொல்லப்பட்டனர். சுமார் ஒரு கோடி 70 லட்சம் பேர் வற்புறுத்தலாக இரு நாடுகளுக்குள் இடம் பெயர்ந்தனர்.[2]

ஆமிர் பிறக்கும் தருணத்தில் பழையடெல்லி, டெல்லி—6 என முழுமையாக மாறியிருந்தது. முதலில் பஞ்சாபி அகதிகள் வருகையோடு தொடங்கியது இந்த மாற்றம். படிப்படியாக இந்தியாவின் பிறபகுதிகளில் இருந்தும் தொழிலாளர்கள் இங்கு குடிபெயர்ந்தனர். தோட்டங்கள் மற்றும் நீரோடைகள், அதன் கடைவீதிகள், அதன் பண்பாடு ஆகியவற்றுக்காகப் புகழ்பெற்ற அந்த அழகான நகரான பழையடெல்லி இப்போது ஒரு வர்த்தகச்சேரியாக 110006 அல்லது டெல்லி— 6 என்று மட்டும் அறியப்படுகிறது.

பழையடெல்லி அல்லது டெல்லி—6 பரப்பளவில் வெறும் 25 சதுர கி.மீ மட்டுமே கொண்ட சிறிய மாவட்டமாக, 2011 கணக்கெடுப்பின்படி 5.7 லட்சம் மக்கள் தொகை கொண்டதாக இருக்கிறது. இங்கு ஒரு சதுரகி.மீக்கு 23,149 பேர் வாழ்கிறார்கள்.

டெல்லி—6ன் 90 விழுக்காடு பகுதி 616 கத்ராக்களும், 260 கூசாக்களும், 193 கட்சி பாஸ்திகளும், 87 பக்கி பாஸ்திகளும் 274 எல்லாம் கலந்த குடியிருப்புகள் என காற்றோட்டமில்லாத, மழைநீர் வடிகால்கள், கழிவுநீர் வடிகால்கள் இல்லாத, அடிக்கடி தீவிபத்துகள் ஏற்படும்வகையில் மின்வயர்கள் அபாயகரமாக தலைக்குமேலே தொங்கியபடி இருக்கும் ஒரு சேரிப்பகுதி

ஆகும்.³

பழைய டெல்லியின் பாரம்பரிய இசுலாமியர்கள் சிறிய சந்து பொந்துகளுக்குள் தங்களை முடக்கிக்கொண்டு தனிமைப் பட்டுள்ளனர். பிரிவினை ஏற்பட்டதிலிருந்து அவர்களது வாழ்க்கை வறுமைக்குள் தள்ளப்பட்டுள்ளது. தங்கள் குழந்தைகளுக்குக் கல்வியளிக்க முடியாமலும் முதியவர்களுக்குச் சிகிச்சையளிக்க முடியாமலும் வாழ்கிறார்கள். தொடர்ந்து அச்சத்திலும், நிலையற்ற தன்மையிலும் அரசு மற்றும் மத வன்முறைகளில் பாதிக்கப் படுபவர்களாகவும், தற்போது பயங்கரவாதத்துக்கு எதிரான போரையும் எதிர்கொள்கிறவர்களாகவும் வாழ்கிறார்கள்.

ஆமிர் டெல்லி— 6ல் பிறந்தார். அவர் வளர்ந்த காலத்தில் அருகாமைப் பகுதிகளின் சிறிய தெருக்கள்கூட பதற்றமாக இருந்தன; இசுலாமியமக்கள் தாங்கள் ஏதோ முற்றுகையின் கீழ் வைக்கப்பட்டுள்ளதாக உணர்ந்தனர். 1985ன் ஷாபானு வழக்கின் தீர்ப்பு, 1990 ரஷ்டி விவகாரம், 1992 பாபர் மசூதி இடிப்பு என தங்கள் மதம் தொடர்ந்து தாக்கப்படுவதற்கு எதிரான கோபமும் அதிருப்தியும் இசுலாமிய மக்களிடம் அதிகரித்த வண்ணம் இருந்தது. இந்து பாசிசம் அதிகரித்து வருவதையும் அதன் எதிர்வினையாக இசுலாம் தீவிரவாதம் உருவாகி வளர்ந்ததையும் கவனித்துவந்த ஆமிரின் தந்தை மதவாதக் கருத்தியல்கள் ஆமிர் உள்ளத்திலும் உடல் அளவிலும் எந்தவிதப் பாதிப்பையும் ஏற்படுத்தாமல் பாதுகாத்து வளர்த்தார். வளர்ந்துவந்த ஆமிர் வெளியுலகில் அபாயங்கள் அதிகரித்துவருவதை அறிந்தார், ஆனால், அது எந்த அளவுக்கு அவரை கலவரப்படுத்தப் போகிறது என்பதை அவர் அறியவில்லை. அவரது குழந்தைப் பருவம் மகிழ்ச்சியாக இருந்தது.

ஓர் தொழில்முறையற்ற ஒற்றன்

ஆமிர் பல வழிகளில் பிரிவினையால் பாதிக்கப்பட்டவர். அவரது மூத்த சகோதரி ஒரு பாகிஸ்தானியரைத் திருமணம் செய்துகொண்டதைத் தொடர்ந்து, அவரது சொந்தக் குடும்பமும் பிரிவினைக்கானது. பிரிவினையால் உருவான சர்வதேச எல்லைக்கோட்டால் குடும்பங்கள் பிரிக்கப்பட்டன. கடந்தகாலம் மட்டுமல்ல; அதன் பாதிப்பு இன்றைய அன்றாட வாழ்விலும் தொடர்கிறது.

இருந்தாலும் பிரிவினையால் மிகவும் அதிகமாகப் பாதிப்புக்

குள்ளானவர்கள் ஒற்றர்கள், உளவாளிகள், ஐந்தாம்படைகளால் அந்த இருளுக்குள் தள்ளிவிடப்பட்டவர்கள்தாம். இரு நாடுகளும் உளவுகள், எதிர்—உளவுகளில் ஈடுபட்டன. இதில் பிடிக்கப்பட்ட உளவாளிகளும், ஒற்றர்களும் கடும் சித்ரவதைகளுக்கு ஆளாகி நீண்டகாலச் சிறைத்தண்டனை அளிக்கப்பட்டனர்.

உளவு முகமைகள் தங்களது ஏஜண்டுகள் மற்றும் அவர்களின் குடும்பங்களுக்கான பொறுப்புகளை எடுத்துக்கொள்வதில்லை. இதனால் பல குடும்பங்கள் தங்களின் ஊதியமீட்டும் ஒரே நபரையும் இழந்தனர். இவ்வாறு பாதிக்கப்பட்ட உளவாளிகள் மற்றும் ஒற்றர்களின் கதைகள் தற்போதுதான் வெளியேவரத் தொடங்கியுள்ளன. உதாரணமாக, 23 வயதான ரவீந்தர் கௌசிக் ரா உளவாளியாகப் பணியாற்றி, பிடிபட்டு, பாகிஸ்தான் சிறையிலேயே உயிரிழந்தார். அவர் கொண்டாடப்படவோ நாட்டின் கதாநாயகனாக அறிவிக்கப்படவோ இல்லை. பாலிவுட் திரைப்படமான 'ஏக் தா டைகர்' திரைப்படம் கௌசிக் வாழ்க்கையை அடிப்படையாகக் கொண்டு தயாரிக்கப்பட்டுள்ளது என்று அவரது குடும்பத்தினர் உரிமைகோரியதைக்கூட திரைப்பட இயக்குனர் நிராகரித்து விட்டார்.

ஆமிர் ஓர் ஒற்றனாக தேர்வு செய்யப்பட்டார், அவருக்கு முறையான பயிற்சி எதுவும் அளிக்கப்படவில்லை. ஆனால், உளவுப்பணிக்கு ஒற்றர்கள் தேர்வுசெய்யப்படும்போது உளவுப் பணியின் அடிப்படைகளான ராணுவ வாகனங்களை அடையாளம் காணுதல், ராணுவ அதிகாரிகளின் தகுதியை அடையாளம் காணுதல், தங்கள் பாதையை, அடையாளத்தை மறைக்கும் கலையைக் கற்றல் ஆகியன குறித்த நான்குவாரகாலப் பயிற்சிகள் அளிக்கப்படுகின்றன என்று உளவுத்துறைகள் தரப்பு அறிக்கைகள் கூறுகின்றன.[4]

ஒரு ஒற்றனுக்கான திறன்களும் பயிற்சிகளும் அற்றவர் ஆமிர். இதுவரை வகுப்பறைக்குக்கூட எதையும் கடத்தியிராத அவர் எல்லைதாண்டி தனியாக அனுப்பப்பட்டார். தன் பெயரிலேயே பாகிஸ்தானில் பயணித்த அவர் பிடிபட்டால் அவர் மட்டும் சிறையில் அடைக்கப்படமாட்டார். பாகிஸ் தானில் வாழும் அவரது சகோதரியின் குடும்பமும் இந்திய உளவாளிகளாக சந்தேகப்படப்படுவர். இது அவர்களை சின்னாபின்னமாக்கிவிடும்.

இந்த நிழலுலகத்தின் வினோதமான விஷயம் என்ன வென்றால் தன்னைப் பணிக்கமர்த்திய நபரின் எந்த அடையாளங்களும் ஆமிருக்குத் தெரியாது. எந்த ஏஜன்சி தம்மைப் பணிக்கு அமர்த்தியிருக்கிறது என்பதும் தெரியாது. மேற்கத்திய நாடுகளில் உளவு அமைப்புகள் வெளிப்படையாக நிறுவனமயப்படுத்தப்பட்டிருப்பதுபோல, இந்தியாவில் நிறுவன மயப்படவில்லை; இந்திய உளவு அமைப்புகள் யாருக்கும் பதிலளிக்கக் கடமைப்பட்டிருக்கவில்லை. இதனால் ஆமிருடன் தொடர்பு கொண்டிருந்த குப்தாஜி போன்ற ஏஜண்டுகள் யாருக்கும் கணக்களிக்கவோ, பதிலளிக்கவோ வேண்டியதில்லை. உளவு அமைப்புகள் பொதுக்கண்காணிப்புக்கு உட்படுத்தப் படுவதில்லை. இவை தகவல் அறியும் சட்டத்திலிருந்து விலக்கு அளிக்கப்பட்டுள்ளன. இந்திய நாடாளுமன்றத்துக்கும் இந்த உளவு அமைப்புகள் கட்டுப்பட்டவையல்ல.

ஆமிர் உளவுக்கதைகள் வாசித்தவருமல்ல; ஒரு கதாநாயகனாக வேண்டும் என்ற இலட்சியமும் அவருக்கு இல்லை. எனவே, ராணுவ எல்லையைத் தாண்டி ஒரு பொருளைக்கடத்தும்படி கூறப்பட்டபோது ஒரு பயிற்சியற்ற ஒற்றன் என்ன செய்வாரோ அதனையேதான் செய்தார்: பாதிக்கிணறு தாண்டினார். அவர் தனது குடும்பம் மற்றும் நாட்டின் பாதுகாப்புக்காக ஓடினார்.

போலீஸ் அடக்குமுறை

சட்டத்தினைக் கறாராக அமல்படுத்தி, நம்மையெல்லாம் குற்றங்களில் இருந்து காக்கும் கடமையில் உள்ளவர்களே வன்முறையைக் கட்டவிழ்த்து விடுவது குறித்து, இந்திய மனித உரிமைகள் இயக்கமும் வெளிநாடுகளில் உள்ள மனித உரிமை அமைப்புகளும் உலகின் கவனத்தை ஈர்த்து வருகின்றன.

அலகாபாத் உயர்நீதிமன்றத்தின் முன்னாள் நீதிபதி ஆனந்த் நாராயண் முல்லா அளித்த புகழ்பெற்ற தீர்ப்பு இவ்வாறு கூறுகிறது: "இந்திய போலிஸ் படை என்ற ஒரே ஒரு அமைப்புரீதியான பிரிவு புரிந்துள்ள குற்றங்களுக்கு இணையாக, நாட்டில் எந்த ஒரு சட்டவிரோத அமைப்பும் குற்றங்கள் புரிந்துள்ளதாகக் கூறமுடியாது."

அவர் இத்தகைய மேற்கோள் வாக்கியங்களை எழுதிய பின்னரும் போலீஸ் படையின் குற்றங்கள் தொடர்வதோடு

மட்டுமல்லாமல், அப்பாவி மக்களுக்கு எதிராக சொல்லவொண்ணாக் குற்றங்களை நிகழ்த்திவரும் போலீஸ் அதிகாரிகளுக்கு மேலும் மேலும் விருதுகளும் பரிசுகளும் வழங்கப்படுகிறது.

டெல்லி சிறப்புப் பிரிவு அதிகாரிகளை உதாரணத்துக்கு எடுத்துக்கொள்ளலாம்: 2005ல் போலீஸ் உதவி ஆணையர் ராஜ்பீர் சிங் ஊழல் வழக்கில் சிறப்புப் புலனாய்வுப் பிரிவால் பிடிக்கப்பட்டார். தனது பதவியைப் பயன்படுத்தி கட்டுமான நிறுவனங்களிடமிருந்து பணம் பெற்றார் என்பது அவர் மீதான குற்றச்சாட்டு. ஆனாலும் அவர் பல விருதுகளைப் பெற்றார்.[5]

உண்மையில், போலி என்கவுண்டரில், அதாவது குடிமக்கள் கொலையில் ஈடுபட்ட மூன்று இதர அதிகாரிகள் 2010க்கான குடியரசுத் தலைவர் விருதுகள் அளித்து கௌரவிக்கப்பட்டனர்.

உலகநாடுகள் மனித உரிமைகள் இயக்க சொல்லாடல்களில் போலீஸ் மற்றும் இதர பாதுகாப்புப் படைகளில் இத்தகைய குற்றங்கள் நீதிக்குப் புறம்பான நடவடிக்கைகளுக்கான உதாரணங்களாகக் கூறப்படுகின்றன. இவற்றில் கீழ்கண்டவையும் உள்ளடங்கும்: நீதிக்குப் புறம்பான கைதுகள் (இதனை ஆள்கடத்தல் என்று ஆமிர் சரியாகக் குறிப்பிடுகிறார்), நீதிக்குப் புறம்பான கொலைகள் (போலி என்கவுண்டர்கள் அல்லது விசாரணையின்போது செய்யப்படும் வதையால் உயிரிழத்தல்), நீதிக்குப்புறம்பான கைதுகள் அல்லது சட்டவிரோத கைதுகள். ஆனால், போலீஸ் மேற்கொள்ளும் கொடூரமான தாக்குதல்களை முழுமையாக உணர இத்தகைய சொற்களும் காணாது.

போலீஸ்துறை சீர்திருத்தம் செய்யப்படவேண்டும் என்று மனித உரிமைகள் சமுதாயம் நீண்டகாலமாகப் போராடி வருகிறது.

போலீஸ் சீர்திருத்தம் குறித்த விவாதம் என்பது வேறு அக்கறைகள் அடிப்படையிலானது. அவற்றில் ஒன்று, போலீஸ் துறையில் இசுலாமிய சமுதாயத்திலிருந்து ஆள் எடுப்பது குறைந்துவருவதால் போலீஸ் துறையில் அண்மைக்காலமாக வகுப்புவாதம் நிறுவனமயப்படுத்தப்பட்டு வருவதாகும். போலீஸ் துறையில் அதிக இசுலாமியர்கள் சேர்க்கப்படுவதே இதற்கான தீர்வு எனக் கூறப்படுகிறது.

இசுலாமியத் தலைவர்களால் இக் கோரிக்கை உரத்த குரலில் வலியுறுத்தப்பட்டு வருகிறது. இக் கோரிக்கையில் சிறிது நியாயம்

காணப்பட்டாலும் அது பிரச்சனையின் வேர்வரை சென்று பார்க்கவில்லை.

காவல்துறைப் பணிகளில் அதிகபெண்களைச் சேர்ப்பதாலேயே பெண்களுக்கு எதிரான வன்முறைகளை முற்றிலுமாக நிறுத்த இயலாது என்பதைப்போல அதிக இசுலாமியர்களை போலீஸ் வேலைக்குச் சேர்ப்பதால் பிரச்சனைகளுக்கு தீர்வுகாண முடியாது என்பதை நினைவில்கொள்வது முக்கியமாகும்.

ஐக்கிய மாநிலங்களிலும் (யு.எஸ்.ஏ) ஐக்கிய ராஜாங்கத்திலும் (யு.கே) போலீஸ் படைகளில் சிறுபான்மை இனக்குழுக்கள் அல்லது இனங்களில் இருந்து பணிக்கமர்த்த மேற்கொள்ளப்பட்ட முயற்சிகள் அங்கு நிறுவனமயப்படுத்தப்பட்டுள்ள இனவாதம் ஒழிவதற்கு இட்டுச் செல்லவில்லை.[6]

போலீஸ் மேற்கொள்ளும் மிக மோசமான குற்றம், பன்னாட்டு மனித உரிமை சட்டத்தால் தடை செய்யப்பட்டுள்ள சித்ரவதை ஆகும். போலீஸ்படை மற்றும் ஆயுதப்படைகள் உள்ளிட்ட பாதுகாப்புப் படைகள் எவ்வாறு சித்ரவதைகளை நிறுவனமயப்படுத்திப் பயன்படுத்துகின்றன என்பதை இந்திய மனித உரிமைகள் அமைப்புகள் ஆவணப்படுத்தியிருக்கின்றன. அந்த அறிக்கைகள் வெளியிடப்பட்டு, பொது விழிப்புணர்வு ஏற்படுத்தப்பட்டிருக்கிறது.

இருந்தபோதிலும், அமெரிக்காவின் அபு கிரெய்ப் தடுப்பு மையத்தில் பயன்படுத்தப்பட்ட சித்ரவதை முறைகள் ஊடகங்களில் அம்பலமானதைத் தொடர்ந்து, அமெரிக்க அரசியல் வட்டத்தில் ஏற்பட்டதைப் போன்று இந்திய அரசியல் வட்டத்தில் இது மையப் பிரச்னையாக்கப்படவில்லை. கைதிகள் மீது சித்ரவதைகள் நடத்தப்படுவது குறித்து அதிர்ந்த அமெரிக்கக் குடிமக்கள் வெகுண்டெழுந்தனர்; இதைப் பயன்படுத்தி சிறைச்சாலைகளில் காக்கப்பட வேண்டிய மனித உரிமைகளை தேசியவிவாதமாக்கினர். இந்தியாவில், சட்டத்தை அமலாக்கம் செய்யும் அமைப்புகளே நிறுவனமயப்பட்ட வன் கொடுமைகளை மேற்கொண்டாலும்கூட மக்களிடமிருந்து எந்தவிதமான தார்மிக கொந்தளிப்பும் ஏற்படவில்லை.

முரண்பாடாக, குற்றம் சுமத்தப்படுபவர்களை காவல்துறையினர் சுதந்திரமாக கைது செய்வதற்கும், அடைத்து வைப்பதற்கும், விசாரணை என்றபெயரில் எந்த அளவுக்கும் கீழ்த்தரமாக

நடந்துகொள்வதற்கும், மிக அதிக தண்டனை பெற்றுத்தருவதற்கும் இன்னும் அதிக அதிகாரங்கள் காவல்துறைக்கு வழங்கப்பட வேண்டுமென்று இந்திய மக்கள் அவ்வப்போது கோருவதைக் காண முடிகிறது. இத்தகைய கோரிக்கைகள் உலக நாடுகள் ஏற்றுக்கொண்டுள்ள மனித உரிமைகள் தரப்படுத்தல்களின் மாண்பினைக் குறைத்து, நாட்டின் பாதுகாப்புக்கே அச்சுறுத்தலாக உருவாகக்கூடிய அரசியல் பின்விளைவுகளை உருவாக்கும்.

அமெரிக்க ராணுவத்தின் உயர்நிலை பயிற்சிபெற்ற விசா ரணையாளர் சிரிஸ் மாக்கே 'த இண்டரோகேட்டர்ஸ்'[7] என்ற தனது புத்தகத்தை இவ்வாறு முடிக்கிறார்:

> 'சிறைக்கைதிகளை அமெரிக்க அரசு வதை செய்யக் கூடாது என்பதற்கான காரணம் அதனால் பயனில்லை என்பதல்ல. அது தவறு என்ற எளிமையான காரணம் தான். அது நம்மை மனிதநேயமற்றவர்களாக்குகிறது, நமது காரணத்தின் மதிப்பைக் குறைக்கிறது. இது, நாளாவட்டத்தில் எதிரிகளைப் பிடிப்பதை விட, அதிக எதிரிகளையே உருவாக்கும்.'

நமது போலீஸ் துறை குற்றங்கள் புரிய அதிகாரமளிப்பதும், நமது உளவு அமைப்புகளின் நடவடிக்கைகளுக்கு அவர்களைப் பொறுப்பாளியாக்காமல் இருப்பதும் நமது அரசமைப்புச் சட்டம் உறுதியளித்துள்ள பாதுகாப்புகளைத் தீவிரமாகக் குறுக்கிவிடும். உலக நாடுகள் மனித உரிமைகள் சமுதாயம் தன்னை அழைத்துக் கொள்ளக் கண்டுபிடித்துள்ள மென்மையான பெயரைக் கொண்டுள்ள 'அம்னஸ்டி இண்டர்நேஷனல்' அமைப்பு நீதிக்குப் புறம்பான அமைப்பினை 'நீதியின் நிழல் அமைப்பு' என்று அழைக்கிறது. எனது எண்ணத்தின்படி இங்கு நீதி என்ற சொல்லைப் பயன்படுத்துவதே உரியமுறை கிடையாது.

சிறையில் கைதிகள் வதை செய்யப்படுவதையும், மரண தண்டனையையும் ஒழித்து காவல்துறையைச் சீர்திருத்தம் செய்யவேண்டும் என்று உலக நாடுகள் மனித உரிமைகள் சமுதாயம் கோரிவரும் வேளையில், போலீஸ்துறை வதைகளால் பாதிக்கப்பட்டுள்ள மக்கள் காவல்துறையே ஒழிக்கப்பட வேண்டும் என்று வலுக்கட்டாயமாக வாதிடுகிறார்கள். இப் புத்தகத்துக்கான ஆராய்ச்சியில் ஈடுபட்டபோது, 'காவல்துறையை மூடுவதற்கான 50 காரணம்'[8] என்ற ஒரு வலைப்பூவைக்

கடக்க நேர்ந்தது. இதை ஆமிரின் பார்வைக்குக் காட்டினேன். வாய்விட்டுச் சிரித்த அவர் இவ்வாறு கேட்டார்: 'இது எவ்வாறு சாத்தியம்?'

குற்றம் சுமத்தும் வஞ்சகக்கலை

குற்றம் சுமத்தப்படுவர்கள் பாதுகாப்புக்காக, குறிப்பாக, போலீஸ் காவலின்போது சித்ரவதைகள் நடைபெறுவதிலிருந்து காக்கவும், நியாயமான விசாரணையை உறுதிப்படுத்தவும் விசாரணைக்கு முந்தைய காப்பு நடவடிக்கைகளின் முக்கியத்துவத்தினை மனித உரிமை வழக்கறிஞர்கள் தொடர்ந்து வலியுறுத்தி வருகிறார்கள்.

விசாரணைக்கு முந்தைய நிலையில், குற்றம் சாட்டப்பட்டவர் ஆஜர்படுத்தப்படும் நடுவர்மன்ற நீதிபதியின் பங்கு முக்கியத்துவம் வாய்ந்தது. அவ்வாறு குற்றவாளி ஆஜர்படுத்தப் படும்போது குற்றம்சாட்டப்பட்டவர் காவல்துறையால் வதைக் குள்ளாக்கப்பட்டாரா, கைது சட்டப்பூர்வமாக நடந்துள்ளதா, குற்றம் சாட்டப்பட்டவர் தமக்கான வழக்கறிஞரை அணுகும் வாய்ப்பு அளிக்கப்பட்டதா என்பதை நடுவர்மன்ற நீதிபதி உறுதிப்படுத்த வேண்டும். குற்றவாளியைப் பரிசோதித்த மருத்துவர் இந்நிலையில் குற்றவாளி வதைக்குள்ளாக்கப்பட்டுள்ளாரா என்பதைப் பதிவு செய்வது அவசியமாகும்.

இத்தகைய பாதுகாப்பு நடைமுறைகள் அனைத்தும் ஆமிருக்கு போலீஸ், நீதிபதி, மருத்துவர் ஆகிய அனைத்து தரப்புகளிலும் மறுக்கப்பட்டது. காவல்துறையால் கைது செய்யப்படும் அல்லது கடத்தப்படும் அனைத்து ஏழை மக்களுக்கும் இவ்வாறே பாதுகாப்பு நடைமுறைகள் மறுக்கப்பட்டு வருகின்றன. இத்தகைய உரிமைகள் அவர்களுக்கு மறுக்கப்படுவது, காவல்துறை அவர்களை அச்சுறுத்தி பொய் வாக்குமூலங்கள் பதிவுசெய்து பொய் வழக்குகள் புனைவதற்கும், பொய் சாட்சிகளையும் தடயங்களையும் உருவாக்குவதற்கும், அச்சம் காரணமாக இவை குறித்து குற்றம் சுமத்தப்பட்டவர்கள் வெளியே சொல்வதைத் தடுப்பதற்கும் உதவுகிறது.

ஆனால், இத்தகைய பாதுகாப்பு நடைமுறைகள் சிந்தையிலும் எழுத்திலும் கறாராகப் பின்பற்றப்பட்டால் மக்கள்மீது பொய் வழக்குகள் போடுவது காவல்துறைக்குக் கடினமானதாக இருக்

கும்.⁹ எனவே, ஆமிர் எவ்வாறு பழிசுமத்தப்பட்டார் என்பதை ஒவ்வொரு நிலையாகப் புரிந்துகொள்வது முக்கியம்: ஆமிர் நள்ளிரவில் போலீஸாரால் கடத்தப்பட்டார். எனவே, அவரது கைதுக்கு எந்தப் பதிவோ சாட்சியமோ கிடையாது. கைது செய்த அல்லது கைது செய்யப்படும் சூழலை எதிர்கொண்ட போலீஸ் அதிகாரிகள் யார் என்பதற்கான பதிவாவணங்களும் கிடையாது. குற்றம் சாட்டப்படுபவர்கள் கைது தொடர்பாக உச்சநீதிமன்றம் வகுத்துள்ள வழிகாட்டுதல்கள் மற்றும் சட்டம் வகுத்துள்ள நடைமுறைகள் மீறப்பட்டுள்ளது இதில் தெளிவாகிறது.

ஆமிர் கைது செய்யப்பட்ட நேரம் பதிவுசெய்யப்படாததால் அவர் சட்டவிரோத காவலில் வைத்து சித்ரவதை செய்யப் பட்டிருக்கக்கூடும். இதிலிருந்து தம்மைக் காத்துக்கொள்ளும் வாய்ப்பு தடுக்கப்பட்டுள்ளது. அவர் சட்டப்படி கைது செய்யப்பட்டிருப்பாரானால் 24 மணி நேரத்துக்கு முன்னதாக ஒரு நடுவர்மன்ற நீதிபதி (மாஜிஸ்டிரேட்) முன்பு ஆஜர்படுத்தப்பட்டிருக்க வேண்டும். ஆனால், ஆமிர் கைதில் அவர் நீதிமன்றத்தில் ஆஜர்படுத்தப்படாமலும் தனக்கான வழக்குறைஞரையோ அல்லது உறவினரையோ அணுக அனுமதிக்காமலும் எட்டு நாட்கள் அடைத்து வைக்கப்பட்டுள்ளார்.

போலீஸ் காவலில் ஆமிர் இறந்திருப்பாரானால் அவரது இறப்பு அல்லது அவரது காணாமல்போதல் குறித்து எந்த ஆவணமும் கிடைக்காமல் போயிருக்கும். மனித உரிமைகள் சாசன அலங்காரச் சொல்லாடல்களில் இது திணிக்கப்பட்ட காணாமல்போதல் என்று அழைக்கப்படுகிறது. இந்தியாவில் போலீஸ் அல்லது நீதிமன்றக் காவலில் அன்றாடம் சராசரியாக நான்கு பேர் உயிரிழப்பதாக அதிகாரப்பூர்வ புள்ளிவிவரங்கள் கூறுகின்றன.¹⁰

ஆமிரைக் கடத்திச்சென்று ரகசியமாக அடைத்துவைத்த காலத்தில்தான் போலீஸார் ஆமிரிடம் ஏராளமான வெற்றுத்தாள்களில் கையெழுத்து பெற்று, அவரை பொய் நாட்குறிப்புகளை எழுத வைத்திருக்கிறார்கள். தொடர்ந்து, குண்டுவெடிப்புகளில் காயமடைந்த நபர்களிடம் தாம் மன்னிப்பு கோருவதாகவும் ஆமிரிடம் வாக்குமூலம் பெற்றுள்ளனர். இதன் மூலமே நீதிமன்றத்தில் அவர்களால் ஆமிரை அடையாளம் காணமுடிந்தது.

இறுதியாக, ஆமிர் நடுவர்மன்ற நீதிபதிமுன் ஆஜர்படுத்தப்பட்ட போது, எப்போது எங்கு உங்களைக் கைது செய்தனர்? என்றோ வழக்குறைஞரை தொடர்பு கொள்ள அனுமதித்தனரா என்றோ நீதிபதி ஒரு வார்த்தைகூடக் கேட்கவில்லை. ஆமிர் முதல் தடவை யாக நடுவர்மன்றத்தில் ஆஜர்படுத்தப்பட்டபோது அங்கிருந்த நீதிபதி, போலீஸ் அதிகாரிகள், வழக்கறிஞர் அனைவரும் ஆங்கிலத்திலேயே பேசியுள்ளனர்; ஆனால் ஆமிருக்கு ஆங்கிலம் சுட்டுப்போட்டாலும் புரியாது.

மருத்துவர்களிலும் ஒரே ஒருவரைத் தவிர யாருமே தமது மருத்துவத் தொழில்தர்மத்தைப் பின்பற்றவில்லை. ஆமிர் உடலில் காணப்பட்ட காயங்கள் மற்றும் அவை உருவாவதற்கான காரணங்களையும் இதர விவரங்களையும் மருத்துவர்கள் நியாய மாகவும் நேர்மையாகவும் பதிவுசெய்திருக்க வேண்டும்.

போலீஸ்காவலில் இருந்தபோது வன்முறை மற்றும் சித்ர வதைகள்மூலம் ஆமிரிடம் பெறப்பட்ட வாக்குமூலங்கள் தவிர, ஆமிர் குற்றத்தில் ஈடுபட்டதற்கான வேறு எந்த முகாந்திரமும் காணப்படாத போதும், 19 வழக்குகளிலும் போலீஸ் ஆமிரை ரிமாண்டில் எடுக்க அனுமதி கோரியது. போலீஸ்காவலில் வாங்கப்படும் வாக்குமூலங்கள் சட்டப்படியாகச் செல்லுபடி யாகாது என்பதை நீதிமன்றம் அறிந்திருந்தபோதும் அவற்றை மட்டுமே நம்பி நீதிபதியும் அனுமதி வழங்கினார்.

சட்டப்பூர்வ ரிமாண்டில் ஆமிர் இரண்டு மாதங்கள் அடைத்து வைக்கப்பட்டிருந்தார். இக் காலத்தில்தான் பத்தொன்பது குண்டு வெடிப்பு வழக்குகளிலும் ஆமிருக்கு எதிரான கூடுதல் பொய்சாட்சியங்கள், போலி சான்றுகளை போலீஸார் உருவாக்கியுள்ளனர். வெற்றுத்தாள்களில் கையெழுத்து, வெற்று நாட்குறிப்புகளில் எழுதச் செய்வது, குண்டுகள் செய்ய எங்கு வேதிப்பொருள்கள் வாங்கினேன் என்று பொய் வாக்குமூலங்கள் கொடுக்கச்செய்வது போன்றவற்றைச் செய்தனர்.

போலீஸார் மேற்கொள்ளும் மனித உரிமை மீறல்களைக் கட்டுப்படுத்தும் பாதுகாப்பு நடைமுறைகள் போதுமான அளவுக்கு இல்லை. ஆனாலும், இருக்கும் நடைமுறைகளை சரியாகப் பின்பற்றினாலே போலீஸ் லாக்கப் மரணம், சித்ரவதைகள், பொய்யான குற்றச்சாட்டுகள் புனைவது ஆகிய வற்றைத் தடுக்கலாம்.

அனைத்து கைது நடவடிக்கைகளுக்கான வழிகாட்டுதல்களையும் உச்சநீதிமன்றம் வகுத்து வழங்கியுள்ளது. இந்த வழிகாட்டுநெறிகள் தற்போது சட்டத்தின் அங்கமாகவே ஆகி விட்டது:

1. கைது மற்றும் விசாரணை நடவடிக்கைகளை மேற்கொள்ளும் போலீஸ் பணியாளர்கள் தங்களின் பெயர், பதவி ஆகிய அடையாளங்களைத் தெளிவாகக் காட்டும் அடையாள வில்லைகளை நன்கு தெரியும்படி பொருத்தியிருக்க வேண்டும். கைது செய்யப்பட்டவரை விசாரணை செய்யும் அனைத்து காவல் அதிகாரிகள் குறித்த அனைத்து தகவல்களும் ஒரு பதிவேட்டில் பதிவு செய்யப்பட வேண்டும்.

2. கைது நடவடிக்கையில் ஈடுபடும் அதிகாரிகள் கைது செய்யும்போது கைது குறித்த ஒரு குறிப்புரையைத் தம் கைப்படத் தயாரித்து, கைது செய்யப்படும் நபரின் குடும்ப உறுப்பினராகவோ அல்லது அப்பகுதியில் மதிக்கத்தக்க நபராகவோ உள்ள ஒருவரின் சாட்சிக் கையொப்பம் பெறவேண்டும். அதில் கைதுசெய்யப்படுபவரின் எதிர் கையொப்பம் தேதி, நேரத்துடன் பெறவேண்டும்.

3. அவ்வாறு கைதுகுறித்த சாட்சியம் இல்லாதபட்சத்தில், ஒருவர் கைதுசெய்யப்படும்போது அல்லது விசாரணைக்காக காவல்நிலையம் அழைத்து வரப்படும்போது அல்லது லாக்—அப்பில் அடைக்கப்படும்போது, அக்கைது மற்றும் அடைக்கப்பட்டுள்ள இடம் குறித்த தகவலை, கைது செய்யப்படுபவரின் நண்பர் அல்லது அவர் விரும்பும் உறவினர் அல்லது கைது செய்யப்படுபவரின் நலனில் அக்கறைகொண்ட ஒருவருக்கு உடனடியாக தகவல் தெரிவிக்கும்படிகோர உரிமை உள்ளது.

4. ஒருவர் கைது செய்யப்படும்போது, அவரது நெருங்கிய உறவினர் அல்லது யாருமே அருகில் இல்லாத தருணத்தில், அல்லது அத்தகைய நபர்கள் மாவட்டத்துக்கு வெளியிலோ, நகருக்கு வெளியிலோ வசிக்கும்பட்சத்தில் அவ்வாறு கைது செய்யப்படும் தகவல் மற்றும் அவர் அடைத்து வைக்கப்பட்டிருக்கும் இடம் ஆகிய தகவல்களை மாவட்ட இலவசச் சட்ட உதவி மையம் அல்லது காவல்நிலையம்

மூலமாக தந்தி மூலம் 8 முதல் 12 மணி நேரத்துக்குள் தகவல் தெரிவிக்க வேண்டும்.

5. கைது செய்யப்படும் நபர் ஒருவர், தாம் எதற்காகக் கைது செய்யப்பட்டுள்ளோம் அல்லது பிடித்துவைக்கப் பட்டுள்ளோம் என்பதை தாம் விரும்பும் ஒருவருக்குத் தெரியப்படுத்தும் உரிமை இருக்கிறது என்பது காவல்துறை அதிகாரிகளால் கைது செய்யப்படும் நபருக்குத் தெரியப் படுத்தப்பட வேண்டும்.

6. ஒருவர் பிடிக்கப்படும் இடத்தில் அந்த நபர் கைது செய்யப் படுவது குறித்து கைது செய்யப்படும் நபரின் நெருங்கிய நண்பருக்கு அத்தகவல் தெரிவிக்கப்பட்டு அந்த நபர் குறித்த தகவல்கள் மற்றும் கைது செய்யும் பணியாளர்கள் குறித்த தகவல்கள் ஒரு நாட்குறிப்பில் பதிவு செய்யப்பட வேண்டும்.

7. கைது செய்யப்படும் தருணத்தில் கைது செய்யப்படும் நபரிடம் அவரது உடலில் காயங்கள் ஏதாவது இருக்கிறதா என்று கேட்டு, அவ்வாறு காயங்கள் இருப்பின் அவற்றைப் பார்த்து அறிந்து,பதிவு செய்ய வேண்டும். அந்த 'சோதனை மெமோ'வில் கைது செய்யப்படுபவர் மற்றும் கைதுசெய்யும் பணியில் ஈடுபட்ட காவல் பணியாளர்கள் கையொப் பங்கள் பெறப்பட்டு, அதன் நகல் கைது செய்யப்படும் நபரிடமும் அளிக்க வேண்டும்.

8. கைது செய்யப்படும் நபர் பிடிப்புக்காவலில் இருக்கும் நாட்களில் 48 மணி நேரத்துக்கு ஒருமுறை மாநில சுகாதாரத் துறை இயக்குனர் அல்லது யூனியன் பிரதேச சுகாதாரத் துறை இயக்குனரால் அனைத்து மாவட்ட, வட்ட அளவில் பணிக்கமர்த்தப்பட்ட மருத்துவர்களால் பரிசோதனைக்கு உட்படுத்தப்பட வேண்டும்.

– டி. கே. பாசு – வங்க அரசுக்கு எதிரான வழக்கு (1977) 1 SCC 416.

போலீஸார் ஆமிர் மீது ஏன் குற்றம்சாட்டினர்? 1997 டெல்லி தொடர் குண்டு வெடிப்புகள் தொடர்பாக யாரையாவது கைது செய்தேயாக வேண்டிய கடுமையான நெருக்குதல்களுக்கு டெல்லி போலீஸார் ஆளாகியிருந்தனர் என்பது ஒரு விளக்கமாக இருக்கலாம். அல்லது வெறும் பேராசைதானா? இதற்காக

பெரியஅளவு பரிசுப் பணம், பதவி உயர்வுகள் கிடைக்கும் என்பதை அவர்கள் அறிவர். இந்த மிகப்பெரிய புனைவழக்கில் குப்தாஜி மற்றும் உளவு அமைப்புகள் ஏன் ஈடுபடுத்தப்பட்டன? இந்தியாவில் உளவு ஏஜண்டுகள் நிர்வாக ஆணைகள் மூலமாகவே அமைக்கப்படுகின்றன, நாடாளுமன்றத்தில் நிறைவேற்றப்பட்ட சட்டங்கள் மூலமாக அல்ல. அதனால் அவை மக்களுக்கோ, நாடாளுமன்றத்துக்கோ கட்டுப்பட்டதில்லை.

காவல்துறை இதுவரை எத்தனை அப்பாவி மக்கள் மீது பொய் வழக்குகள் தொடர்ந்துள்ளது என்பதற்கு அதிகாரப்பூர்வமான ஒரு பதிவாவணமும் கிடையாது. இவற்றில் எத்தனை வழக்கு கள் பொய்வழக்குகள் என்று நிரூபிக்கப்பட்டுள்ளன. இவ்வாறு நிரூபணமான புனைவழக்குகளைப் புனைந்த எத்தனை போலீஸார் இதுவரை தண்டிக்கப்பட்டுள்ளனர் என்பனவற்றுக்கும் பதிவுகள் இல்லை. இவ்வாறு புனை வழக்குகளுக்கு ஆட்படுபவர்களில் ஒப்பீட்டளவில் இசுலாமிய இளைஞர்களே மிக அதிக எண்ணிக் கையில் உள்ளனர். உதாரணமாக, பிரேம்லால் மீது 1991 முதல் 2007க்குள் பதினெட்டு புனைவழக்குகள் பதியப்பட்டுள்ளன. தனது வீட்டில் நடந்த திருட்டு குறித்து அவர் புகார் செய்ததோடு பிரச்சனை தொடங்கியது. திருட்டுப்பொருட்கள் காவல்துறையால் மீட்கப்பட்டன. ஆனால், உரியவரிடம் ஒப்படைக்கப்படவில்லை. இதைத் தட்டிக்கேட்டதால் குற்றவழக்குகள் பதிவு செய்யப்பட்டு ஏழு ஆண்டுகள் சிறையில் கழித்தார். 2010ல் அவருக்கு ரூ 60 இலட்சம் இழப்பீடு வழங்க உத்தரவிடப்பட்டது. ஆனால் அவருக்கு ரூ.5.62 இலட்சம் மட்டுமே வழங்கப்பட்டது. இந்த வழக்கில் காவல்துறையினர் யாரும் தண்டிக்கப்படவில்லை.

ஆமீர் மீது குற்றச்சாட்டுகளைப் புனைவதற்கு இரண்டு மாதங்கள்தான் ஆயின; ஆனால், தான் குற்றமற்றவர் என்பதை நிரூபிப்பதற்கு ஆமிருக்கு 14 ஆண்டுகள் ஆயின.

குற்றமின்மையை நிரூபித்தல்

ஒருவரின் குற்றம் நிரூபிக்கப்படும்வரை அவர் குற்றமற்றவர் தான் என்ற கருத்தியல் நவீன கருத்தியல் அல்ல. இது இசுலாமிய சட்டத்திலும், ரோமானிய குற்றவியல் சட்டத்திலும் ஒரு அங்க மாகக் கூறப்பட்டுள்ளது. இது ஓர் எளிமையான கணிப்பின் அடிப்படையிலானது; பெரும்பாலான மக்கள் குற்றவாளிகள் அல்ல, எனவே நிரூபணம் செய்யவேண்டிய சுமை நிராகரிப்

பவர்கள் மீது அல்லாமல் பிரகடனம் செய்பவரின் மீது ஏறுகிறது.

இந்திய குற்றவியல் சட்டத்தின்கீழ், குற்றத்துக்கான தடயங்களை அரசுத்தரப்பு சேகரித்து நீதிமன்றத்தில் தாக்கல் செய்யப்படும் வரை குற்றம்சாட்டப்பட்டவர் நிரபராதி / குற்றமற்றவர்தான். குற்றமற்றதன்மை குறித்த இக்கணிப்புதான் மனித உரிமைச் சட்ட வரம்பின் முக்கிய அம்சமாகும். பதினான்கு ஆண்டுகள் சிறையில் கழித்து, பதினேழு வழக்குகளில் விடுவிக்கப்பட்டு, விடுதலையானாலும்கூட தாம் குற்றமற்றவர் என்பதை நிரூபிக்க இன்னமும் ஆமிர் போராடிக்கொண்டிருக்கிறார்.

இந்திய குற்றவியல் நீதி அமைப்பில் ஒரு நிரபராதி, தாம் குற்றமற்றவர்தான் என்று நிரூபிப்பதைவிட ஒரு நிரபராதியை குற்றவாளி என்று நிரூபணம் செய்வது எளிது போல் தோன்றுகிறது. குற்ற நீதி அமைப்பு பல வழிகளில் அப்பாவி நிரபராதிகளுக்கு எதிராகவே செயல்படுகிறது, குறிப்பாக, அவர்கள் ஏழைகளாக இருக்கும்பட்சத்தில் அவர்களால் ஒரு உரிய வழக்கறிஞரைக்கூட அதிக செலவு காரணமாக ஏற்பாடு செய்ய முடிவதில்லை.

குற்றம்சாட்டப்படுபவரின் வாழ்க்கையில் முக்கியமான தருணம், அவர் கைது செய்யப்படும்போது, அதிலும் சட்டவிரோதமாகப் பிடிக்கப்படும்போது மேற்கொள்ளப்பட வேண்டிய கடமைகள்தாம். ஆமீர் கடத்தப்பட்ட அன்று, தாம் திரும்பிவராததால் அம்மா என்ன செய்தார்கள் என்று கேட்டீர்களா என்று ஆமிரிடம் கேட்டேன். கடத்தப்பட்ட தாம் வீடு திரும்பாத நிலையிலும் தனது தந்தையும் இல்லாத நிலையிலும் தனது தாயார் எப்படி நாட்களைக் கழித்தார் என்பதைக்கூட தமது தாயிடம் கேட்கும் வாய்ப்பு தமக்கு வழங்கப்படவில்லை என்றார். தனது தந்தை அலகாபாத்தில் இருந்து திரும்பிய பின்னரும்கூட என்ன நடக்கிறது என்பது தெரியாமலேயே அக்குடும்பம் இருந்திருக்கிறது.

தனது தாய் என்ன செய்திருக்கவேண்டும் என்று என்னைக் கேட்டார். அவர் காவல்நிலையத்தில் புகார் அளித்திருக்க வேண்டும் அல்லது மனித உரிமைகள் ஆணையத்துக்கு தந்தி கொடுத்திருக்க வேண்டும் என்றேன். அவர் எனது பதிலை நம்ப இயலாமல் என்னைப் பார்த்தார். நேர்மையான அப்பாவி இளைஞருக்கு எல்லாம் தெரிந்திருக்குமென நான் தவறாக நினைத்து விட்டேனோ?

தொடக்கத்தில், தனது தாய் தன்னைக் காணவரும் ஒவ்வொரு முறையும் கண்ணீர் தாரை தாரையாக கன்னங்களில் வழியக் கதறி அழுததைத் தவிர ஒன்றும் செய்யவில்லை என்று ஆமிர் கூறினார். நீண்ட காலத்திற்குப் பின்தான், முகமது என்று தன்னை அழைத்துக்கொண்ட நபர் வந்ததாகவும், வந்து தனது கடவுச்சீட்டு மற்றும் அடையாள அட்டைகளைக் கேட்டு வாங்கிச்சென்றதாகவும் கூறியுள்ளார். ஆமிர் தனது தாய்க்கு உருது மொழியில் எழுதியதாக ஒரு குறிப்பை அந்த நபர் காட்டியுள்ளார். இதனாலேயே அவர் அனைத்து ஆவணங்களையும் எடுத்துக் கொடுத்துள்ளார். அவன் ஒரு போலீஸ் அதிகாரி என்பதும் அந்தக் கடிதம் ஆமிரை சித்ரவதை செய்து பெற்றது என்பதும் அவரது தாய்க்கு எப்படித் தெரியும்?

பிரதிவாதி தரப்பு வழக்குரைஞர் ஆமிரின் தாயிடம் விசாரித்து, ஆமிர் கடத்தப்பட்டபின் என்ன நடந்தது என்பதை அறிந்திருக்க வேண்டும். அவரிடம் அவ்வாறு வாக்குமூலம் பெற்றிருந்தால் ஆமீர் கைது செய்யப்பட்ட நாள், நேரம் குறித்து போலீஸ் பொய் சொன்னது உறுதிசெய்யப்பட்டிருக்கும். ஆமிரை 1998 பிப்ரவரி 28 அன்று கைது செய்ததாக போலீஸ் கூறியது. உண்மையில், அதற்கும் எட்டு நாட்கள் முன்னதாக 1998 பிப்ரவரி 20 அன்றே ஆமிர் போலீஸால் கடத்தப்பட்டு விட்டார். இதனால் ஆமீரின் தாயின் வாக்குமூலம், முதல் தகவல் அறிக்கையில் போலிஸ் பதிவு செய்துள்ள நாளுக்கு எட்டு நாட்கள் முன்னதாகவே ஆமிர் சட்டவிரோதமாக கைதுசெய்யப்பட்டு பிடித்துவைக்கப்பட்டது நிரூபிக்கப்பட்டு போலீஸ் அளித்த தகவல்கள் பொய்யாக்கப் பட்டிருக்கும்.

2011ல் காஜியாபாத்தில் நடைபெற்ற விசாரணையின்போதுதான் ஆமிரின் தாய் பிரதிவாதி தரப்புச் சாட்சியாக நிறுத்தப்பட்டுள்ளார். அதுவும் விசாரணை நீதிமன்ற நீதிபதியின் பரிந்துரையின் பேரில்தான் சாத்தியமானது. அச்சமயத்தில் அவரது பேச்சு குளறிய நிலையில் இருந்தது. சக்கர நாற்காலியில்தான் அவரை நீதிமன்றத்துக்கு அழைத்து வந்தனர்.

ஆமிர் விசாரணையில் மிகக் குறிப்பிடத்தக்க அம்சம் என்பது அரசுத்தரப்பு சாட்சியங்கள்தாம். அவர்களில் பெரும்பாலோர் குண்டு வெடிப்பில் பாதிக்கப்பட்டவர்கள். குண்டு வெடிப்புக்கு ஆமிர்தான் காரணம் என்று அடையாளம் காட்டும்படி மிரட்டி சாட்சியங்களாகச் சேர்க்கப்பட்டிக்கலாம். ஆனால், போலீஸ்

கூறியதை அந்த சாட்சிகள் நம்பவில்லை. அதனால் பொய் சாட்சி அளிக்கவும் வாக்குமூலம் வழங்கவும் மறுத்துவிட்டனர்.

அரசுத்தரப்பே தமது சாட்சிகளை விரோதசாட்சிகள் எனப் பிரகடனப்படுத்தி குறுக்கு விசாரணை செய்ய நேர்ந்தது. பொது வாக, பிரதிவாதி வழக்குரைஞர்தான் அரசுத்தரப்பு சாட்சிகளை குறுக்கு விசாரணை செய்வர். அவ்வாறு கடுமையாகக் குறுக்கு விசாரணை செய்தபோதும்கூட அவர்கள் பொய்சொல்ல மறுத்துவிட்டனர்.

2000 முதலே, திறந்தநிலை நீதிமன்றத்தில் விசாரிக்கப்படும் உரிமை ஆமிருக்கு மறுக்கப்பட்டு வந்தது. அவரது விசாரணைகள், அவரது பெற்றோர் வசித்த இடத்துக்கு அருகில் இருந்த திஸ் ஹஜாரியில் நடத்தப்பட்டிருக்க வேண்டும். ஆனால், திஹார் சிறை வளாகத்தின் உட்பகுதியில் அமைந்துள்ள நீதிமன்றத்தில் விசாரிப்பதற்குத்தான் அனுமதி அளிக்கப்பட்டது. ஏன் இதனை நீதிமன்றம் அனுமதித்தது? பிரதிவாதி தரப்பு வழக்குரைஞர்கள் இதனை ஏன் எதிர்க்கவில்லை?

ஒவ்வொரு வழக்காக நீதிபதி விடுவித்தார். அரசுத் தரப்பு சாட்சியங்கள் அரசுத் தரப்புக் கதையை ஆதரிக்காததால் ஆமிர் விடுவிக்கப்படுவதாக தீர்ப்புகளில் பதிவுசெய்தார். இருந்தபோதி லும், பல வழக்குகளில் 'சந்தேகத்தின் பலனை' அவருக்கு அளிப் பதாக நீதிபதி கூறினார். தடயங்களே இல்லாதபோது சந்தேகத்தின் பலனை அளிக்கும் பிரச்சனை எங்கிருந்து வந்தது என்று அங்கு யாரும் நீதிபதியைக் கேட்கவோ கேள்வியெழுப்பவோ இல்லை. ஆனால், இந்த உண்மை, பின்னர் தாம் சட்டவிரோதமாகக் கைதுசெய்யப்பட்டு சித்ரவதை செய்யப்பட்டதற்காகவும், பதி னான்கு ஆண்டுகள் சட்டவிரோதமாக சிறையில் அடைத்து வைக்கப்பட்டதற்காகவும் இழப்பீடு கோரும்போது ஆமிருக்கு எதிராகப் பயன்படுத்தப்படக்கூடும்.

பயங்கரவாதத்துக்கு எதிரான போர் இன்னமும் அதிகாரப் பூர்வமாகத் தொடங்கப்படாதபோதும் அதற்கான அரசியல் சூழ்நிலை அப்போதே ஏற்பட்டிருந்தது. பயங்கரவாதக் குற்றம் சுமத்தி ஒவ்வொரு நபராக கைது செய்தபோது ஊடகங்கள் கொண்டாடின; ஆனால், அவர் குற்றமற்ற அப்பாவி என்று விடுவிக்கப்படும்போது அதைப் பதிவுசெய்வதில்லை. ஒரு குண்டுவெடிப்பில் ஒரு இசுலாமியர் குற்றம்சாட்டப்பட்டால்

விசாரணைகள் தொடங்கப்படுவதற்கு முன்பேயே அவர் குற்றவாளிதான் என்று கூறத்தொடங்கிவிடுவார்கள். 2001 இறுதியில் நிலைமை இன்னும் மோசமாகியது.

வெறுப்பு அரசியல்

விசாரணையின் விளைவு அல்லது ஒரு விசாரணையை கையிலெடுக்கும் அனைத்திலும் நீதிக்குப்புறம்பான பல அம்சங்கள் உள்ளன. ஊடகம், அரசியல் சூழ்நிலை, நீதிபதியின் முன்முடிவுகள் மற்றும் மக்களின் கண்ணோட்டம் எனப் பலகூறுகள் உள்ளன.

இந்தியாவில், பயங்கரவாதத்துக்கு எதிரான போரில் முதல் பலி மனித உரிமைகள்தாம். பயங்கரவாத — எதிர்ப்பு சட்டங்கள் குற்ற நிரூபணத்தின் சுமையை தலைகீழாக மாற்றியது. அதாவது, குற்றவாளி என்று ஊகிக்கப்படும் நபர்தான், தாம் குற்றமற்றவர் என்பதை நிரூபிக்க வேண்டும். சிறையில் இருந்தகாலத்தில், தடாசட்டத்தின் கீழ் கைதுசெய்யப்பட்ட பல சீக்கியர்கள், இசுலாமியர்களை ஆமிர் சந்தித்துள்ளார். இச்சட்டம் 1995இல் காலாவதியாகிவிட்ட போதும், இச்சட்டத்தின்கீழ் கைது செய்யப்பட்டவர்கள் இச்சட்டப் பிரிவுகளின் கீழேயே விசாரிக்கப்பட்டனர்.

அச்சமயத்தில், பயங்கரவாதத்தைக் கட்டுப்படுத்துவதில் பயங்கரவாதத்தடைச்சட்டம் உரிய விளைவை ஏற்படுத்தவில்லை என்பது நிரூபிக்கப்பட்டிருந்தது. மற்றும் அச்சமயத்தில் பயங்கரவாத நடவடிக்கைகளோ, ஊடுருவலோ இல்லாத குஜராத்தில் நூற்றுக்கணக்கான மக்கள் இச்சட்டத்தின்கீழ் கைது செய்யப்பட்டனர்.

1994 ஆகஸ்ட் 24அன்று, மத்திய உள்துறை இணை அமைச்சர் ராஜேஷ் பைலட் கூறியது:

'தடாசட்டம் அமலுக்கு வந்ததுமுதல் தோராயமாக 67,000 பேர் அச்சட்டத்தின் கீழ் கைது செய்யப்பட்டனர். 8,000 பேர் விசாரிக்கப்பட்டனர். 725 நபர்கள் தண்டிக்கப்பட்டனர். 59,509 நபர்கள், அவர்கள் மீது எந்த வழக்கும் பதிவுசெய்யப்படாமல் இச்சட்டத்தின்கீழ் அடைத்து வைக்கப்பட்டனர். 5,000 வழக்குகளில் தடாசட்டம் தவறாகப் பயன்படுத்தப்பட்டுள்ளதை

சுட்டிக்காட்டிய தடா சட்டம் சீராய்வுக் குழு, அச்சட்டம் விலக்கிக்கொள்ளப்பட வேண்டும் என்று கூறியது. காவல்துறையிடம் வாங்கப்படும் வாக்குமூலங்கள் — பெரும்பாலும் இவை வன்முறையால் பெறப்பட்டிருக்கும் — சான்றாக ஏற்கப்பட்ட போதிலும், குற்றங்கள் நிரூபிக்கப்பட்டிருப்பது ஒரு விழுக்காடு வழக்குகளில்தான். ஆமாம், பல ஆயிரக்கணக் கானவர்கள் குற்றம்சுமத்தப்படாமலேயே அடைத்து வைக்கப்பட்டுள்ளனர். தடா சட்டத்தின் கீழ் கைது செய்யப்பட்டவர்கள் எண்ணிக்கை அதிகமாக இருப்பது பஞ்சாப் மாநிலமோ, ஜம்மு — காஷ்மிரோ அல்லது வட கிழக்கு மாநிலங்களோ அல்ல; மாறாக குஜராத் ஆகும். ஆனால், அந்த மாநிலத்தில் பயங்கரவாதம் இருப்பதாக எந்தப் பதிவும் இல்லை. இதனால் பாதிக்கப்பட்டவர்களில் பெரும்பான்மையினர் மதச் சிறுபான்மையினர்."[11]

ஆமிர் சிறைக்குள் கால்வைத்த நேரத்திலிருந்தே ஒரு பயங்கர வாதிபோல நடத்தப்பட்டார். அப்போது ஆமிருக்கு இருபது வயதுதான் ஆகியிருந்தது, மேலும், முதல்முறை குற்றவாளி. அப்படியிருந்தும் அவரை உயர் — அபாய கைதிகளுக்கான தனிக் கொட்டடியில் அடைத்தனர். முதல்தடவையாக சிறைக்குள் அடைக்கப்பட்ட போது, அவரைப் பரிசோதித்த மருத்துவர், அரசியல் உறுதி கொண்டவர்கள்கூட பைத்தியமாகும் தனிக் கொட்டடியில் வாழ ஆமிர் தகுதியானவர் என சான்றிதழ் அளிக்க மறுத்துவிட்டனர்.

ஆனால், இரண்டே ஆண்டுகளில் அவர் உயர்— அபாய கொட்டடிக்கு அனுப்பப்பட்டார். சிறைக்காலம் முழுவதையும் அவர் அங்கு கழித்தார். சிறையறை ஒரு கூண்டுபோல இருந்தது. வாசிப்பதற்கான உரிமை, நூலகங்களைப் பயன்படுத்தும் உரிமை மற்றும் விளையாடுவதற்கான உரிமைகூட மறுக்கப்பட்டது. ஒரு நாளில் இரண்டு அல்லது நான்கு மணிநேரம் மட்டுமே அவர் வெளியே இருக்க அனுமதிக்கப்பட்டார். மற்ற நேரம் முழுவதும் அந்த கூண்டுக்குள் அடைக்கப்பட்டார்.

ஒரு சிறை அல்லது கூண்டில் ஒரு நபரைத் தனிமைப்படுத்தி வைப்பது, அவர் ஒரு விசாரணைக்கைதியாக இருக்கும் தருணத்தில், குற்றம் நிரூபிக்கப்படுவதற்கு முன்பே தண்டனை அளிப்பதற்கு

ஒப்பாகும். கைதி தப்பிக்க முயற்சிக்கலாம் அல்லது சக கைதி களுக்கு துன்பம் உருவாக்கலாம் என்பதால் தனிமைச்சிறையில் அடைக்கப்படுவதாக இது நியாயப்படுத்தப்படுகிறது.

உயர் அபாய சிறையில் அடைக்கப்பட்டபோதுதான், காலிஸ் தானுக்காகப் போராடிய சீக்கியர்கள், காலிபட் கனவில் இருந்த காஷ்மிரிகளை[12] ஆமிர் சந்தித்தார்.

தனிமைக்கொட்டடிகளுக்கு இசுலாமிய உறுப்பினர்கள் வருகை அதிகரிப்பதைக் கவனித்தார். இதனால் மன உளைச்சலுக்கு ஆளான ஆமிர் இதற்கான காரணத்தைப் புரிந்துகொள்ள முயன்றார். சிமி என்ற அமைப்பைச் சேர்ந்தவர்களிடம் இதற்கான விடைகளைக் கேட்டார். சிமி அல்லது இந்திய இசுலாமிய மாணவர் இயக்கம் என்ற அமைப்பு 2001ல் தடைசெய்யப்பட்டது.[13]

1977ல் தொடங்கப்பட்டு 2001ல் தடைசெய்யப்பட்ட சிமி அமைப்புமீது மேற்கொள்ளப்பட்ட ஆய்வின் முடிவு இவ்வாறு கூறுகிறது: 'இந்திய இசுலாமிய மக்கள் பரவலாக சமத்துவமின்றி நடத்தப்படுவது, சமூகநீதி நோக்கத்தில் இயங்கும் ஜிகாதி குழுக்களின் உலகமயமாக்கம், உள்நாட்டு பாதுகாப்பைப் பலப் படுத்துவதில் இந்தியா எதிர்கொள்ளும் உள்நாட்டுத் தடைகள் இவற்றால் உள்நாட்டு, பன்னாட்டு பயங்கரவாத அமைப்புகளின் இலக்காக இந்தியா நீடிக்கும்.'[14]

ஆமிர், சிமி அமைப்பால் மிக எளிதாக கவரப்பட்டிருக்க முடியும். அத்தகைய பாதிப்புகளுக்குள்ளாகும் பகுதியைச் சேர்ந்தவர் என்பதால் அதுவே ஆமிரை சிமியில் சேர்வதை நோக்கிக் கொண்டுசென்றிருக்கும். இத்தலைவர்கள் கூறியதைக் கேட்டார்; சீக்கியர்கள், காஷ்மிரிகள், பொதுவாக இசுலாமியர் களின் இன்னல்கள் குறித்து அறிந்துகொண்டார். பல தீவிரவாத அமைப்புகள் உருவாவதற்கான வரலாற்றுக் காரணங்களைப் புரிந்துகொண்டார். பல தலைவர்களிடம் காணப்பட்ட அற நேர்மையால் கவரப்பட்டார். ஆனால், காலிஸ்தான் பற்றிய கனவோ காலிபட் பற்றிய கனவோ அவருக்கு இல்லை.

ஆமிரிடம் காணப்படும் மிக முக்கிய போராட்டகுணம் என்னவென்றால் அவர் ஒருபோதும் தமது அற நேர்மையை விட்டுக் கொடுக்கவில்லை. தமது பெற்றோரிடமிருந்து பெற்ற ஜனநாயகம், மதச்சார்பின்மை ஆகிய மாண்புகளைக் கைவிட மறுத்தார்.

சிறைகளை ஒழிப்போம்

உலகம் முழுவதும் 90 லட்சம் கைதிகள் உள்ளனர். இந்த எண்ணிக்கை அதிகரித்து வருகிறது.

சிறை அமைப்பு குறித்து தற்போது எழுப்பப்படும் முக்கிய விவாதம், மேற்கு நாடுகளிலும் இந்தியாவிலும் இசுலாமிய இளைஞர் கைதிகள் அதிகரித்து வருவது குறித்துதான். இந்த இசுலாமிய இளைஞர்கள் பெரும்பாலும் பொய்யான பயங்கர வாதக் குற்றம் சுமத்தப்பட்டு சிறையில் அடைக்கப்படுபவர்கள். இத்தகைய புனைவழக்குகளை தேச பாதுகாப்பு அரசு நியாயப் படுத்துவதும் அதிகரிக்கிறது. இதன் விளைவாக, பயங்கரவாதத் தடுப்பு சட்டங்களால் உலக நாடுகள் மனித உரிமைகள் சாசனம் உருவாக்கியுள்ள தரப்படுத்தல்கள் மாண்பிழக்கின்றன.

‘சிறை மக்கள்தொகை புள்ளிவிவரம்’ அளித்துள்ள புதிய அறிக்கையின்படி பிரிட்டிஷ் சிறைகளில் அடைக்கப்பட்டுள்ள இசுலாமியர்கள் எண்ணிக்கை முதல் முறையாக 11,000 என்ற எண்ணிக்கையைக் கடந்துள்ளது. இங்கிலாந்து மற்றும் வேல்ஸ் நாடுகளில் 1997ல் இருந்த 3,681 இசுலாமிய சிறைக்கைதிகள் என்ற எண்ணிக்கை 2012ல் 11,248 என்று உயர்ந்திருப்பதாக புள்ளிவிவரம் கூறுகிறது. இன்னொரு வழியில் கூறுவதென்றால், பிரிட்டிஷ் சிறைகளில் இசுலாமிய மக்கள் எண்ணிக்கை 200 விழுக்காடு அதிகரித்துள்ளது.[15]

பிரிட்டிஷ் சிறைகளில் உள்ள கைதிகளின் எண்ணிக்கை அதிகரிப்பு வேகத்தைப் பொறுத்தவரை இசுலாமிய உறுப்பினர்—களின் எண்ணிக்கை வேகம் எட்டு மடங்குகள் அதிகமாக இருக்கிறது;இசுலாமிய கைதிகளின் ஒட்டுமொத்த பிரதிநிதித்துவம் மற்றவர்களைவிட அதிகமாக இருப்பது தெளிவாகத் தெரிகிறது: பிரிட்டிஷ் மக்கள்தொகையில் இசுலாமிய மக்கள் வெறும் ஐந்து விழுக்காடு மட்டுமே. ஆனால், பிரிட்டிஷ் சிறைகளில் 13 விழுக் காட்டினர் இசுலாமிய சமுதாயத்தினர் (இதுவும்கூட 1997ல் வெறும் 6 விழுக்காடாகத்தான் இருந்துள்ளது).

இந்தியாவிலும் இதற்கு இணையான போக்கே இருக்கிறது. 2001 முதல் 2012 வரையான தேசிய குற்ற ஆவண அமைப்பு (என்.சி.ஆர்.பி) புள்ளியியல் விவரம் காட்டுகிறதன்படி, சிறையில் அடைக்கப்பட்டுள்ள ஒட்டுமொத்த இசுலாமிய சமுதாய மக்களின் விகிதம் இந்திய மக்கள்தொகையில் இசுலாமிய மக்கள் வகிக்கும்

விகிதத்தைவிட மிக அதிகமாக உள்ளது.

இந்தியச் சிறைகளில்வாடும் இசுலாமிய சமுதாயத்தினரில் 55 விழுக்காட்டினர் மராட்டியம், மத்திய பிரதேசம், உத்தரபிரதேசம் மற்றும் மே. வங்கம் ஆகிய நான்கு மாநிலச் சிறைகளில் மட்டும் அடைக்கப்பட்டுள்ளனர்.

இந்தியச் சிறைகளில் இசுலாமியர்களின் எண்ணிக்கை விகிதத்தில் சமமற்ற தன்மை காணப்படுகிறது என்ற உண்மையையும், இவர்களில் பெரும்பான்மையான மக்கள் ஏழைகள் என்ற உண்மையையும் வெளிச்சமிட்டுக் காண்பிப்பது அரசியல் முக்கியத்துவம் கொண்டதாகும்.

நேர்மையற்றதான குற்றநீதி அமைப்பின் முதன்மை இலக்குகள் ஏழை மக்கள் ஆவர். இசுலாமிய மக்களின் கோபத்துக்கான வேர், நாட்டின் வளர்ச்சியில் அவர்கள் நியாயமாகவும் உரிய முறையிலும் பெற்றிருக்கவேண்டிய பங்கு அச்சமுதாயத்துக்கு மறுக்கப்பட்டிருப்பதில் காணப்படுகிறது. சிறைக்கைதிகள் உரிமைகள் குறித்தான தற்போதைய உரையாடல் முன்னெடுப்பு களுக்கான பின்புலத்தை நோக்கித் தள்ளப்படுவதற்கு இவ்வுண்மையே காரணம்போல் தோன்றுகிறது. இந்தியாவில் மட்டுமல்ல மேற்கு நாடுகளிலும் இதுதான் உண்மை.

இந்தியாவில், சிறையில்வாடும் பல ஏழைமக்கள் தாம் தொடர் புடைய வழக்குகளிலிருந்து விடுவிக்கப்பட்ட பின்னரும்கூட அமைப்பும் குடும்பமும் அவர்களை மறந்துவிட்டதால் சிறைகளில் உள்ளனர். ராகுல் ஷா என்ற நபர் விடுவிக்கப்பட்டு 14 ஆண்டுகள் கழித்து உச்சநீதிமன்றம் 1983ல் அவரை விடுதலை செய்தது. 1951 இல் அசாம் சிறையில் அடைக்கப்பட்ட மச்சுங் லாலுங் என்ற நபரை தேசிய குற்ற ஆவண அமைப்பு 2005ல் விடுதலை செய்தது. தனது தண்டனைக்காலம் முடிந்தும் அவர் 40 ஆண்டுகள் அதிகமாக சிறையில் கழித்துள்ளார். கான்பூர் சிறையில் விஜய்குமாரி என்ற பெண்ணுக்கு பத்தொன்பது ஆண்டுகளுக்கு முன்பு ஜாமின் கிடைத்தது. ஆனால் ஜாமின் தொகை கட்ட முடியாததால் விடுதலையாகவில்லை. அப்பெண்ணுக்கு சிறையிலேயே ஒரு மகன் பிறந்து, வளர்ந்து பெரியவனாகி அவனே சம்பாதித்து ஜாமின் தொகை கட்டும்வரையில் அப்பெண் காத்திருக்க வேண்டியிருந்தது.

உலக தரப்படுத்தல்படி, மற்ற நாடுகளைவிட இந்தியாவில்தான்

குறைந்த எண்ணிக்கையில் மக்கள் லாக்—அப்களில் அடைக்கப் பட்டுள்ளனர் என்பது உண்மைதான். நாடுமுழுவதும் உள்ள 1,400 சிறைகளில் சுமார் 370,000 பேர் (மூன்றில் ஒரு பங்கினர் விசாரணையை எதிர்நோக்கியுள்ளனர்) உள்ளனர். அதாவது மக்கள் தொகையில் 100,000 பேருக்கு 30பேர் வீதம் சிறையில் உள்ளனர். இந்த விகிதம் அமெரிக்காவில் 730, சீனாவில்170 ஆகும்.[16]

அமெரிக்கச் சிறைகளில் அடைக்கப்பட்டுள்ளவர்களில் 50 விழுக்காட்டினர் கருப்பினத்தவர் என்றும் 18 விழுக்காட்டினர் லத்தீன் அமெரிக்க ஹிஸ்பானிக் இனத்தவர் என்றும் அமெரிக்க புள்ளிவிவரங்கள் கூறுகின்றன. இருந்தபோதிலும், இவ்வளவு எண்ணிக்கையில் கைதிகளைக்கொண்ட சிறைச்சாலைகளில் பெரும்பாலானவை வெள்ளையர்கள் பகுதியில் உள்ளன என்பது முக்கியத்துவம் மிகுந்த உண்மையாகும்.[17] சிறுபான்மை மக்களை ஒடுக்குவதற்காக சிறைச்சாலைகள் பயன்படுத்தப்பட்டபோதும் மற்றொரு அம்சத்தில் அமெரிக்காவில் காணப்படும் ஒரு அம்சம் இந்தியாவில் அரிதாகவே காணப்படுகிறது.

கார்பரேட்டுகள் மற்றும் ஏராளமானவர்களுக்கு சிறைகள் வாழ்வாதாரங்களை வழங்குகிறது. அமெரிக்காவில் சிறை வார்டனாக பணியாற்றும் ஒரு ஊழியர் தமக்குச் சொந்தமாக ஒரே ஒரு கட்டண தொலைபேசி இல்லம் வைத்திருந்தால் போதும், அவர் மில்லியனராக ஆகிவிடமுடியும் என்பது கண்டு பிடிக்கப்பட்டுள்ளது. அமரிக்கா முழுவதும் உள்ள சிறைகளில் அடைக்கப்பட்டுள்ள கைதிகள் தொலைதூர தொலைபேசி செய்வதன் மதிப்பு நூறு பில்லியன் டாலர்கள் என்று அமெரிக்க தொலை தொடர்பு நிறுவனமான ஏட்டி&ட்டி மதிப்பீடு செய்துள்ளது.

இந்தியாவில் இதனை ஒப்புநோக்கக்கூடிய புள்ளிவிவரங்கள் கிடையாது. ஆனால், திஹார் சிறையில் அண்மையில், கைதிகள் தொலைபேசியைப் பயன்படுத்த ஏன் அனுமதிக்கப்பட்டுள்ளனர் என்பது தெளிவாகிறது. பேக்கரி, உணவகம் போன்ற அதன் துரித பொருளாதார நடவடிக்கைகளையும் உணர்த்துகிறது. அண்மை யில், ஒரு மொபைல் தொழிற்சாலை தனது துணைப் பிரிவை, குறைவான கூலிகாரணமாக, திஹாரில் தொடங்கியுள்ளது.

சிறையில் அடைக்கப்பட்டுள்ள அனைத்து விசாரணைக் கைதி

களில், அவர்கள் மீது சுமத்தப்பட்டுள்ள குற்றச்சாட்டுகளுக்கான தண்டனையில் பாதிக்கும் மேல் சிறையில் கழித்துள்ளவர்களை விடுதலை செய்யும்படி உச்சநீதிமன்றம் அண்மையில் உத்தர விட்டிருக்கிறது. இப்பணியை கீழமை நீதிமன்றங்களிடம் ஒப்படைத்துள்ள உச்சநீதிமன்றம், இதனை அக்டோபர் 2014 தொடங்கி இரண்டு மாதங்களுக்குள் நிறைவுசெய்யுமாறு பணித்தது. இருந்தபோதிலும், இப்பணி எந்த அளவுக்கு முன்னேற்றம் கண்டுள்ளதென்பது குறித்த ஒரு செய்தியும் இதுவரை இல்லை.

உச்சநீதிமன்ற ஆணை சிறைச் சீர்த்திருத்தில் ஒரு படிதான். தண்டனை என்ற வடிவில் சிறைத்தண்டனைக்கு உள்ளாக்குவதையே ஒழிக்கவேண்டும் என்று பலர் கூறுகின்றனர்.

சிறை என்ற அமைப்பு ஒரு நிறுவனம் என்ற கோணத்தில் தேவையற்றது என்ற விழிப்புணர்வு அதிகரித்து வருகிறது. "சிறைச்சாலைகளை நாம் தரைமட்டமாக்க வேண்டும்" என்று ஜோயன் பயஸ் சாங் 1970களிலும், அமெரிக்காவின் கருப்பினத் தலைவர் ஏஞ்சலா டேவிஸ் 'சமூக பிரச்சனைகளை எதிர்கொள்ள வேறு சிறந்த நிறுவனங்கள் இருப்பதால் ஆதிக்க வழியான சிறைகள் ஒழிக்கப்பட வேண்டும்' என்றும் கூறியுள்ளனர்.

சிறைச்சாலைகள் அகற்றப்பட வேண்டுமென்று வலியுறுத்துவது உள்ளொளி ஆன்மிகவாதிகளோ, புரட்சியாளர்களோ, அரசியல் செயல்பாட்டாளர்களோ அல்ல; ஐக்கிய நாடுகள் அவை 'சிறைத்தண்டனைக்கு மாற்று'[18] என்ற அறிக்கையில் இவ்வாறு கூறுகிறது: 'சிறைத்தண்டனையின் ஒட்டுமொத்தப் பயன்பாடு, உலகம் முழுவதும் அதிகரித்திருக்கிறது. அதேநேரத்தில் அதிகரிக்கும் பயன்பாட்டால் பொதுமக்கள் பாதுகாப்பு மேம்பட்டிருப்பதற்கான தடயங்கள் அரிதாகவே உள்ளன.'

சிறைகள் ஏன் அகற்றப்பட வேண்டும் என்பதற்கு ஆமிர் வழக்கே சிறந்த உதாரணமாகும்.

தேசிய ஆத்திரம்

ஆமிர் கதையினைக் கேட்ட இந்திய மக்கள் அனைவரும் அவர் மீதான அனுதாபத்தினை வெளிப்படுத்தினர். தற்போது நீதிபரிபாலனம் எப்படி இருக்கிறது என்பதற்கான உதாரணமாகவும் அவரது வழக்கை எடுத்துக் கொள்கிறார்கள். அவருக்காகப் போராடிய வழக்கறிஞர்கள், அவரை விடுவித்த நீதிபதிகள் மற்றும்

அவருக்கு வேலைவாய்ப்பு அளித்த தன்னார்வ அமைப்புகள் ஆகியவற்றை ஊடகங்கள் பாராட்டியிருக்கின்றன. ஆனால், இதன் பின்னணியில், குற்றநீதி அமைப்பில் தீவிர சீர்திருத்தம் வேண்டும் என்று எவரும் அறைகூவல் விடுக்கவில்லை.

நமது நாட்டில் இதுகுறித்த அறச்சீற்றம் எழவில்லை. காவல்துறை பொறுப்பேற்பு, சிறைத்துறை சீர்திருத்தம் ஆகியவை இப்போது எந்த அரசியல் கட்சியின் செயல்திட்டத்திலோ, மனித உரிமை அமைப்புகளின் செயல்நிரலிலோகூட இல்லை. போலீஸாரின் வன்கொடுமைகள் மற்றும் நீதிக்குப்புறம்பான நடவடிக்கைகளை பாலிவுட் திரைஉலகம் (ஏன், தமிழ் திரை உலகமும்தான் — மொழிபெயர்ப்பாளர்) தொடர்ந்து கொண்டாடிவருகிறது.

ஆமிர் தற்போது சிறைக்கம்பிகளுக்குப்பின் இல்லாவிட்டாலும் அவர் இன்னமும் உண்மையான விடுதலை பெறவில்லை.

தமது குற்றமற்றதன்மையை நிரூபிக்க அவர் இன்னமும் போராடிக்கொண்டிருக்கிறார் என்பதுதான் உண்மை. பதினேழு வழக்குகளில் குற்றங்களிலிருந்து விடுவிக்கப்பட்டுள்ளார். இருந்த போதிலும், மூன்று வழக்குகளில் குற்றம் நிரூபிக்கப்பட்டதாக விசாரணை நீதிமன்றம் கூறியுள்ளது. அவர் சீராய்வு மனுக்கள் தாக்கல் செய்துள்ளார். அவருக்கு ஆயுள்தண்டனை வழங்கப்பட்ட கரோல்பாக் குண்டு வெடிப்பு வழக்கில் தாக்கல்செய்த சீராய்வு மனுவில் வெற்றி பெற்றுள்ளார். அவர் மீதான குற்றங்களிலிருந்து டெல்லி உயர்நீதிமன்றம் விடுவித்தது. இது 1997ல் போடப்பட்ட வழக்கு ஆகும். விசாரணை நீதிமன்றம் தனது தீர்ப்பினை 2003ல் வழங்கியது. 2006ல் அவரை விடுவித்த டெல்லி உயர்நீதிமன்றம் இவ்வாறு கூறியது: ‘குற்றம்சுமத்தப்பட்டவர் மீதான குற்றங்களை நிரூபிக்கக்கூடிய தடயங்களுக்கும் அவருக்குமான தொடர்பினை நிரூபிக்க வாதித்தரப்பு தவறியுள்ளது, மேல்முறையீட்டாளர் மீது புனையப்பட்ட குற்றங்கள் மிகக்குறைவாகவே நிரூபிக்கப் பட்டுள்ளன. குற்றங்கள் நிரூபிக்கப்பட்டதாக வழங்கப்பட்ட தீர்ப்பை ரத்து செய்கிறோம்.’[19]

இருந்தாலும், இன்னும் இரண்டு சீராய்வு மனுக்கள் டெல்லி உயர்நீதிமன்றத்தில் நிலுவையில் உள்ளன. தான்செய்யாத குற்றங் களுக்காக ஏற்கனவே தண்டனை அனுபவித்துவிட்ட நிலையில் தம்மீதான பொய்யான குற்றச்சாட்டுகள் நீக்கப்படவேண்டுமென ஆமிர் விரும்பினார். நான்காவது வழக்கில், அமலாக்க

இயக்குனரகம் தமது வழக்கினை நிரூபிக்கவில்லை என்று நீதிபதி அவதானித்தபோதிலும், ஆமிர் ரூ. 5,000 அபராதம் கட்ட உத்தரவிடப்பட்டது.

மொகமது ஆமிர் கான் மீது அனைவரது அனுதாபங்களும் காணப்பட்டபோதும், அவர் இன்னமும் தமது சிறிய குடும் பத்தினை ஆதரிக்கக்கூடிய அளவுக்குக்கூட பணம் ஈட்டமுடிய வில்லை. தனது குழந்தையின் எதிர்காலத்தினை நாகரிகமாகத் திட்டமிடுவதற்கும், தனக்கான பாதுகாப்பும் உத்தரவாதமும் கொண்ட எதிர்காலத்தைத் திட்டமிடுவதற்கும் இயலவில்லை.

தவறான சிறைத்தண்டனையால் பாதிக்கப்படும் ஒருவருக்கு ஏற்படும் சேதங்களை மதிப்பிட இந்தியச் சட்டத்தில் எந்த விதிகளும் இல்லை. தமது குற்றமற்றதன்மையை நிரூபிக்கவேண்டிய நபர்களுக்கு இலவச சட்ட உதவியும் புலனாய்வு சேவைகளும் அமெரிக்காவில் வழங்கப்படுகிறது. இதற்காக அமெரிக்காவில் உருவாக்கப்பட்டுள்ள குற்றமற்றதன்மைத் திட்டம் வழிகாட்டு தல்களை வழங்கியுள்ளது. ஆமிர் மற்றும் அவர்போல புனை வழக்குகளாலும் தவறான தண்டனைகளாலும் பாதிக்கப் பட்டவர்களுக்கும் இவை பொருந்தும்:

1. அனைத்து அடிப்படைத் தேவைகளுக்குமான உடனடி மற்றும் அன்றாட நிதி உதவி அணுகுதல்.
2. இலவச மருத்துவக் காப்பீடு (மெடிகெய்ட் போன்றவை) உள்ளிட்ட இலவச மருத்துவ, பல் மருத்துவ ஆரோக்கியம், மனநல அக்கறை போன்றவற்றை இலவசமாகப் பெறுதல்.
3. குடியிருப்பு வசதி.
4. சமுதாயம் மற்றும் குடும்பத்துடன் மறுஇணைவு அல்லது மறுநுழைவுக்கான அனைத்து உதவிகள், கல்வி மற்றும் விடுமுறைக்கால பயிற்சி மற்றும் உதவி உள்ளிட்டவை பெறுதல்.
5. தவறான சிறைத்தண்டனை மற்றும் இத்தகைய உரிமைகள் தொடர்புப் பிரச்சனைகளில் கூருணர்வும் பயிற்சியும் கொண்ட தொழில்முறையாளரால் (சட்ட வல்லுனர்) வாடிக்கையாளர் — மைய வழக்கு மேலாண்மை உதவியை தொழில்முறையாகப் பெறுதல்.

6. மறைக்கப்பட்ட மற்றும் நிவர்த்திக்கப்பட்ட மருத்துவம் மற்றும் இதர தொடர்பு ஆவணங்கள் அனைத்தும் உரிய முறையிலும் பயன்படுத்தப்படும் வகையிலும் திருத்தங்கள் துறை மூலம் ஆவணப்படுத்தப்பட்டு அதை நிவர்த்திக்கும் பொருட்டு பயன்படுத்துதலும் தொடர்ந்து அனுகூலமான முறையில் அத் தரவுகளை மாற்றுதலும்.

7. தவறான சிறைத்தண்டனைக்கு மன்னிப்புகோரும் வளமை யான மற்றும் அதிகாரப்பூர்வ ஆவணத்தினை அரசு அல்லது உரிய அதிகாரியிடமிருந்து பெறுதல்.

8. தவறான சிறைத்தண்டனைகளால் உருவாகும் குழந்தை வளர்ப்பு ஆதரவு மற்றும் மாணவர் கடன் பெறுதல் உள்ளிட்ட பிரச்சனைகளுக்கு எவ்வித வரம்பும் இன்றி அனைத்து இலவச சட்ட உரிமைகளும் பெறுதல்.

9. தவறான சிறைத்தண்டனை அனுபவித்த நபருக்கு அவரது முந்தைய, எதிர்கால குற்ற நிரூபணங்களைக் கணக்கில் கொள்ளாமல், அமெரிக்க கூட்டாட்சி அமைப்பில் நிறுவப்பட்டுள்ள தரத்தின்படியாவது ஆண்டுக்கு 50,000 டாலர்கள் என்ற கணக்கில் அனைத்து ஆண்டுகளுக்கும் கணக்கிட்டு இழப்பீடு வழங்குதல்.

(<http://innocencenetwork.org>)

கூடுதலாக, அவர்மீது புனைவழக்குகளைத் தொடர்ந்த போலீஸ் அதிகாரிகள் மற்றும் உளவுத்துறை அதிகாரிகள் விசாரிக்கப்பட்டு தண்டனைக்கு உட்பட வேண்டும். காவல்துறை மட்டுமல்ல, சிறை அதிகாரிகளும் அவருக்கு ஏற்பட்ட சேதத்துக்கு இழப்பீடு வழங்கக் கடமைப்பட்டவர்கள்.

கீழ்க்கண்டவற்றுக்கு சிறை அதிகாரிகள் ஆமிருக்கு இழப்பீடு வழங்கவேண்டும்:

1. சிறைக்குள் அவருக்கு எதிராக நிகழ்ந்த வன்முறைகள், அடி, உயர் அபாய சிறையில் அடைத்தல், சட்டவிரோதமான தண் டனைகள், தனிமைச்சிறையில் அடைத்தல் போன்றவை.

2. விசாரணைகள் விரைந்து நடப்பதைத் தடுக்கும்வகையில் தேவையான ஆவணங்களை மற்ற மாநிலங்களுக்கு அனுப்பி வைக்காமை.

3. சிறைக்குள் அவரது உயிருக்கு ஆபத்து ஏற்படுத்தும் தாக்குதல்களை ஏற்பாடு செய்தது.

4. இக்னோவ் திறந்தவெளிப் பல்கலையில் கல்வி கற்கும் உரிமையைப் பறித்தது; விளையாடுவதற்கான உரிமையை யும் திரைப்படங்கள் காண்பதற்கான உரிமையையும் தடுத்தது.

5. மதப்பாகுபாடு மற்றும் வெறுப்பை உமிழ்ந்தது.

6. தேவையான மருத்துவ சிகிச்சைகளை மறுத்தது.

ஆமிரின் துயரங்களை நீடிக்கச்செய்வதில் நடுவர்மன்ற நீதிபதி களும், மேலமை நீதிமன்ற நீதிபதிகளும் தங்கள் பங்கினைச் செலுத்தியுள்ளனர்.

1. ஆமிர் எப்போது கைது செய்யப்பட்டார், அவர் துன்புறுத்தப்பட்டாரா, அவரது பாதுகாப்பினை எப்படி உறுதிப்படுத்துவது என்ற கேள்விகளை எந்த நீதிபதியும் கேட்கவில்லை.

2. தமது விருப்பத்தின்பேரில் ஒரு வழக்குரைஞரை வைத்துக் கொள்வதை நீதிபதிகள் உறுதிப்படுத்தவில்லை.

3. ஒரு அய்யமும் இல்லாத நிலையில் ‘நியாயமான சந்தேகங்கள்’ அடிப்படையில் ஆமிர் விடுவிக்கப்படுவதாக நீதிபதிகள் எழுதினர்.

4. விசாரணைகளைத் தாமதப்படுத்துதல்.

5. விசாரணைகள் நீதிமன்றவளாகத்தின் உள்பக்கமாக ரகசிய மாக நடைபெற அனுமதித்ததன் மூலம் விசாரணைகள் வெளிப்படையாக நடத்தப்படும் உரிமை மறுக்கப்பட்டது.

நீதிபதிகளும் சிறைகளும் தாங்கள் செய்த தவறுகளுக்காக இழப்பீடு வழங்கிய முன்னுதாரணங்கள் இதுவரை உருவாக வில்லை. போலீஸ் அதிகாரிகள் தவறுகளுக்காகத் தண்டிக்கப் படுவதும் அபூர்வமாக நடைபெறுகிறது.

இது, ஒரு குரூர அமைப்பில் பாதிக்கப்பட்ட ஒருவரின் கதை மட்டுமே ஆகும். தவறாகச் சிறையில் அடைக்கப்பட்டு, இந்த அநீதி மற்றும் குரூர அமைப்பில் இருந்து நீதிகிடைக்கும் என்ற எந்த

நம்பிக்கையும் இல்லாத இசுலாமிய மற்றும் இசுலாமியரல்லாத இளைஞர்களின் ஒரு படையே சிறைக்கொட்டடிகளில் துயருறுகிறது.

ஒரே நம்பிக்கை: தேச ரௌத்திரம்தான்!

நன்றியுரை

நான் நன்றி சொல்ல விரும்பும் மூவருக்கும் ஒரு பொதுத்தன்மை உள்ளது — நாங்கள் அனைவரும் டெல்லிவாசிகள் — அனைத்து சமுதாயங்களைச் சேர்ந்தவர்களும் தங்கள் கவுரவம், சுயமரியாதையை இழக்காமல் ஒன்றாக வாழமுடியும் என்ற நம்பிக்கையைக் கையில் பிடித்துக்கொண்டு வாழ்பவர்கள்: என். டி. பஞ்சோலி அவர்களுக்கு ஆமிரை எனக்கு அறிமுகம் செய்ததற்காகவும், ஆமிர் என்னைச் சந்தித்து தனது கதையைக்கூற அனுமதி பெற்றுத் தந்த ஷப்னம் ஹஸ்மிக்கும், இறுதியாக ஆமிர், அவரது அன்பு மற்றும் நம்பிக்கைக்கும். நன்றி!

நந்திதா ஹக்ஸர்
புதுடெல்லி

குறிப்புகள்

1. பழைய டெல்லி குறித்த விவரணைகள் *Delhi Omnibus, New Delhi: Oxford University Press, 2002* என்ற புத்தகத்தில் நாராயணி குப்தா எழுதிய இரு சாம்ராஜ்யங்கள் இடையே டெல்லி 1803 — 1931 என்ற கட்டுரையில் இருந்து எடுக்கப்பட்டது.

2. 1947 பிரிவினை குறித்து ஆய்வுசெய்துள்ள பல்வேறு ஆராய்ச்சியாளர்களிடம்கூட அப்போது இறந்தவர்கள் எவ்வளவு பேர், குடிபெயர்ந்தவர்கள் எவ்வளவு பேர் என்பது குறித்த துல்லியமான தரவு கிடையாது.

3. Feroze Bakht, "Dying Old Delhi' www.milligazette.com/Archives/ <http://www.milligazette.com/Archives/>

4. அவுட்லுக் 2005 செப்டம்பர் 12 இதழில் சந்தர் சுதா டோக்ரா எழுதிய *Flies on the Wall* கட்டுரை.

5. Abhinandan Mishra, "The Curious Case of Delhi's Controversial Special Cell", Sunday Guardian, 30, March, 2013

6. Praveen Swamy, "Bias and Police, Frontline, Vol. 23 Issue 24, 2-15 December 2006

7. Chris Mackey and Greg Miller, The Interogators: Task Force 500 and America's Secret War against Al Qaeda, New Delhi: Back Bay Books, 2005.

8. '50 Reasons To Abolish the Cops!', <http://abolishthecops.wordpress.com/2011/02/11/55-reallygood-reasons-to-abolish-the-cops>

9. இந்திய அரசமைப்புச் சட்டம் பிரிவு 22 இவ்வாறு கூறுகிறது: கைது செய்யப் படும் எந்த ஒரு நபரும், அவர் எதற்காகக் கைது செய்யப்பட்டிருக்கிறார் என்ற தகவலைத் தெரிவிக்காமல் அடைத்துவைக்கப்படக்கூடாது. மேலும், அவர் தேர்வு செய்யும் ஒரு வழக்குரைஞருடன் ஆலோசிப்பதையும் தடுக்க

முடியாது. கைது செய்யப்படும் ஒவ்வொரு நபரும் கைது செய்யப்பட்டு 24 மணி நேரத்துக்குள் ஒரு குற்றவியல் நடுவர் மன்றத்தில் ஆஜர்படுத்தப்பட வேண்டும். ஒரு குற்றவியல் நடுவர்மன்ற நீதிபதி அனுமதியில்லாமல் எந்த நபரும் பிடித்துவைக்கப்படக் கூடாது.

10. நீதிமன்றக் காவல் மரணங்கள் பதிவு திட்டத்தின் கீழ் இத்தகைய மரணங்கள் குறித்த தகவல்களை நீதிக்குழு (Bureau of Justice) பராமரிக்கிறது.

11. V. Venkatesan, 'Short on Stratagy', Frontline, Vol. 25, Issue 25, 6-19, December 2008.

12. மேற்கு வங்க மாநிலம் தவிர இந்திய சிறைகள் எதுவும் அரசியல் கைதி என்ற பிரிவை அங்கீகரிக்கவில்லை. ஓர் அரசியல் கைதி என்பவர் அவரது அரசியல் நம்பிக்கைகளுக்காகச் சிறையில் அடைக்கப்படும் நபர் ஆவார். அனைத்து சிறைக்கைதிகளுமே இந்த அமைப்பின் பலிகடாக்கள்தான். ஆகவே, அனைவருமே அரசியல் கைதிகள்தான் என்று சில செயல்பாட்டாளர்கள் கூறுகிறார்கள்.

13. Yogindar Sikand, 'The SIMI Story', <http://www.countercurrents.org/comm-sikand150706/htm> இப்போது இந்த அமைப்பில் 200 முழு நேரஊழியர்களும் 20,000 அனுதாபிகளும் இருந்தனர். மதரஸா மாணவர்கள் மற்றும் உலிமா, தஹ்ரிக் ஆகியோருடன் பணியாற்ற தனிப்பிரிவு இருந்தது.

14. C. Christine Fair, "Students Islamic Movement of India and the Indian Mujahideen: An Assessment'. The National Bureau of the Asian Research, Washington. <http://ASIAPOLICY.ORG>

15. http://www.gatestoneinstitute.org/3913/uk-muslim-prison-population>

16. 'Tihar Prison in India: More Dovecote Than Jail', The Ecconomist, 12 May, 2012

17. Joseph T Hallinan "going up the River:Travels in a prison Nation', New York: Random House, 2003 p.xviii

18. UN Office on Drugs and Crime, Handbook of Basic Principles and Promising Practices on Alternatives to Imprisonment, Newyork: United Nations, 2007

19. Mohd Amir Khan [sic] versus State 138 (2007) Law Times 759 (DB) (See Appendix I).

அப்புவின் கடைசி வார்த்தைகள்

(ஜூலை 2001)

அப்புவை கடந்த ஜூலை 2001ல் பாரா ஹிந்து ராவ் மருத்துவமனையில் சந்தித்தது தான் கடைசி. மருத்துவமனை படுக்கையில் படுத்த படுக்கையாயிருந்தார். அவர் நீண்ட நாள் இருக்கமாட்டடார் என்பதை நான் அறிவேன். அதனால்தான் அவருடனான இறுதிச் சந்திப்புக்காக என்னை இங்கு கொண்டு வந்திருக்கிறார்கள். அப்புவின் கண்களைச் சொல்லமுடியாத சோகமேகங்கள் மூடி யிருந்தன. ஆனால், அவர் என்னைப் பார்த்த போது அவரது வற்றாத அன்பால் கதகதப் படைந்த உணர்வை நான் பெற முடிந்தது.

நாங்கள் ஒருவர் கண்களுக்குள் ஒருவர் ஊடுருவிப் பார்த்தோம்; கண்களால் பேசி னோம். பேசாமல் பேசி ஒருவருக்கொருவர் பரிமாறிக்கொண்டோம். என்னை, அவரது மகனை, அவரது இளம் செல்லமகனை இவ் வாறு கைவிலங்கிட்ட நிலையில், போலீஸார் புடைசூழப் பார்ப்பது அவருக்கு வலி மிகுந்த தாக இருந்திருக்கக்கூடும். இச்சூழ்நிலையில்

நாங்கள் என்ன வார்த்தைகளைப் பரிமாறிக்கொண்டிருக்க முடியும்?

அப்பு மவுத் ஆவதற்கு அச்சப்படவில்லை. அவரது வாழ்க்கை நரகமாகிவிட்டது. அவரது மகன் டெல்லி பஜார்கள், ரயில், பஸ் என சோனாபேட், ரோதக் மற்றும் காஜியாபாத் ஆகிய இடங்களில் 24 குண்டுகள் வைத்ததாகக் குற்றம் சாட்டப்பட்டிருக்கிறேன். நான் புனைவழக்குகளில் சிக்கவைக்கப்பட்டிருக்கிறேன் என்பது அப்புவுக்கு நன்றாகத் தெரியும். அவரது மகன் இந்த நாட்டுக்குத் துரோகியாக மாறியிருக்க மாட்டான் என்பதை அப்பு அறிவார்.

அப்புவின் நம்பிக்கை அய்யத்துக்குள்ளாக்கப்பட்டிருக்கிறது. நீதிமன்றம் ஏற்கனவே பதினோறு வழக்குகளில் விடுவித்து விட்டது. ஆனால், நான் பத்தொன்பது வழக்குகளில் சிக்க வைக்கப்பட்டுள்ளேன். நான் இறுதியாக சிறைச்சாலையில் இருந்து வெளியேற இன்னும் பல ஆண்டுகள் ஆகலாம்.

அப்பு மவுத் ஆன பின்னர் மீதி வழக்குகளின் மொத்த சுமையும் ஆம்மியின் மீது விழுந்துவிடும் என்பதை எண்ணி அப்பு கடுமையான மனவேதனைக்கு ஆளாகியிருப்பார். ஆம்மி, கண்களில் இருந்து கண்ணீர் தாரையாக கன்னங்களில் வழிந்தோட, எங்கள் இருவரையும் அமைதியாக, வைத்தகண் வாங்காமல் பார்த்துக்கொண்டிருக்கிறார். என்னால் அவளை முத்தமிடக்கூட முடியாது. அவளுக்கு ஆறுதலளிக்கக்கூடிய ஒருவனாக நான் இருக்க முடியாது.

போலீஸ் என்னை இழுத்துக்கொண்டு போவதை அப்புவும் ஆம்மியும் பார்த்துக்கொண்டிருக்கிறார்கள். பிறகு, அப்புவின் குரல் என் காதுகளில் விழுந்தது: *‘பேட்டா, மெய்ன் தும்ஹாரி தரீக் பார் நஹி ஆசகா’.* இதுதான் அப்பு என்னிடம் கூறிய கடைசி வார்த்தைகள்.

விசாரணைக்கான நீதிமன்றத்தில் என் உடன் இருக்க முடியாததற்காக அவர் மன்னிப்புக் கேட்டார். அவர் ஒரு நாளைக்கூட தவிர்த்ததில்லை. எனது பெற்றோரின் வாழ்க்கை நீதிமன்றங்கள், சிறைச்சாலைகள், வழக்குறைஞர் அலுவலகங்கள் இவற்றைச் சுற்றியே சுழன்றபடி கழிந்தன.

பதினான்கு ஆண்டுகளுக்குப்பின் சிறையிலிருந்து விடுதலை

யாகி வந்தபோது அப்புவின் பொருட்களுடன் சின்ன, சின்ன சிட்டைகளைக் கண்டேன்; அவற்றில் பொடி எழுத்துகளில் ஏராளமான தேதிகள் குறிக்கப்பட்டிருந்தன. நீதிமன்ற விசாரணை நாட்களை நினைவூட்டும் தேதிகள் அடங்கிய சிட்டைகள்.

அவை அனைத்தும் பஸ் டிக்கெட்டுகளின் பின்புறத்தில் நுணுக்கி, நுணுக்கி எழுதப்பட்டிருந்தன. அவற்றை, முடிவில்லா மல் தொடர்ந்த நீதிமன்ற விசாரணை தேதிகளை நினைவூட்ட குறித்து வைத்திருந்தார். இந்த அனைத்து சிட்டைகளையும் அவரது பொருட்களுடன் கவனமாக டிரங்கு பெட்டியில் ஆம்மி பாதுகாத்து வைத்திருந்தார்.

ஜூலை 2001

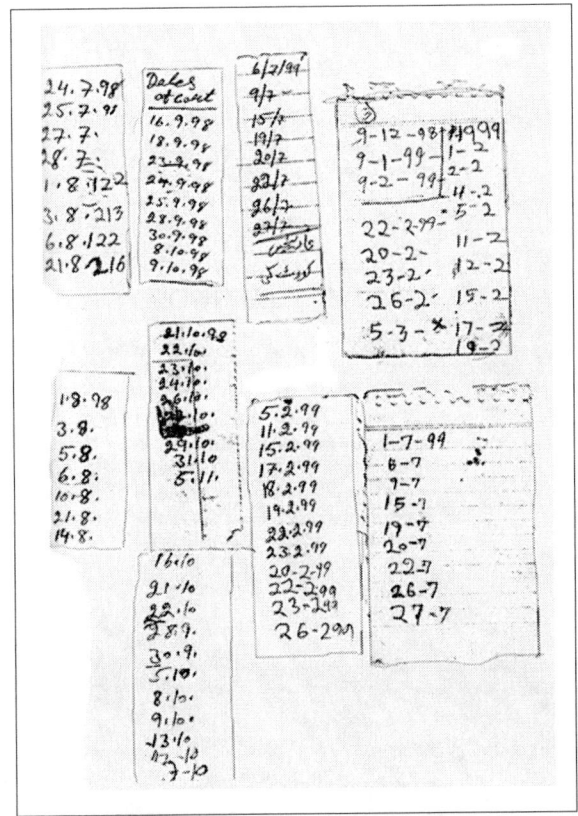

நீதிமன்ற விசாரணை நாட்களை நினைவூட்டும் தேதிகள் அடங்கிய சிட்டைகள்.

1
டெல்லி – 6ல் வளர்தல்

"கராச்சியில் உள்ள எங்கள் ஜானாபாவைப் பார்க்க வேண்டும் என்று எனக்கு ஏக்கமாக இருந்தது. ஆபாவையும் அவரது குடும்பத்தினரையும் பார்க்க விரும்பினேன். அதோடு இன்னொரு நாட்டுக்குச் செல்லும் கிளர்ச்சியும் சேர்ந்து கொண்டது. என்னைப் பொறுத்த வரை பாகிஸ்தானும் ஜெர்மனியைப் போல வெளிநாடுதான். என்ன, இரண்டு நாடுகளிலும் ஒரே மொழியைப் பேசுகிறோம் என்பதுதான் ஒரே ஒற்றுமை."

நான் என் தாய்வழிப்பாட்டி இல்லத்தில் பிறந்தேன். நான் அவரை, நானி என்று அழைப்பேன். மொஹல்லா கிஷன்குஞ்ச் பகுதியில் வசித்தார். அது டெல்லி—6ன் ஆசாத் சந்தைப்பகுதியில் உள்ளது.¹ எனது தாதி ஒரு கிறித்துவ கன்னிகாஸ்திரி ஆவார். எனது மூத்த சகோதரி பிறந்ததிலிருந்து அவர் இருக்கிறார். என்னை இந்த உலகத்துக்குக் கொண்டுவந்த அத்தாதியின் புகைப்படம் இல்லாததற்காக வருந்துகிறேன். இத்தனைக்கும், என்னை முதலில் கையில் ஏந்திய முதல் மனுஷி அவர்தான். எனது கடவுச்சீட்டில் பதியப்பட்டுள்ளபடி எனது அதிகாரப்பூர்வ பிறந்த நாள் ஜனவரி 17, 1977. ஆனால், அதுதான் உண்மையான பிறந்த தேதியா என்று தெரியாது. ஏனெனில், வேறு, வேறு சான்றிதழ்களில் வேறு வேறு தேதிகள் உள்ளன.

நான் பிறக்கும்போது, நானா, எனது அம்மாவின் வாப்பா உயிரோடு இல்லை. நான் பிறப்பதற்கு சில ஆண்டுகள் முன்பே

அவர் மவுத் ஆகிவிட்டார். அவர் மிகவும் கவுரவமும் மக்கள் மீது அன்பும் கொண்டவர் என்று கூறப்பட்டதால் அவரைப் பார்க்க ஏங்கினேன். எங்கள் நானாவின் பெயர் மவுலானா அப்துல் லதீப் சாஹேப். சாதர் பஜார் தபால் நிலைய முன்ஷியாகப் பணியாற்றினார். அலுவலக நேரம்போக மக்கள் தங்கள் உறவினர்களுக்குக் கடிதங்கள் எழுத உதவினார். அந்தக் காலத்திலெல்லாம் பெரும்பாலான மக்களுக்கு எழுதப் படிக்கத் தெரியாது. இருந்தாலும், மக்கள் பொய்யையோ தவறான தகவலையோ எழுதச் சொன்னால், அது அவர்களுக்கானதாக இருந்தாலும் அதனை எழுத மறுத்துவிடுவாராம்.

நானா, ராஜபுத்திரர்[2] சமுதாயத்தைச் சேர்ந்தவர். அதனா லேயே இத்தகைய மதிக்கத்தக்க குணங்களைக் கொண்டிருந்தார். குவாம்—இ—பஞ்சாபியன் சமுதாயம்[3], அவரை மதித்து பள்ளி முதல்வர்கள் போன்ற கல்வியாளர்கள் வசிக்கும் தங்கள் பகுதிக்கு அழைத்து குடியமர்த்திக்கொண்டது. நானா இறந்தபோது, அவர்களுக்கு மட்டுமேயான இடுகாட்டில்[4] நல்லடக்கம் செய்ய அனுமதித்தனர் என்றால் நானாமேல் அவர்கள் கொண்டிருந்த நன்மதிப்பினை உணரலாம். நானாவின் இத்தொடர்புகள் காரணமாக எனது மூத்த சகோதரிகள் இச்சமுதாயத்திலேயே மணம் முடித்து வைக்கப்பட்டனர்.

எனது நானியின் வீட்டுக்கு நான் போக வேண்டுமானால் இரும்பு ஈட்டிகளாலான கதவால் மூடப்பட்டுள்ள மிகப்பெரிய நுழைவுவாயில் வழியாகத்தான் போகவேண்டும். ஒவ்வொரு நாளும் இரவு இஷா நமாஸ் முடித்து பத்து மணிக்கு மூடப்பட்டு அதிகாலை ஃபஜ்ர் நமாஸ் நேரத்தில் திறக்கப்படும்.

நானி வீடு குறித்த நினைவுகள் இனிமையானவை; ஏனென்றால் எனது வாழ்க்கையின் சந்தோசமான நாட்கள் அங்குதான் கழிந்தன. நானியின் வீடு முதல் மாடியில் முன்பக்க வராந்தாவுடன் இரண்டு அறைகள் கொண்டதாக இருந்தது. வராந்தாவின்மேல் கூரை இருந்தாலும் வானத்தில் புறாக்கள் பறப்பதைப் பார்க்க முடியும். நானியின் வீட்டுக் கூரையில் இருந்து பல மணிநேரங்கள் குதூகலத்துடன் பட்டங்கள் பறக்க விட்டிருக்கிறேன்.

எனது தந்தையின் பெயர் மொகமது காஷிம் ஹான். அவர் ஒரு பதான்[5]. அலகாபாத் நகரில் அவருக்கும் அவரது குடும்பத்திற்கும்

சொந்த நிலபுலன்கள் இருந்தன. அங்கிருந்து எனது தந்தை டெல்லிக்கு குடிபெயர்ந்தார். அவர் அவ்வப்போது தனது கிராமத்துக்குச் சென்று வந்தார். எப்போதாவது என்னையும் கிராமத்துக்கு அழைத்துச் சென்றிருக்கிறார்.

அவ்வாறு ஒருதடவை என் தந்தை — அப்பு, என்னை அலகா பாத்துக்கு எடுத்துச் சென்றபோது, நேருவின் இல்லத்துக்கு அருகில் இருந்த எங்கள் உறவினர் ஒருவர் வீட்டுக்கு அழைத்துச் சென்றார். அப்போது ஆனந்தபவனை அப்பு மிகுந்த உற்சாகத்துடன் எனக்குக் காட்டினார். அந்த வீட்டின் பிரம்மாண்டம் காரணமாக அதன் பதிவு இன்னமும் என் நினைவில் உள்ளது.

தாதிம்மா, எனது அப்பாவின் அம்மா கிராமத்தில் வசித்தார்; தாதா, எனது அப்பாவின் அப்பா நான் பிறக்கும்முன்பே இறந்துவிட்டார். எனது தந்தையின் குடும்பம் பூர்வீகத்தில் ஆப்கானிஸ்தானில் இருந்து குடிபெயர்ந்து இந்தியாவைத் தாயக மாக்கிக் கொண்டவர்கள். இருந்தாலும், பிரிவினை சமயத்தில் எனது அப்பாவின் உறவினர்களில் 30 விழுக்காட்டினர் பாகிஸ் தானுக்குச்[6] சென்றனர்; ஆனால் எனது அப்பா தான்பிறந்த மண்ணிலேயே தங்கிவிட்டார்.

அப்புவும் அவரது சகோதரரும் தமது கிராமத்திலிருந்து டெல்லி வந்தனர். டெல்லி சீதாராம் பஜார் அருகிலுள்ள குச்சா பண்டிட் பகுதியில் ஒரு குடியிருப்பை முதல் மாடியில் அப்பா வாங்கினார். அங்கிருந்து நானி வீட்டுக்கு சைக்கிளில் ஏழே நிமிடத்தில் சென்றுவிடமுடியும். நாங்கள் முதல் மாடியில் இருந்தோம். ஒரு பெரிய அறை, சமையலறை, கழிப்பறை. பெரிய மொட்டைமாடியும் இருந்தது. அதனால் வானவெளியில் இருக்கும் உணர்வையும் தந்தது. எங்கள் பகுதிக்குள் நுழைய நுழைவாயிலெல்லாம் கிடையாது. பல இந்து குடும்பங்கள் எங்களோடு கலந்து வாழ்ந்தனர். அவர்களோடு எனக்குப் பெரிய தொடர்புகள் கிடையாது. அல்லது இந்து குடும்பங்கள் வசிக்கும் வீடுகளுக்குச் செல்வதற்கான வாய்ப்புகள் உருவாகவில்லை.

அப்பு வழக்கமாக ஆப்கானியர்கள் இருப்பது போன்று நல்ல நிறமாக இருக்கமாட்டார். ஆனால், அவரது சகோதரி நல்ல நிறம்; ஆப்கன் பெண் போன்றே இருப்பார். அப்பு நடுத்தர உடல்வாகு; நீண்ட முகம்; சிறிய தாடி கொண்டிருந்தார். நான் சின்னப்பிள்ளையாக இருந்தபோது அப்பு பேண்ட், சர்ட்,

அணிந்தார் என்பது நன்றாக நினைவிலிருக்கிறது. ஆனால், வயதாக, ஆக குர்தா, பைஜாமா, இடுப்பு கோட், வி.பி.சிங் தொப்பி அணியத் தொடங்கினார். அவரை எப்போது நினைத்தாலும் முதலில் நிழலாடுவது எப்போதும் புன்னகை பூத்திருக்கும் அவரது முகம்தான். அது நேரடியாக இதயத்திலிருந்துவரும் கதகதப்புமிக்க புன்னகை. அப்போது அவரது முழு முகமும் பிரகாசமடையும். ஆனால், அவர் அசலான பதான். சட்டென முன்கோபம் வரும். உதாரணமாக, ஒருவர் சொன்ன நேரத்தில் வரவில்லையானால் முகம் சிவந்துவிடுவார். ஆனால், என்னிடம் பேசிய தருணங்களில் ஒரு தடவையாவது குரலை உயர்த்திப்பேசியதாக எனக்கு நினைவில்லை. அவர் என்னிடம் கோபம் கொண்டு முகம் காட்டியதே கிடையாது. அவரது பாசப்பிணைப்புக்கு உரியவனாகவே இருந்தேன். அவர் இனிப்புப் பிரியர். ஒவ்வொரு நாளும் இரவு வீட்டுக்கு வரும்போது எனக்கும் மறக்காமல் இனிப்புப் பண்டங்கள் வாங்கி வருவார். பொழுதன்னைக்கும் இப்படி இனிப்பாகத் தின்றால் பல் சொத்தையாகிவிடும் என்று ஆம்மி திட்டினாலும் காதில்போட்டுக் கொள்ளமாட்டார். எனக்கு இனிப்புகள் வாங்கிவந்தவாரே இருந்தார்.

அப்பு ஒரு பக்கா காங்கிரஸ் ஆதரவாளர். ஒவ்வொரு நாளும் எங்கள் காலை உணவுக்காக அப்பு பஜார்வரை செல்வார். எங்களுக்கு காலை உணவு, இறைச்சியுடன் தேனீரும் வாங்கி வருவார். அச்சந்தர்ப்பத்தில் தனது காங்கிரஸ் சகாக்களையும் பஜாரில் சந்தித்து அன்றாட அரசியலை அலசிவிட்டுத்தான் வருவார். சிலநேரங்களில் என்னையும் அழைத்துச் செல்வார்; அப்போது அவர்கள் பேசுவதைக் கேட்டிருக்கிறேன். ஆனால், எனக்கு அரசியலில் ஆர்வம் இருந்ததில்லை.

எனது தாயின் பெயர் மியாமுனா பி. அவர் ஐந்து அடி உயரம் கொண்ட கம்பீரமான பெண். வட்டமுகமும் அமைதியான சுபாவமும் கொண்டவர். அமைதியான சுபாவத்தைத் தனது தந்தையிடமிருந்து பெற்றிருந்தார். அவர் மிக நல்லநிறமும் எனது தந்தையைவிட மதத்தின்மீது அதிக நம்பிக்கையும் கொண்டிருந்தார். அவர் மவுலானாவின் மகள். உருது, பாரசீகம் மட்டுமல்லாமல் கொஞ்சம் அரபி மொழியும் தெரியும். ஆம்மிக்கு உருது நாவல்கள் என்றால் ரொம்பவும் பிடிக்கும். இத்தகைய நாவல்களைத் தொடராக வெளியிட்ட பக்கீஜா அசாஞ் சல், ஷாமா ஆகிய உருது சஞ்சிகைகளை அப்பு தொடர்ந்து

அம்மாவுக்காக வாங்கி வருவார்.

கோழிகள் வளர்க்கவும் தொட்டிச்செடிகளை வளர்க்கவும் ஆம்மி மொட்டைமாடியைப் பயன்படுத்தினார். சிறிய தொட்டி களில் மல்லிகை, ரோஜா, சாமந்தி என அனைத்துவகையான மலர்ச்செடிகளையும் வளர்த்தார். அக்கம்பக்கத்தில் உள்ள பெண்கள் அடிக்கடி வீட்டுக்குவந்து பூக்களைக் கேட்டு வாங்கிச் செல்வார்கள்.

ஆம்மி வளர்த்த கோழியின் பெயர் குக்கி. அந்த குக்கி திடீரென உயரமாகப் பறந்து, பக்கத்து வீட்டுக்கூரைகளின் மீது ஒய்யாரமாக உக்கார்ந்து கொண்டு ஆம்மியைக் கூப்பிடுவாள். நானும் குக்கியோடு விளையாடுவேன்; அவளை விரட்டிப் பிடிப்பேன். பதேப்புரி சந்தைக்குச் செல்லும்போது நானும் கோழிக்குஞ்சுகளையும் மீன் குஞ்சுகளையும் வளர்ப்பதற்காக வாங்கிவந்தது நினைவிலாடுகிறது. ஆனால், ஒன்றும் அதிகநாள் உயிரோடு இருந்ததில்லை. அதற்காக கண்ணீர் விட்டு அழுததும் நினைவிலிருக்கிறது.

புறாவிடும் விளையாட்டு அப்புவுக்கு பிடிக்காது; அது காலவிரயம் என்பார்; அதனால் புறாவிடுவது எப்படி என்பதை நான் தெரிந்துகொள்ளவே இல்லை. ஆனால், பட்டம் விடுவதில் தீவிரமாக இருந்தேன். நான் பெரியவனாக வளர்ந்தபிறகும்கூட பட்டம்விட நேரம் ஒதுக்கினேன். குறிப்பாக, விடுமுறை நாட்க ளென்றால் பட்டம் விடுவதுதான் ஒரேவேலை.

பட்டம்விடச் சென்றுவிட்டு மதிய சாப்பாட்டுக்கும் வீடு திரும்பாமல் பட்டம் விட்டுக் கொண்டிருந்ததற்காக ஆம்மி என்னை பலதடவைகள் கடுமையாக மொத்திய தருணங்களும் நினைவில் உள்ளன. நான் மாடிகளில் கண்மண் தெரியாமல் ஓடுவதையும், அபாயகரமாக கூரை விளிம்புகளில் நின்று பட்டம் விடுவதையும் ஆம்மி பார்க்க நேர்ந்தால் மனம் பதைபதைத்துப் போவார். உடனடியாக வீட்டுக்குவரும்படி கத்துவார். கொளுத்தும் வெயிலில் பட்டம் விட்டுக் கொண்டி ருந்ததற்காகவும் கடுமையாக மொத்தியிருக்கிறார். ஆம்மி என்னதான் அடித்தாலும், திட்டினாலும் நான் பட்டம் விடுவதை நிறுத்தியதில்லை. அதற்காக எனது பட்டங்களையும் ராட்டைகளையும் எடுத்துக் கொளுத்தியிருக்கிறார். அதெல்லாம் எனது பொக்கிஷமாயிற்றே! அதனால் அதன்பிறகு எனது

பொக்கிஷத்தை நண்பர்கள் வீட்டில் மறைத்து வைக்கத் தொடங்கினேன்.

பட்டம் விடுவது என்னைவிட்டுப் பிரிக்க முடியாத அங்கமாகி விட்டதால், கோடைவிடுமுறையின் போது ஒரு காலணி மொத்த விற்பனைக் கடையில் அப்பு என்னை வேலைக்குச் சேர்த்து விட்டார். கடை பள்ளிமரான்[7] பகுதியில் இருந்தது. அங்கு உட்கார்ந்துகொண்டு கனவில் பட்டங்களை விட்டுக் கொண்டிருந்தேன்.

இதல்லாமல் எனது குடும்பத்தைச் சேர்ந்தவர்களிடம் திட்டும் உதையும் வாங்கியது எனது மூத்த அக்காவிடமிருந்து மட்டும்தான். அதுவும் ஒரே ஒரு தடவைதான். எனது மூத்த அக்கா பெயர் ஷமன் ஆரா. ஒருநாள், நான் ரொம்பவும் சின்னப் பையனாக இருந்தபோது அக்கா என்னைக் குளிப்பாட்டினார். அப்போது நான் ‘குதியா’ என்று அக்காவை அழைத்திருக்கிறேன். அது மோசமான வார்த்தை என்பது எனக்குத் தெரிய வில்லை. பெண்நாயைக் குறிக்கும் சொல் என்பதால் அப்படி அழைத்துவிட்டேன் போல் தெரிகிறது. ஆனால், அக்காவுக்கு கடுமையான கோபம், ஆத்திரம். ‘எங்க போய் இத மாதிரி அசிங்கமான வார்த்தையையெல்லாம் கத்துக்கிட்டு வரே’ என்று திட்டியபடி, ஒரு தீப்பெட்டியை எடுத்து, அதில் ஒரு தீக்குச்சியை வெளியே எடுத்தார். அதனை உரசினார். தீக்குச்சியில் தீ பற்றியது. அதை ஊதி அணைத்து விட்டு, ஆனால் குச்சியில் வெப்பம் குறைவதற்குள் ‘அசிங்கமான வார்த்தையை இந்த வாய்தானே பேசியது’ என்று எனது உதட்டில் சூடு வைத்தார்.

இந்த சம்பவங்களைத் தவிர நான் ரொம்பவும் கீழ்ப்படிதலுள்ள பையன். எனது பெற்றோர் சொல்வதை எப்போதும் தட்டிய தில்லை.

நான் முதலில் படித்த பள்ளிக்கூடம் எங்கள் தரைத்தளத்திலேயே இருந்தது. பிரகாஷ் தம்பதி அப்பள்ளியை நடத்தினார்கள். தங்கள் வீட்டிலிருந்தே பள்ளியை நடத்தினார்கள். பிரகாஷ் இந்து. அவரது துணைவியார், அவரை நாங்கள் அத்தை என்று அழைப்போம், சீக்கியக் குடும்பத்தில் இருந்து வந்தவர். அவர்களுக்கு மூன்று பிள்ளைகள்; இரண்டு மகன்கள், ஒரு மகள். மூத்த மகன் இந்துவாக வளர்க்கப்பட்டார். இளைய மகன் புனா முடி வளர்க்கத் தொடங்கி விட்டார். அவர் சீக்கியராக

வளர்க்கப்பட்டார். ஒரே மகள், அவர்தான் கடைக்குட்டி. அவரை நாங்கள் பேபி என்று அழைப்போம். இவர்களோடு விளையாடித்தான் வளர்ந்தேன்.

அப்பள்ளி உண்மையில் மிகவும் நல்ல பள்ளிதான். ஆனால், கட்டணம் அதிகம். மூன்றாம் வகுப்பு இப்பள்ளியில்தான் தேறினேன். அடுத்த ஆண்டு அரசுப் பள்ளிக்கு மாற்றப்பட்டேன்.

அப்புவும் அவரது சகோதரர் காசிம்கான் சித்தப்பாவும் ஆனந்த் பிரபாத்தில் ஒரு தொழிற்சாலை வைத்திருந்தார்கள். அந்த இடத்துக்கு அப்பு என்னை சைக்கிளில் வைத்து அழைத்துச் சென்ற நினைவுகள் மங்கலாக இருக்கிறது. அங்கு பெரிய இயந்திரங்கள் இருந்ததாக நினைக்கிறேன். அவை, புதிய ஆடைகள், துணிகளுக்கான லேபிள்கள் தயாரிப்பதற்கானவை. மிகப்பெரிய மரத்தாலான இயந்திரம் லொட—லொடவென நாராசமாக சத்தமிட்டு இயங்கிய நினைவும் இருக்கிறது.

நான் சிறையில் இருந்து விடுதலையான பிறகு, ஒரு சிறிய டிரெங்குப் பெட்டியில் அப்பாவின் பொருட்கள், ஆவணங்களை ஆம்மி பத்திரமாகப் பாதுகாத்து வைத்திருந்ததைப் பார்த்தேன். அவற்றில் ஒரு துண்டுப் பிரசுரமும் காணப்பட்டது. அதில் கருப்பு — வெள்ளையில் ஒரு இயந்திரம் வரையப்பட்டிருந்தது. தலைப்பு — 'உயர்தர இயந்திரம்'. நெய்யப்பட்ட லேபிள்கள், பட்டைகள் மற்றும் லேஸ்' தயாரிக்கச் சிறந்தது என்று விளக்க மளிக்கப்பட்டிருந்தது.

அதன் மறுபக்கத்தில், ஒரு தலைப்பின் கீழ் ஏராளமான விளக்கங்கள் காணப்பட்டன: தலைப்பு: மேற்கொள்ளப்படும் பணிகள். அது கூறுகிறது: 'இங்கு காட்டப்பட்டுள்ள இயந்திரம் பின்னலாடைகளில் பயன்படுத்தப்படும் பலவிதமான லேபிள்கள் தயாரிப்பதற்கும் டெய்லரிங் மற்றும் ஆயத்த ஆடைகளில் பயன்படுத்தும் பட்டைகள் தயாரிக்கவும், சேலை பால்ஸ், பிரில்கள், பெல்ஸ் போன்றவை தயாரிப்பதற்கும் பயன்படும். இவற்றை எந்த மொழியிலும் உருவாக்கலாம், நீங்கள் விரும்பும் அளவில் தயாரிக்கலாம், அதில் என்ன சித்திரம் இடம்பெற நினைக்கிறீர்களோ அவற்றை அப்படியே தத்ரூபமாகக் கொண்டு வரலாம்.'

கொரியாவில் இருந்து இறக்குமதி செய்யப்படும் மிகச்சிறிய இயந்திரத்தைக் கொண்டே இதே வேலையைச் செய்யமுடியும்

என்று அப்பு சொன்னது நினைவுக்கு வருகிறது.

அப்புவுக்கும் சித்தப்பாவுக்கும் இடையே தகராறு ஏற்பட்டதால் பிரிந்து விட்டார்கள். தொழிற்சாலையை சித்தப்பா எடுத்துக்கொண்டார். அப்பு ரோஷனாரா சாலையில் இருந்த ஒரு தொழிற்சாலையில் மேற்பார்வையாளராகச் சேர்ந்து வேலை பார்த்தார்.

பிரதாப்கார் மாவட்டத்தில் உள்ள சொந்தக் கிராமத்தில் இருந்த சொத்தில் அப்பாவின் பாகத்துக்கும் உரிமை கோரினார். இதை நீதிமன்றத்தில் முடிவு செய்யலாம் என்று எனது அம்மா கூறியதால் வழக்கு தொடரப்பட்டது. வழக்கு பல ஆண்டுகள் இழுத்தது. இதற்காக வழக்கு வாய்தாக்களின் போது அப்பு அடிக்கடி அலகாபாத் சென்று வந்தார். ஆனால், இந்த விவகாரங்களை என்னிடம் சொன்னதில்லை. அதனால் சித்தப்பா பிள்ளைகளுக்கும் எனக்குமான நல் உறவு இயல்பாக நீடித்தது.

வியாபார்த்தில் ஏற்பட்ட நஷ்டத்தால்தான் பிரகாஷ் பள்ளியில் இருந்து எடுத்து மஜாருல் இசுலாம் மேனிலைப்பள்ளியில் அப்பு போட்டார் என்று நினைக்கிறேன். ஆனால், அது மதரஸா பள்ளி அல்ல. அரசுப் பள்ளி. அங்கும் நான் நான்கு ஆண்டுகள்தான் படிக்க முடிந்தது. ஏழாவதுவரை படித்தேன். அதன்பிறகு அப்பு என்னை பள்ளியில் இருந்து எடுத்துவிட்டார். தனது வியாபாரத்தில் உதவியாக என்னை வைத்துக்கொண்டார். ஆனாலும், ஒரு பெண் ஆசிரியரை வீட்டுக்கு வரவழைத்து எனக்குச் சொல்லிக் கொடுத்தார்கள். அந்த ஆசிரியை பெயர் ஷாபனா. அவரும் எப்போதும் பூக்களுக்காக ஆம்மியின் அனுமதியைக் கேட்டுக்கொண்டே இருப்பார்.

தனது சகோரதருக்கு எதிராகவே வழக்குப் போட்டதால் ஏற்பட்ட அலைச்சல், வலி, அழுத்தம் எல்லாமும் அப்புவை நிலைகுலையச் செய்திருக்க வேண்டும். இதனால் உயர் ரத்த அழுத்தத்தால் பாதிக்கப்பட்டார். பேக்டரி வரைக்கும்கூட சைக்கிள் மிதிக்க முடியவில்லை. இதனால் விபத்தில் சிக்கி அப்புவுக்கு கை எலும்பு முறிவு ஏற்பட்டது. இந்த விபத்து ஏப்ரல் 1990ல் ஏற்பட்டது. ஆறு மாதங்கள் வேலைக்குச் செல்ல முடியவில்லை. அதைவிட, சாதர் பஜார் பகுதியில் இருந்த பேக்டரியும் டெல்லிக்கு வெளியே மாற்றப்பட்டது.

இத்தகைய சூழ்நிலைகளின் காரணமாக பொம்மை வியாபாரம் செய்யும் முடிவை அப்பு எடுத்தார். உற்பத்தியாளர்களிடம் பொம்மைகளை வாங்கி மொத்த வியாபாரிகளுக்கு விற்றார். பிளாஸ்டிக் முயல்கள், கிளிகள், சிறிய கார்கள், தண்ணீர்த் துப்பாக்கி, ஹோலியின்போது வண்ணப்பொடிகளைத் தூவ உதவும் விளையாட்டுத் தெளிப்பான்கள் போன்றவை. இந்த வியாபாரத்தில் அப்புவுக்கு உதவினேன். அதனால் நான் பள்ளிப்படிப்பைத் தொடர முடியவில்லை.

நாங்கள் வசித்த பகுதியிலேயே எனக்குச் சில நண்பர்கள் இருந்தார்கள். ஒரு டீ கடையில் நாங்கள் சந்தித்து செய்திகளைப் பரிமாறிக்கொள்வோம். ஆனால், இருட்டுவதற்குள் வீட்டுக்குத் திரும்பியாக வேண்டும். சில நேரங்களில் குடும்பத்தோடு டிவி பார்ப்போம். ஆனால், டிவி எங்கள் வீட்டுக்கு வருவதற்கு முன்னால், தனது பரிசளிப்பு வானொலி மூலம் அப்பு செய்திகள் கேட்பார். பாகிஸ்தானிலிருந்து வரும் தொலைக்காட்சி நிகழ்ச்சி களையும் பார்த்தோம். அவை பஜாரில் இலவசமாகக் கிடைத்தது.

எனது மூத்த அக்காள் ஷமன் ஆரா அலிகாரில் படித்தார். ஆனால், என்ன படித்தார் என்பது தெரியவில்லை. ஆனால், அவர் எப்போதும் புத்தகமும் கையுமாக உக்கார்ந்திருந்தது மட்டும் நிழலாடுகிறது. கராச்சியில் இருந்து வந்த மொகமது நசீர் பட்லா என்ற வியாபாரிக்கு எனது ஷமன் ஆரா நிக்காஹ் செய்து வைக்கப்பட்டார். அவர் கார்ப்பெட்டுகள், டைல்ஸ் வியாபாரத்தில் ஈடுபட்டு வந்தார்.

அவரது நிக்காஹ் நிகழ்வுகள் எனக்கு நினைவில் இல்லை. ஆனால், அவரது பல்லக்கு தூக்கப்பட்டதும் 'ஜான் ஆபா, ஜான் ஆபா, போகாதே ஜானாபா' என்று கதறி அழுதபடி பின்னால் ஓடியிருக்கிறேன்; யாரோ என்னைத் தூக்கி பல்லக்கினுள் ஜானாபா உக்கார்ந்திருப்பதைக் காட்டிக் கீழே இறக்கி விட்டனர். பாகிஸ்தானில் கராச்சியில் உள்ள தனது கணவர் வீட்டில் வாழச் சென்று விட்டார்.

எனது மற்றொரு அக்காளை ஆபி என்று அழைப்பேன். அவரது பெயர் ரோஷன் ஆரா. அவரது நிக்காஹ் குறித்து இரண்டே நினைவுகள் உள்ளன. முதலாவது, நிக்காஹ் அன்று நான் ஏராளமாக காப்பி குடித்துக் கொண்டிருந்திருக்கிறேன். இதனை ஜாகிபாரி என்ற குடும்ப நண்பர் கவனித்து, என்னை

அழைத்தவர் 'இப்படியே திரும்ப, திரும்ப காப்பி குடித்துக் கொண்டிருந்தால் தூக்கத்தில் மூத்திரம் வரும்' என்று சொல்லி எச்சரித்தார். அடுத்து, நிக்காஹை அடுத்த வாலிமா நிகழ்வுக்காக ஆக்ரா பயணம் சென்றது. அப்போது சில வழிப்பறிக் கொள்ளையர்கள் வண்டியை மறித்துத் தாக்கியது நினைவிருக்கிறது. ஆனால், தப்பித்து பத்திரமாகச் சேர்ந்து விட்டோம். ஆபியின் கணவரும் வியாபாரம்தான். அவர் குவாம்—இ—பஞ்சாபியன் சமுதாயத்தைச் சேர்ந்தவர். ஆனால், பெங்களூருவில் வசித்தார். அதனால் ஆபியும் அங்கு சென்று விட்டார்.

இப்படி எனது சகோதரிகள் வீட்டில் இருந்து வெளியேறிய பின்னர், நான் மட்டும்தான் வீட்டில் குழந்தை. தனது மகள்கள் இல்லாததை ஆம்மி மிகவும் உணர்ந்தார். ஜான் ஆபாவைப் பார்க்க பல தடவைகள் கராச்சி சென்றார். அந்தக் காலத்திலெல்லாம் எனது உறவினர்களும் அக்கம் பக்கத்தில் வாழ்ந்தவர்களும் பாகிஸ்தானில் வாழ்ந்த தங்கள் நெருங்கிய உறவினர்களைக் காண சர்வசாதாரணமாக பாகிஸ்தான் சென்று வந்தனர். பழைய டெல்லியின் அன்றாட வாழ்க்கை நடவடிக்கையாகவே அது இருந்தது. ஆம்மியுடன் கராச்சி செல்ல அப்பு மறுத்துவிட்டார். இசுலாமியர்கள் ஒருவருக்கொருவர் கொலை செய்யும் ஒரு நாட்டுக்கு வர மாட்டேன் என்று சொல்லிவிட்டார். ஆனால், பாகிஸ்தான் ஹைகமிஷன் அலுவலகத்துக்கு ஆம்மியை அழைத்துச்சென்று அங்கு விசா பெறுவதற்கான அனைத்து உதவிகளையும் செய்தார்.

நானும் சில சமயங்களில் சென்றுள்ளேன். அங்கு நீண்ட வரிசையில் மக்கள் காத்திருப்பார்கள். கொளுத்தும் வெயிலில் குடிப்பதற்கு ஒரு டம்ளர் தண்ணீர்கூட கிடைக்காது. டெல்லிக்கு வெளியே பல ஊர்களிலிருந்து வருபவர்கள் நடைபாதையிலும் எதிரேயுள்ள நேரு பூங்காவிலும் படுத்து உறங்கினர்.

கராச்சியில் இருந்து திரும்பிய ஆம்மி ஏராளமான பொருட்களுடன் வந்தார். எனக்கு வித விதமான மிட்டாய்கள். அவருக்கும் அப்புவுக்கும் துணிமணிகள். எனக்கு இன்னமும் நினைவில் இருப்பது ஷாஹி சுபாரிதான். வெத்திலை தாம்பூலம் சுவையூட்டப்பட்டு வெள்ளித்தாளில் சுற்றப்பட்டு பார்ப்பதற்கே ஆசையாக இருக்கும். எல்லாவற்றையும் விட பாகிஸ்தான் நாடகங்கள், தொடர்கள் அடங்கிய வீடியோ காசட்டுகள்தான் மிகவும் கவர்ந்தன. அவற்றில் எனக்கு மிகவும் பிடித்தது உமர்

ஷரீப்[8] என்ற பாகிஸ்தானிய நகைச்சுவை நடிகர் நடித்து தயாரித்த நாடகங்கள் ஆகும். அவரது *பக்ரா கிஸ்தூரன் பர்* (தவணை முறையில் ஆடு) என்ற நாடகத்தைப் பார்த்து வயிறு குலுங்கச் சிரித்தது இன்னமும் நினைவில் இருக்கிறது.

இத்தகைய பாகிஸ்தானிய நாடகங்களைப் பார்க்க ஒரு வீடியோ டெக் வாடகைக்கு எடுப்போம். பிறகு, அப்புவே சொந்தமாக ஒரு வீடியோ கேசட் பிளேயர் வாங்கினார். இதனால், எங்களது அண்டைவீட்டார் எங்கள் வீட்டுக்கு வந்து பார்த்தனர். திருமதி பிரகாஷ் எங்களிடம் கேசட்டுகளை இரவல் வாங்கிச்செல்வார்.

கராச்சியில் உள்ள எங்கள் ஷமன் ஆரா ஆபாவைப் பார்க்க வேண்டும் என்று எனக்கு ஏக்கமாக இருந்தது. ஆபாவையும் அவரது குடும்பத்தினரையும் பார்க்க விரும்பினேன். அதோடு இன்னொரு நாட்டுக்குச் செல்லும் கிளர்ச்சியும் சேர்ந்து கொண்டது. என்னைப் பொறுத்தவரை பாகிஸ்தானும் ஜெர்மனியைப் போல வெளிநாடுதான். என்ன, இரண்டு நாடுகளிலும் ஒரே மொழியைப் பேசுகிறோம் என்பதுதான் ஒரே ஒற்றுமை. ஆனால், நானாகத் தனியாகச் சென்று வரும் அளவுக்கு வயது வரும்வரை தனியாக அனுப்பமுடியாது என்று எனது பெற்றோர் கூறிவிட்டனர். இருந்தாலும், பெங்களூருவில் இருக்கும் எனது இரண்டாவது சகோதரி ஆபியைப் பார்க்க ஆம்மி போகும்போது நானும் உடன் சென்றேன்.

நாங்கள் முதல் தடவையாக அங்கு பயணம் செய்த அனுபவத்தை நினைத்துப் பார்க்கிறேன். அப்பு வழக்கம்போல மறுத்துவிட்டார், வரவில்லை. பயணத்திலோ அல்லது நாலு இடங்களுக்குச் செல்வதிலோ அவருக்கு ஆர்வம் இருந்ததில்லை. அவர் டெல்லியை விட்டுச் சென்றாரென்றால் அது அவரது சொந்த கிராமத்துக்கு மட்டும்தான்.

சொந்தக்காரர்கள், குறிப்பாக எங்கள் சொந்தக் குடும்பத்தைச் சேர்ந்தவர்களைப் பார்க்கத்தான் சென்றோம் என்றாலும் புதிய இடங்களைப் பார்ப்பதில் எனக்கும், ஆம்மிக்கும் மகிழ்ச்சிதான். ரயிலில் பெங்களூரு செல்லும் பயணம் நீண்ட பயணமாகும். தெற்கே செல்லச்செல்ல மக்கள் வித்தியாசமான மொழிகள் பேசுவதைக் கவனித்தேன். அதை எங்களால் புரிந்துகொள்ள முடியவில்லை. நாங்கள் கர்நாடகா எல்லையில் நுழைந்ததும்

மண்ணின் நிறம் தாமிர நிறமாக மாறியதைக் கவனித்தேன். மண்ணின் நிறம் எனக்கு மிகவும் ஆச்சரியத்தைத் தந்தது. ஆனால், அது ஏன் அப்படி இருக்கிறது என்பதை எனக்கு யாரும் கூறவில்லை.

சிவாஜி நகர் பகுதியில் கண்டோண்ட்மெண்ட் அருகில் அக்காள் வீடு இருந்தது. தனது கணவர் மற்றும் ஐந்து குழந்தைகளுடன் அக்காள் வாழ்ந்தார். அக்காள் கணவர் சிக்பெட் பகுதியில் காலணிகள், செருப்புகள் மொத்த வியாபாரக் கடை வைத்திருந்தார். அதற்குத் தேவையான தோல் பொருட்களை கொள்முதல் செய்ய டெல்லி, ஆக்ரா வருவது வழக்கம். அவர் தனது கடைக்கு என்னை அழைத்துப்போவார். நாள் முழுவதும் உட்கார்ந்து ஜனங்கள் வந்து போவதைப் பார்த்துக்கொண்டிருப்பேன். எனது பட்டங்கள் இல்லாததுதான் குறை.

எனது மாமா என்னை தனது புல்லடில் இந்தி சினிமாவுக்கெல்லாம் அழைத்துச் சென்றார். இந்திப்படம் என்றால் மாமாவுக்கு மிகவும் பிடிக்கும். எங்கள் மொத்த குடும்பத்தையும் அழைத்துக்கொண்டு பெங்களூருவைச் சுற்றிக்காட்டினார். பிரிகேட் சாலை கடைகள், அழகான விதான் சபா கட்டிடம் ஆகியவை என்னைக் கவர்ந்தன. பெங்களூரு மிகவும் பசுமையாக இருந்தது. லால் பாக்கில் சுற்றிவந்ததை எங்களுக்கு அளிக்கப்பட்ட விருந்தாகவே உணர்ந்தோம். ஏனென்றால், இதுபோன்ற பசுமையையும் மரங்கள் அடர்ந்த தெருவையும் பழைய டெல்லியின் சந்தடி மிகுந்த பஜார்களில் காண முடியாது. மலர்களால் வடிவமைக்கப்பட்டிருந்த பிரமாண்ட கடிகாரத்தையும் மிகவும் விரும்பினேன். இங்குதான் என் வாழ்க்கையில் முதல்முறையாக ஒரு தேவாலயத்தினையும் பார்த்தேன். அதன் பெயர் நினைவில்லை. ஒரு பெண் தினமும் வீட்டைச் சுத்தம் செய்ய வருவார். அவர் தனது எண்ணெய் தடவிய தலையில் புத்தம் புதிய பூக்களைச் செருகியிருப்பார்.

அதேபோல, பெங்களூரில் மக்கள் பொறுமையுடன் ஒருவரை ஒருவர் தள்ளிக்கொள்ளாமல், இடிக்காமல் அமைதியாக வரிசையில் நின்று பொருட்கள் வாங்கிச்சென்றதும் என்னைக் கவர்ந்தது. டெல்லியிலானால் பேருந்து நிறுத்தம் உள்ளிட்ட சகல இடங்களிலும் ஒருவரை ஒருவர் இடித்துக்கொண்டு இரைச்சலாக இருக்கும். பெங்களூர் மக்கள் மிகவும் நேர்த்தியாக வாழ்ந்தனர்.

ரஸ்ஸல் சந்தையைப் பார்த்து ஆம்மி திகிலடைந்து விட்டார். இதுபோன்ற உள்ளரங்க சந்தையை அவர் பார்த்ததேயில்லை. காய்கள், பழங்கள், பூக்கள் அப்படியே புத்தம் புதிதாக இருந்தன. கருப்புத் திராட்சை எனக்கு மிகவும் பிடித்திருந்தது. பெங்களூர் அக்காள் வீட்டில் இருந்தவரை திகட்ட, திகட்ட தின்று தீர்த்தேன். அதை அப்புவுக்கும் எடுத்துவந்து தர விரும்பினேன். ஆனால், ரயிலில் பெங்களூருவிலிருந்து டெல்லிவரும்வரை திராட்சை தாங்காது, கெட்டுவிடும் என்றார்கள்.

ஆனால், 'ஷாவ்பே கி நான்' என்ற ரொட்டியை நிறைய வாங்கி வந்தோம். தேங்காயும் இனிப்பும் பொதியப்பட்ட அந்த ரொட்டிகளை மாமா வாங்கி வந்திருந்தார். நாங்கள் அதனை விரும்பினோம். அதனால் ஒவ்வொருமுறை பெங்களூரு சென்றபோதும் அதனை நிறைய வாங்கிவந்து டெல்லியின் எங்கள் உறவினர்கள், அண்டைவீட்டார் அனைவருக்கும் கொடுத்தோம்.

பல தடவைகள் பெங்களூரு சென்றோம். ஒரு தடவை வீடியோகோச் பேருந்தில் மைசூரு சென்றோம், அங்கு பிருந்தா வனத்தைப் பார்த்து அதிசயித்து நின்றோம். நிறைய மதுபானம் விற்கும் கடைகள் திறந்திருந்ததையும் கவனித்தேன்.

பெங்களூருவில் அசல் தென்னிந்திய உணவுகளான தோசை, இட்லி, சாம்பார் ஆகியவற்றையே ஆபிஎங்களுக்குப் பரிமாறினார். ஆம்மி இளநீரை விரும்பிப் பருகினார். ஒரு முறை ஒரு திருமண விருந்துக்கு ஆபி என்னை அழைத்துச் சென்றார். அங்கு பரிமாறப்படும் உணவை நான் சுவைப்பதற்காகவே அழைத்துச் சென்றார். எங்களது வளமையான உணவுப்பண்டங்கள் போல இல்லாமல் வித்தியாசமாக இருந்தது. அங்கு ஒருவகை பிரியாணி சாப்பிட்டேன். ஏராளமான உலர் பழங்களும் கொட்டைகளும் கொண்ட பிரியாணியும் ரை தானியத்தில் தயாரித்த டாலும் பரிமாறப்பட்டது.

நான் கடத்தப்பட்டு, கம்பிகளுக்குப்பின் அடைக்கப்படுவதற்கு முன்புவரை, அப்புவின் உடல்நிலை குறித்த கவலைதவிர வேறு எந்தவிதமான அழுத்தங்களும் இல்லாமல்தான் வாழ்ந்தேன் என்பதை நினைத்துப் பார்க்கிறேன். அப்புவின் உடல்நிலை குறித்த கவலைகூட என்னிடம் பணம் இல்லையே என்பதால் தான். பணம் இருந்தால் அவருக்கு நல்ல சிகிச்சை அளிக்கலாம்.

எப்போதாவது கால் ரூபாய் கொடுத்தது தவிர பாக்கெட் மணி என்று எதுவும் பெற்றதில்லை. ஒரு ரூபாய் பெற்றால் அது பெரிய போனஸ். ஈத் பெருநாளில் ஐம்பது ரூபாய் பெற்றால் ஜாக்பாட் அடித்ததுபோல. இதுமாதிரி கிடைக்கும் பணத்தைச் சேர்த்துவைத்து பட்டம், ராட்டை அல்லது கஜ்ஜர் கா ஹல்வா அல்லது குலாப் ஜாமூன் வாங்குவேன். அப்படியும் மீதமாகும் காசை ஆம்மியிடம் கொடுத்துவிடுவேன்.

இருட்டும்போது வீட்டில் இருக்க வேண்டும் என்று ஆம்மியும் அப்புவும் எப்போதும் சொல்லிக்கொண்டிருந்தார்கள். பகலில் கூட என்னை வெளியில் செல்ல அனுமதிக்காத நாட்கள் இருந்ததையும் நினைத்துப்பார்க்கிறேன். நகரில் தகராறு நடப்பதாகவும், வீட்டுக்குள் இருப்பதுதான் நமக்குப் பாதுகாப்பு என்றும் அப்பு கூறினார். அப்போது 'ஊரடங்கு', 'கலவரம்', 'போலீஸ் துப்பாக்கிசூடு' ஆகிய வார்த்தைகளை அப்பு பயன்படுத்தியது நினைவிருக்கிறது. ஆனால், இந்த வார்த்தைகள் எங்கள் அன்றாட வாழ்க்கையில் எந்தப் பாதிப்பையும் ஏற்படுத்தவில்லை, வீட்டுக்குள் அடைந்து கிடந்தோம் என்பதைத்தவிர.

எனது வீட்டுக்கு வெளியே இருந்த உலகம் பாதுகாப்பானது இல்லை; முன்பின் தெரியாத இடம் அபாயகரமானது என்பதை எனக்கு உணர்த்திய சம்பவங்கள் குறித்த அலசலான நினைவுகள் தான் இருக்கின்றன.

ஒருநாள் ஒரு குருத்வாரா எரிந்துகொண்டிருந்ததைப் பார்த்த போது மாடியில் பட்டம் விட்டுக்கொண்டிருந்தேன். தீ நாக்குகளை என்னால் பார்க்க முடிந்தது.[9] எனது நண்பன் புனூ தனது முடியை வெட்டிக்கொண்டு விட்டான். அதன் முக்கியத்துவம் அப்போது எனக்குத் தெரியாது. அந்த சமயத்தில்தான் அவனது அண்ணனும் குருத்வாரா போக மாட்டேன். கோயிலுக்குத்தான் போவேன் என்று அடம்பிடித்தான். சீக்கியர்கள் தங்கள் கடைகளை அடைத்துவிட்டு, பாதுகாப்புக்காக பலர் எங்கள் பகுதிக்குள் ஓடிவந்ததைப் பார்த்தேன். அப்புவின் நண்பர் குகு மாமா எங்களுடன் சில நாட்கள் தங்கியிருந்தார்.

எங்களது பக்கத்துவீட்டு மாமா ஒருவர், பைலட் ஆக வேண்டும் என்பது அவர் கனவு — நினைவுக்கு வருகிறார். யாரும் அடையமுடியாத அவரது உயர்ந்த லட்சியத்துக்காக அவரை அனைவரும் மதித்தனர். அவர் பக்கத்து வீட்டில் இருந்து

கொண்டு பயிற்சி எடுத்துக்கொண்டிருந்தார். இன்னமும் தேர்வு வரவில்லை. அவர் தேர்வுக்கு செல்லவேண்டிய அந்த நாளில் ஊரடங்கு உத்தரவு பிறப்பிக்கப்பட்டிருந்தது.[10] தேர்வுக்கான நுழைவுச்சீட்டு, அடையாள அட்டை என எதைக்காட்டினாலும் போலீஸ் தேர்வு எழுதச்செல்ல அனுமதிக்கவில்லை. இதனால், அவர் பைலட்ஆக ஆகவே முடியவில்லை. இப்போது சாந்தினி சௌக்கிலோ சண்டே பாஜாரிலோ சில்லறைச் சாமான்கள் விற்கிறார். இக் கதையை ஆம்மி கூறியதால் நன்றாக நினைவிருக் கிறது. இப்போதும் அவரை அக்கம்பக்கத்தில் பார்க்கிறேன்.

எனக்கு அரசியலில் ஆர்வம் கிடையாது; ஆனால், காக்கி டவுசரும் கருப்புத் தொப்பியும் போட்ட சங்கிகள் குறித்து கவனமாக இருக்கவேண்டும் என்று அப்பு எச்சரித்துக்கொண்டே இருந்ததை நினைத்துப்பார்க்கிறேன். அவர்கள் மிகவும் ஆபத்தானவர்கள். ஏனென்றால் அவர்கள் இசுலாமியர்களை வெறுக்கிறார்கள் என்றார். ஆர்.எஸ்.எஸ். பாஜக, ஜன சங்கி ஆகியவற்றுக்கிடையேயான வேறுபாடுகள் குறித்து எனக்குத் தெரியாது. எங்களைப் பொறுத்தவரை எல்லாருமே சங்கிகள் தான். குறிப்பாக, டவுன்ஹால் அருகே காலையிலேயே அவர்கள் கூடுவதைப் பார்க்க முடியும்.

போலீஸைக் கண்டாலும் எங்களுக்குப் பயம். ஏனென்றால் இந்து — முஸ்லீம் பதற்றம் ஏற்பட்டபோது இந்துவுக்குஆதரவாக இசுலாமிய மக்களைத்தான் போலீசார் அடித்தார்கள். அப்புவுடன் சிலநேரங்களில் பஜார்களுக்குச் சென்றபோது நண்பர்களும் இவ்வாறுதான் கூறினார்கள். ஆம்மியின் தூரத்து உறவினர் ஒருவர், 1983 அல்லது 1986 ஆக இருக்கலாம், இந்து முஸ்லீம் கலவரத்தின் போது போலீஸால் சுட்டுக்கொல்லப்பட்டதாகக் கூறப்பட்டேன். அவரது சகோதரர் மொகமது அகமது. அவரை மாமு என்று அழைப்பேன். அவர் குவாமி ஆவாஸில் இருந்தார். இப்போது தீவிர மதவாதியாகிவிட்டார்.[11]

அப்புவே ஆத்திரத்துடன் வீடு திரும்பிய ஒரு நாளும் இருந்தது. கலவரத்தைத் தடுப்பதற்காக தனது சந்தின் கதவைமூட முயன்ற ஒரு இசுலாமிய இளைஞனை போலீஸார் சுட்டுக்கொன்றதாக அப்பு எங்களுக்குக் கூறினார். அவரது பெயர் சுபானுல்லா. லால் கவுனில் ஹாம்தார்ட் தாவா கானா அருகில் இருந்த சதுக்கத்துக்கு, பின்னர் அவரது நினைவாக சாஹித் சவுக் எனப் பெயரிடப்பட்டது.[12]

எனது மனதில் ஆழமான பாதிப்பை ஏற்படுத்திய ஒரு சம்பவமும் நினைவில் இருக்கிறது. ஒருநாள், எனக்குத் தெரிந்த இளைஞன் ஒருவர், பாப்பல் என்று அழைப்போம், குல்சார் ஒருவருக்குச் சொந்தமான லேத்தில் வெல்டிங் மிஷினுக்குப் பின்னால் ஒளிந்துகொண்டிருந்தார். அந்த குல்சார் வீடு அடுத்த சந்திற்கு அடுத்த சந்தில் இருந்தது. சிலர் அவருக்கான உணவை எடுத்துக்கொண்டு அந்த லேத்துக்குள் சென்று கதவைச் சாத்திக்கொண்டனர். இது எனக்கு ஆர்வத்தை ஏற்படுத்தியது. பிரவீன் பாஜியிடம் ஏன் இப்படி என்று கேட்டேன். இந்துக் களுக்கும் முஸ்லீம்களுக்கும் இடையே பதற்றம் நிலவுகிறது. இளம் முஸ்லிம்களை போலீஸார் தேடித் தேடிப் பிடிக்கிறார்கள் என்றார். உடனே என் கண்ணில் பயத்தைப்பார்த்த அந்த மூதாட்டி நீ பயப்படாதே கண்ணே, நீ ரொம்ப சின்னப் பையன், உன்னையெல்லாம் போலீஸ் பிடிக்கமாட்டார்கள் என்றார்.

அக்கம்பக்கத்தில் வாழ்ந்த இந்துக் குடும்பங்களெல்லாம் பழைய டெல்லியில் இருந்து ஷாலிமர் கார்டன், ரோஹினி, பிதம்புரா ஆகிய இடங்களுக்குக் குடிபெயர்வதாக அப்பு குறிப்புணர்த்தியதும் நினைவிருக்கிறது. பிரகாஷ் குடும்பம்கூட அங்கிருந்து மாறியது. ஆனால், அவர்கள் ஏன் வீடு மாறுகிறார்கள் என்பது எனக்குப் புரியவில்லை.

இப்போது திரும்பிப்பார்க்கும்போது, அப்புவின் கண்களும் பல சமயங்களில் கலக்கம் அடைந்திருந்த தருணங்களும் நினைவுக்கு வருகிறது. சிறையில் இருந்து விடுதலையான பின்னர், அவர் சேகரித்துவைத்திருந்த பத்திரிகைகள், புகைப்படங்கள், கடிதங்களைப் பார்த்தபோதுதான் அவரது கவலை புரிந்தது.

ஒரு கடிதத்தை எடுத்தேன். அது, டெல்லி நகர, மாவட்ட காங்கிரஸ் கமிட்டியின் (ஐ) சிறுபான்மைப் பிரிவு தலைவர் கே. ராயிஸ் அஹமது என்பவர் அனுப்பிய கடிதம். 1988 ஜூன் 7 அன்று நிகழவுள்ள சிறுபான்மை மக்கள் மாநாடுக்கான திட்டமிடல் கூட்டம் குச்சாபண்டில் அலுவலகத்தில் நடை பெறுவதாகவும் அதில் கலந்துகொள்ளும்படியும் அக்கடிதம் அழைப்பு விடுத்திருந்தது. 1990ல் நிகழ்ந்த அகில இந்திய காங்கிரஸ் கமிட்டியின் (ஐ) மதவாதத்துக்கு எதிரான தேசிய மாநாட்டில் கலந்துகொண்டதற்காக அப்புவுக்கு வழங்கப்பட்ட பேட்ஜு ஒன்றும் இருந்தது. மற்றொரு கடிதமும் இருந்தது. புதிதாக நியமிக்கப்பட்ட காவல்துறை டி.ஐ.ஜி. ஷௌசாகுதீன்

சஜ்ஜித் ஹாவாருக்கு ரஞ்சித் ஹோட்டலில் சமாஜ் ஏக்தா குழு சார்பில் வழங்கப்பட்ட வரவேற்பில் கலந்துகொள்ள அப்புவுக்கு அனுப்பப்பட்ட கடிதம் அது. ஒரு முஸ்லீம் சமுதாயத்தைச் சேர்ந்தவர் காவல் துறையில் இவ்வளவு பெரிய பதவிக்கு உயர்த்தப்படுவது பெரிய விஷயம். அபூர்வமானதும்கூட.[13]

இந்த நினைவுப் பொக்கிஷங்கள் மூலம், நாட்டில் மதவாதம் அதிகரித்துவருவது குறித்து, அதிலும் அக்கம்பக்கத்தில் நிலவும் பதற்றம் குறித்து அப்பு அதிக கவலை கொண்டிருந்தார் என்பதை நான் ஊகித்தேன். வீட்டிலேயே இருக்க வேண்டும், வெளியே சுற்றக்கூடாது என்று அப்பு ஏன் என்னை எச்சரித்துவந்தார் என்பதும் புரிந்தது.

அந்த டிரங்க் பெட்டியில் சில புகைப்படங்களையும் பார்த்தேன். அப்பு சிலருடன் ஒரு பங்காவை பிடித்தவாறு இருந்த புகைப்படம் அது. கதைசொல்லும் நிகழ்வில் (தாஸ்டாஸ்கோய்) எடுக்கப்பட்ட புகைப்படம் போல தோன்றியது. ஆனால், அந்தத் திருவிழா குறித்து அப்பு என்னிடம் கூறியதாகவோ, அழைத்துச் சென்றதாகவோ நினைவில் இல்லை. அப்புவின் படம் அச்சாகியிருந்த ஒரு செய்தித்தாள் கத்தரிப்பு இருந்ததையும் கண்டேன். ஒரு அமைதிக்குழு பற்றிய செய்தி ஆகும் அது. காங்கிரஸ் கட்சியில் அவரது அனுபவங்கள் குறித்து அப்புவிடம் கேட்க விரும்புகிறேன். ஆனால், காலம் கடந்து விட்டது. இக் கேள்விகள் எனக்குள் எழுந்தபோது அப்பு மவுத் ஆகி விட்டார்.

பின்னர், 1993ல், பாபர் மசூதி இடிக்கப்பட்டபிறகு, இளைஞர் கள் கையில் கருப்புப்பட்டை அணிந்து பழைய டெல்லியில் சுற்றிவந்ததைக் கண்டேன். ஆனால், எங்கள் குடும்பத்தில், அப்பு எங்களை வீட்டுக்குள்ளேயே இருக்கும்படி செய்து வெளி அபாயங்களிலிருந்து பாதுகாத்தார். ஊரடங்கு அமலில் இருந்த சமயங்களில் எல்லாம் வீட்டுக்குள்ளேயே அடைந்து கிடந்ததை நினைத்துப் பார்க்கிறேன். ஆனால், எனது உயிருக்கு ஆபத்து இருப்பதாக ஒரு நாளும் நினைத்ததில்லை. அதேசமயம், அப்பு, ஆம்மி உடன் இருக்கும்வரை ஒரு ஆபத்தும் வராது என்பதையும் உணர்ந்தேன்.

அதன்பிறகு ஆலியா வந்தார். ஆசாத் மார்க்கெட் பகுதியில் வசித்தார். எங்களுக்கு தூரத்து உறவும்கூட. அவர் முதல் முதலாக எங்கள் வீட்டுக்கு வரும்போது அவரது தந்தை

அழைத்துவந்தார். அவர் இரு பாலர் பயிலும் ஆங்கில மீடியம் பள்ளியில் படித்துவந்தார். அவரது பள்ளி சீருடை சல்வார் — கம்மீஸ் — துப்பட்டா கிடையாது, சாதாரண உடை என்பதே அக்கம்பக்கத்தில் இருப்பவர்களை அதிர்ச்சியடையச் செய்யப் போதுமானதாக இருந்தது. இதெல்லாம் சமூகத்தால் அங்கிகரிக்கப்படாததாக இருந்தது. ஆனால், தனது மகளுக்கு நல்ல கல்வி அளிப்பதில் அவரது தந்தை உறுதியாக இருந்தார்.

ஆனால், எங்கள் பெற்றோர் கட்டுப்பட்டித் தனமானவர்களோ, முன்முடிவு எடுப்பவர்களோ இல்லையென்பதால், கோடை விடுமுறைகளின் போது ஆம்மியிடம் சமையல், தையல், உருது கற்க எங்கள் வீட்டுக்கு அனுப்பிவந்தார். ஆனால், என்ன சமையல் குறிப்புகளை ஆம்மி கற்றுத்தருவார் என்பது எனக்கு ஆச்சரியமாக இருக்கும். ஏனென்றால், ஆம்மி கை சமையல் மிகவும் ரகசியமானது. அதை யாருக்கும் சொல்லமாட்டார். ஏன், என் அக்காள்களே ஆம்மியின் சமையல் ரகசியங்களைத் தெரிந்துகொள்ள முடியவில்லை. சாஹிதுக்ராவும் குருமாவுக்கான மசாலாவும் ஆம்மி எப்படித் தயாரிக்கிறார் என்பது அக்காள் களுக்கே எளிதாகக் கண்டுபிடிக்கமுடியவில்லை.

அப்பு சில சமயம் சமையலில் ஆம்மிக்கு உதவிகள் செய்வார். ரொட்டி, சாதம், காலி தால் ஆகியவை அப்புவும் தயாரிப்பார். அவர்களுடன் இருந்தபோது நானும் சில வீட்டுவேலைகள் செய்துள்ளேன்.

ஆலியாவுக்கு ஆம்மி என்ன சொல்லிக்கொடுத்தார் என்பது தெரியாது. ஆனால், ஆலியாவின் கண்களைக் கண்டாலே மெய்மறந்து விடுவேன். அவரது வட்டமுகம் கள்ளம் கபடமற்று ஜொலிக்கும். அவர் ரிஷிகபூர் மனைவி மாதிரி இருந்தார்.[14] தொடக்கத்தில் ஒருவரை ஒருவர் பார்க்காத தருணங்களில் ஒருவரை ஒருவர் திருட்டுத்தனமாகப் பார்த்துக்கொண்டோம். பார்ப்பது தெரிந்துவிடக்கூடாதே என்ற தவிப்புடன் ஒருவர் பார்ப்பதை ஒருவர் பார்க்கும்போது சடாரென பார்வையைத் திருப்பிக்கொள்வோம்.

ஆலியா தன் மதிப்பெண் பட்டியலை ஆம்மியிடம் காண்பிப்பார். அப்போது தனது பெருமைகளை ஆம்மியிடம் சொல்வதை நானும் கேட்கிறேன் என்பதை உறுதி செய்வதில் குறியாக இருப்பார். மிகவும் அபூர்வமாக நானும் அவரது

வீட்டுக்குச் சென்றிருக்கிறேன். அப்போது அவர் வென்ற கோப்பைகள், கப்புகளை எனக்குக் காண்பித்தார். அவர் ஏதோ பரீட்சையில் பெற்ற சாதனை உள்ளூர் செய்தித்தாளில் அவரது புகைப்படத்துடன் வந்திருந்தது. அதனை ஆர்வத்துடன் காட்டினார். ஆனால், நானோ அவளது கண்களின் ஆழத்தில் புதைந்து விட்டேன். அது என்ன கோப்பைகள் என்பதுகூட நினைவில் இல்லை.

நாங்கள் ஒருவருக்கொருவர் உரையாடத் தொடங்கியதும், எங்கள் பார்வைகள், விருப்பங்கள் ஒரே மாதிரி இருப்பதைத் தெரிந்துகொண்டோம். ஆனால், வெளியில் எங்கும் சுற்றியதில்லை; காதலை தெரிவித்ததில்லை. ஏன், ஒருவர் கையை ஒருவர் தொட்டதுகூட இல்லை. எங்கள் காதல் பழைய இந்திப் படங்களில் வருவதைப்போல தொடாமலே காதல்.

1993ல் எங்களது குச்சாபண்டில் வீட்டை விற்றுவிட அப்புவும் ஆம்மியும் முடிவு செய்தனர். சந்தில் மிகவும் உள்ளொடுங்கி இருந்ததால் போக்குவரத்துக்குக் கஷ்டமாக இருந்தது. ஆட்டோக்கள் நுழைய முடியாது. அதனால் ரொம்ப தூரம் நடக்க வேண்டியிருந்தது. இருந்தாலும், இன்னும் பாதுகாப்பான ஒரு இடத்துக்குச் செல்ல வேண்டும் என்ற உணர்வும் இருந்தது.

கொஞ்சகாலம் வாடகை வீட்டில் இருந்தோம். அப்புறம் கிஷன் கஞ்சில் அனார்வாலி சந்தில் மூன்றாவது மாடியில் ஒரு குடியிருப்பு வாங்கினோம். ஆம்மியின் உறவினர்கள் இங்கு அதிகம் வசிப்பதால் இந்த இடத்தைத் தேர்வு செய்திருக்கலாம் என நினைக்கிறேன். ஆலியா வீடு அருகிலேயே இருந்ததால் எனக்கு மகிழ்ச்சி.

இப்போதும் நகரில் மிகவும் பதற்றமான நிலையே இருந்தாலும், எப்போதும் எனது ஆலியா என்னுடன் இருப்பது போன்று எதிர்காலத்தினை இரவுநேரக் கனவுகளில் கண்டுவந்தேன். ஒரு பயங்கரமான நிகழ்வுகள் என்னைத் தாக்கப்போகிறது என்பதோ பதினான்கு ஆண்டுகள் கழித்துதான் ஆலியாவைச் சந்திப்பேன் என்றோ ஒரு துளியளவுகூட நான் நினைத்ததில்லை. கராச்சியில் எனது ஜானா ஆபியை சந்திப்பதற்கான பயணத்திட்டம்தான் இத்தகைய பயங்கர துயரங்களுக்கான காரணமாக அமையும் என்பதும் எனக்குத் தெரியாது.

குறிப்புகள்

1. ஷாஜஹானாபாத் என்பதுதான் டெல்லியாக மாறியது. 1860களில் சிதைக்கப்பட்டு, 1912 முதல் பழைய டெல்லி என்று அழைக்கப்பட்டது. அதன் அஞ்சல் குறியீடு 110006. அதனால் டெல்லி—6 என்று இப்போது அறியப்படுகிறது.
2. பல ராஜபுத்திர குடும்பங்கள் இசுலாத்துக்கு மதம் மாறினர்.
3. குவாம்—இ—பஞ்சாபியன் / முஸ்லீம் பஞ்சாபி சௌதாகர் டெல்லியில் 300 ஆண்டுகளாக இருக்கிறது. அது நகர்ப்புறம் சார்ந்த, உயர்தனி வணிக சமுதாயமாகும். இதர சமூகங்களுடன் எந்தவிதமான சமூக — பண்பாட்டு உறவுகளும் வைத்துக்கொள்வதில்லை. வட இந்தியாவின் மிகமுக்கியமான வணிக சமுதாயமாகும். சில ஆயிரம் ஆண்டுகளுக்கு முன்னர் இவர்கள் மதம் மாறியிருக்கலாம். ஒரு சமுதாய கணக்கெடுப்பின்படி தற்போது 4000 குடும்பங்களே வாழ்கிறார்கள். K. S. Singh, People of India, XX Delhi,New Delhi: Manihar Anthropological Survey of India, 1996, pp 574 - 77.
4. எந்த ஒரு இந்திய நகரிலும் பஞ்சாபி முஸ்லீம் சமுதாயத்துக்கென இருக்கும் ஒரே கல்லறைத் தோட்டம் இதுதான். Narayani Gupta, Delhi Between Two Empires 1803 - 1931'p 191 Delhi Omnibus, New Delhi: Oxford University Press, 2002
5. பதான் என்பவர்கள் ஆப்கனைப் பூர்வீகமாகக் கொண்ட, இசுலாமிய சமுதாய படிநிலையில் ஆகக் கீழ் நிலையில் இருப்பவர்கள். K. S. Singh, Sayids,Shaikh, Mughals and then Pathans, pp 548 op. cit
6. பிரிவினையால் சுமார் 3.29 லட்சம் இசுலாமியர் டெல்லியை விட்டுச் சென்றனர். ஆனால், 5 லட்சத்துக்கும் அதிகமான இசுலாமியர் அல்லாத சமுதாயத்தினர் டெல்லிக்குள் வந்தனர். V. N. Datta, Panjabi Refugees and the Urban Development of Greater Delhi, p.296 in The Delhi Omnibis, op. cit.
7. பள்ளிமரான் ஏராளமான காலணி கடைகளும் கண் கண்ணாடி கடைகளும் கொண்டது. இதன் குறுகிய சந்துகள் ஒன்றில்தான் புகழ்பெற்ற உருதுக் கவிஞன் மிர்ஜா ஹாலிப் (1797 — 1869) வாழ்ந்தார். 1857 நிகழ்வுகளை நமக்காகப் பதிவு செய்துள்ளார்.
8. உமர் ஷரிப் என்பவர் பாகிஸ்தான் ஸ்டேண்ட்—அப் நகைச்சுவைக் கலைஞர். நாடக, திரைப்பட, தொலக்காட்சி நடிகர், எழுத்தாளர், இயக்குனர் மற்றும் தயாரிப்பாளர். அவரது பக்ரா கிஸ்டூன் பர் வரை மேடை நாடக மொழி கவித்துவம் கொண்டதாக இருந்தது. அதன்பிறகுதான் தீவிர நகைச்சுவைத் தன்மை அடைந்தது. இந்தியாவின் மிகப் பிரம்மாண்ட நகைசுவைக்காட்சிப் போட்டி நடுவராக ஷரிப் அழைக்கப்பட்டார்.
9. இவை 1984 நவம்பர் 1க்கும் 3க்கும் இடைப்பட்ட மூன்று நாட்களாக இருக்க வேண்டும். ஏனென்றால், அப்போதுதான் பிரதமர் இந்திரா காந்தி படுகொலையைத் (1984 அக்டோபர் 31)தொடர்ந்து டெல்லியில் சீக்கிய சமுதாயத்தினருக்கு எதிரான வன்முறை கட்டவிழ்த்து விடப்பட்டது. பிரதமரின் சீக்கிய மெய்க்காப்பாளர் ஒருவரால் அவர் சுடப்பட்டார். அதனால் காங்கிரஸ் குண்டர்கள் சீக்கியர்களை வேட்டையாடினர். 2,000க்கும் அதிகமான சீக்கியர்கள் கொல்லப்பட்டனர். அவர்களது சொத்துக்கள் சூறையாடப்பட்டது.
10. இந்து—முஸ்லீம் கலவரங்களையொட்டி டெல்லியில் தொடர்ந்து ஊரடங்கு அமல்படுத்தப்பட்டது. 1986, 87 கலவரங்களில் ஏராளமானவர்கள் கொல்லப் பட்டனர்.
11. குவாமி அவாஸ் — ஜவஹர்லால் நேரு அவர்களால் 1936ல் தொடங்கப்பட்ட உருது நாளிதழ் ஆகும். மதச்சார்பின்மை மாண்புகளை வளர்க்க இதனை

நேரு தொடங்கினார். இது 2008ல் மூடப்பட்டு விட்டது.

12. *1986 பிப்ரவரி 14 அன்று பழைய டெல்லியில் நடந்த துப்பாக்கிச் சூட்டினை ஆமிர் குறிப்பிடுகிறார்.* ஜும்மா மசூதியில் வழிபாட்டினை முடித்துக்கொண்டு 100,000க்கும் அதிகமான மக்கள் திரும்பிக்கொண்டிருந்தனர். இசுலாமிய தொண்டர்கள் நின்று அவர்களை முறைப்படுத்தி அனுப்பிக்கொண்டிருந்தனர். அப்போது திடீரென போலீஸ் துப்பாக்கி சூடு நடத்தியது. இதில் இரண்டுபேர் கொல்லப்பட்டனர். *See Terror in the Walled City: An Investigation into Police Firing on Febraury 14 and Subsequent Developments, New Delhi: PUCL, March 1986.*

13. காவல் படைகளில் இசுலாமியர்கள் விகிதம் மக்கள்தொகை விகிதத்துக்குக் குறைவாக இருப்பதே இந்தியாவில் நிறுவனமயப்படுத்தப்பட்ட வன்முறைகள் அதிகரிக்கக் காரணம் என்றும் அந்த சமுதாயத்தின் அடிப்படை மனித உரிமைகள்கூட மீறப்படுவதற்கு காரணம் என்றும் சச்சார் கமிட்டி அறிக்கை கூறுகிறது.

14. ரிஷி கபூர் பாலிவுட் நடிகர். அவர் மனைவி நீத்து சிங்.

2
தொழில்முறையற்ற உளவாளி

"மாட்டினால் நேராக பாகிஸ்தான் ஜெயில்தான் என்பதை நினைத்த உடனேயே கழியத் தொடங்கினேன். பாதுகாப்பாக உடனடியாக அக்காள் வீட்டுக்கே திரும்பி வந்து விட்டேன். உளவு வேலையில் ஈடுபடுவதற்கான துணிச்சல் என்னிடம் இல்லை என்பதை உணர்ந்தேன். உண்மையில் உளவு மற்றும் ஜேம்ஸ்பாண்ட் கதைகள்கூட நான் வாசித்ததில்லை."

நான் இருபது வயதை நெருங்கிக்கொண்டிருந்த போது, கராச்சியில் உள்ள ஜானாபாவைப் (ஷமன் ஆரா) போய்ப் பார்க்கச் சரியான நேரமிது என்று அப்புவும் ஆம்மியும் முடிவு செய்தார்கள். என்னை நானே கவனித்துக் கொள்ளும் அளவுக்கு வயது வந்துவிட்டது எனக்கு. எனது விசாவைப் பெறுவதற்கான ஏற்பாடுகள் எனக்கு மிகவும் கிளர்ச்சியை அளித்தன. குறிப்பாக லாகூர், கராச்சி சாலை களில் விரையும் பெரிய, பெரிய வெளிநாட்டுக் கார்களைப் பார்க்க ஆர்வம் கிளர்த்தியது.

பாகிஸ்தான் போவது என்ற விஷயம் ஒன்றே எனக்கு கிளர்ச்சியேற்படுத்தப் போதுமானதாக இருந்தது. ஆனால், எங்கள் அக்கம் பக்கத்தில் இருப்பவர்களுக்கு அது ஒரு சாதாரண நடை முறை. பக்கத்து வீட்டில் வசிப்பவர்கள், உறவினர்கள், குடும்பத்தினர், நண்பர்கள் தொடர்ந்து எல்லையைக் கடந்து சென்று தங் களுக்குப் பிரியமானவர்கள், தெரிந்தவர்களைச் சந்தித்து வந்தனர். முன்பெல்லாம், பாகிஸ்தான்

பற்றிய பேச்சுகள் எங்கள் பகுதியின் அன்றாடப் பேச்சுகளில் ஒரு அங்கமாகவே இருந்தது. இப்போதெல்லாம், பாகிஸ்தானில் உறவினர் உள்ளனர் என்று சொல்லும் துணிச்சல்கூட யாருக்கும் இல்லை.

எனது மூத்த சகோதரி மட்டுமல்லாமல் எனது மூத்த சகோதரர் யாஹியா ஹானும் பாகிஸ்தானில் இருப்பது குறித்து இதுவரை குறிப்பிடாததற்கு இதுதான் காரணம்: அவரும் ஷமன் ஆரா திருமணத்தையொட்டிதான் பாகிஸ்தான் சென்றார். அங்கேயே திருமணம் செய்துகொண்டு செட்டில் ஆகிவிட்டார். ஆனால், தமது கடைசிக் காலத்தில் தன்னைக் கவனித்துக்கொள்வார் என்று தனது மூத்த மகன்மீது பெரும் நம்பிக்கை வைத்திருந்ததால் அப்புவும் ஆம்மியும் மிகவும் மன அளவில் காயப்பட்டனர். அவர் மீது சொல்லமுடியாத கோபமும் ஆத்திரமும் அவர்களுக்கு இருந்தது. அதனால் அவருடனான அனைத்துத் தொடர்பு களையும் துண்டித்தனர். எங்கள் வீட்டில் அவரது பெயர் ஒரு தடவைகூட உச்சரிக்கப்பட்டதில்லை. எனக்கு அவரது முகம்கூட மறந்துவிட்டது. ஜானாபா கராச்சியில் இருந்து தொலைபேசியில் பேசும்போதுகூட மறந்தும் அவர் பெயரை உச்சரித்ததில்லை. அவரைப் பற்றிய மிகவும் மங்கலான நினைவுகள் மட்டுமே எனக்கு உள்ளது. இப்போது அவர் எங்கிருக்கிறார், என்ன செய்கிறார் என்பது பற்றி எனக்கு எதுவும் தெரியாது. எங்கள் குடும்பத்தைப் பொறுத்தவரை அவர் மவுத் ஆகிவிட்டார்.

எனது பயணம் குறித்து முடிவானதும் அதற்கும் நான்கு, ஐந்து மாதங்களுக்கு முன்னரே விசாவுக்கு விண்ணப்பித்தேன். பாகிஸ்தான் ஹைகமிஷன் விசா வழங்குவதற்கு நீண்டநாள் எடுத்துக்கொள்கிறது. பாகிஸ்தான் செல்லவிரும்பும் நபரின் அனைத்து விவரங்களையும், எதற்காகப் பயணம் செய்கிறார்கள் என்ற காரணத்தையும் துருவித்துருவி விசாரிக்கிறது. நான் அனைத்து விவரங்களையும் பூர்த்திசெய்து கராச்சி செல்லமட்டும் விசா விண்ணப்பிதேன். ஆனால், லாகூர் பார்க்கவும் எனக்கு மிகவும் ஆசை. ஆனால், ஒவ்வொரு ஊருக்கும் தனித்தனி விசா கொடுத்தனர்.

நவம்பர் மாதத்தின் பிரகாசமான நாள் ஒன்றில் பாகிஸ்தான் ஹைகமிஷனிடமிருந்து எனது கடவுச்சீட்டு, விசா இரண்டையும் பெற்றேன். கராச்சி நகரம் எப்படி இருக்கும் என்று ஓராயிரம் தடவைகள் கற்பனைசெய்து பார்த்தும் தோற்றுப்போனேன்.

உண்மையிலேயே கிளர்ச்சிக்குள்ளாக்கப் பட்டேன். எனது பயண ஆவணங்கள் எந்தவித பிரச்சனையுமின்றி எனக்குக் கிடைத்தன. ஹைகமிஷன் அலுவலகத்திலிருந்து வீடுதிரும்ப, பஸ்நிறுத்தம் நோக்கி நடந்து கொண்டிருந்தபோதுதான் ஒரு நபர் வலியவந்து என்னிடம் பேசினான். தனது பெயர் குப்தாஜி என்றும் இந்திய உளவுத்துறையில்[1] இருந்து வருவதாகவும் அறிமுகப்படுத்திக் கொண்டான். ஆனால், அவனது அடையாள அட்டையைக் காட்டும்படி நான் கேட்கவில்லை. கேட்கவேண்டும் என்ற சிந்தனைகூட எனக்கு வரவில்லை.

தீன்மூர்த்தி கோலரங்கம் அருகிலுள்ள தேனீர் நிலையம்வரை வரமுடியுமா என்று கேட்டான். அங்கு எனக்கு ஒரு குளிர்பானம் தருவித்தான். என்னிடமிருந்த விசா ஆவணங்களைக் கேட்டான். எனது நாட்டுக்காக ஏதாவது செய்ய விருப்பமா என்றான். எனது குடும்பத்துக்கு முழு பாதுகாப்பு கொடுக்கப்படும் என்றும் எனது பணி முடிந்ததும் பணமும் தரப்படும் என்றும் கூறினான். நான் எதனை ஒப்புக்கொள்கிறேன் என்பதைப் புரியாத அறியாமையுடனேயே நான் என் நாட்டுக்குச் சேவை செய்வதில் விருப்பமாக இருக்கிறேன் என்று ஒப்புதலளித்தேன். அவன் எனது முகவரியைக் குறித்துக்கொண்டு சில நாட்களில் தொடர்பு கொள்வதாக உறுதி கூறினான்.

சில நாட்களுக்குப் பின்னர், குப்தாஜி எனது வீட்டுக்கு வந்தான். இம்முறை அவனுடன் அவனைவிட உயரமான இன்னொருவனும் உடன் வந்தான். அவன் குப்தாஜியை 'ஐயா' என்று அழைத்தான். ஒரு குளிர்பான நிலையத்துக்கு நடந்து சென்றோம். ஆசாத் சந்தையைக் கடக்கும்போது எனது வேலை என்ன என்பதை விளக்கினான். கராச்சியில் ஷா ஃபைசல் சாலையில் உள்ள கடற்படை தலைமையகத்தைப் புகைப்படம் எடுக்க வேண்டும் என்றான். பயன்படுத்தப்படும் வாகனங்கள், விளம்பரபோர்டுகள், மற்றும் சில விஷயங்களையும் புகைப் படம் எடுத்துத்தர விரும்பினான்.

குப்தாஜியுடன் வந்த நபர் இந்த முடிவை நான் யாருடைய வற்புத்தலுமின்றி என் சுயசிந்தனையின்படி எடுக்க வேண்டு மென்றும் இந்த வேலையை நிறைவுசெய்துவிட்டால் எனது குடும் பத்துக்கு முழுப்பாதுகாப்பு, காவல் மற்றும் நிதிஉதவி தரப்படும் என்றும் உறுதி கூறினான். பின்னர் எனது தனிநபர் தகவல்கள், கராச்சியில் எனது அக்காள் வீட்டு முகவரி, தொலைபேசிஎண்

ஆகிய தகவல்களைக் குறித்துக்கொண்டான்.

1997 டிசம்பர் 12 அன்று, பாகிஸ்தான் செல்லும் சம்ஜௌதா எக்ஸ்பிரஸ்[2] ரயிலைப்பிடிக்க பழையடெல்லி ரயில் நிலையத்தில் இருந்தபோது குப்தாஜி மீண்டும் வந்தான். இப்போது ஒரு காமிரா, அவனது பேஜர்நம்பர் (அப்போது அலைபேசி புழக்கத்துக்கு வரவில்லை), மற்றும் ரூபாய் ஐயாயிரம் ரொக்கம் ஆகியவற்றை என்னிடம் கொடுத்து, சௌத்திரி என்ற நபர் அங்கே என்னைச் சந்திப்பான் என்றும் அப்போது அவன் தரும் சில ஆவணங்களை நான் வாங்கி இங்கே கொண்டுவர வேண்டும் என்றும் கூறினான்.

நான் ஒன்றும் தெரியாத அப்பாவியாகவும் எனக்கு நானே என்ன செய்துகொண்டிருக்கிறேன் என்பதைப் புரிய முடியாதவனாகவும் இருந்ததாக நினைக்கிறேன். ஆனால், அந்த தருணத்தில், ஆபா, பாய் சாஹேப் ஆகியோரைச் சந்திக்கப்போகும் கிளர்ச்சியிலும் விடுமுறையை புதிய இடத்தில் கழிக்கப்போகும் ஆர்வத்திலும் மட்டுமே திளைத்திருந்தேன். ரயில் நிலையத்தில் பெரும் கூட்டமாயிருந்தது. அங்கு பயணிகளாக வந்திருந்தவர்களைவிட தங்கள் உறவினர்களை வழியனுப்ப வந்த கூட்டம்தான் அதிகமாக இருந்ததாக நான் நினைத்தேன். மக்கள் ஏராளமான சுமைகளைத் தங்களுடன் கொண்டுவந்திருந்தனர்.

பலர் வியாபார நோக்கில் பாகிஸ்தான் சென்றனர். உதாரண மாக, சிலர் ஹெல்மட்டுகள் எடுத்துச் சென்றனர். இங்கு 500 ரூபாய்க்கு வாங்கிச்சென்றால் அங்கு 5000 ரூபாய் வரை கிடைக்கும். அதேபோல, தாம்பூல வெற்றிலையும் அங்கு கிராக்கி. அதனால் அங்கு விற்பதற்காக ஏராளமான வெற்றிலை, வாசனைப் பாக்குகளை எடுத்துச் சென்றனர். நானும் ஒரு சிறிய கூடை நிறைய வாசனைப் பாக்குகளை எனது மாமாவுக்காக எடுத்துச் சென்றேன். அதோடு எனது அக்காள், மாமா மற்றும் குழந்தைகளுக்காக வேறு பரிசுப்பொருள்களும் ஏராளமாக வைத்திருந்தேன்.

நிலையத்திலிருந்து ரயில் புறப்படும்போது இரவு ஒன்பது மணி இருக்கும், அது அட்டாரியை அடையும்போது விடிந்துகொண்டி ருந்தது. அப்போது பனிமூட்டமாக இருந்தது. டீக்கடைகள்கூட இன்னமும் திறக்கவில்லை. நாங்கள் ரயில் உள்ளேயே உட்கார்ந் திருந்தோம். அங்குதான் கொஞ்சம் கதகதப்பாக இருந்தது.

சூரியன் நன்றாக வெளியே வந்தபிறகுதான் ரயிலைவிட்டு இறங்கி, பிளாட்பாரத்தில் உள்ள பெஞ்சுகளில் அமர்ந்தோம். நடைமேடைகள் சுத்தமாக இருந்தன. காலை பத்துமணிக்குத்தான் சுங்கத்துறை அதிகாரிகள் வந்தனர். நாங்கள் வரிசையில் நின்றோம். அதிக சுமைகள் வைத்திருந்தவர்கள் கூலிகளை அமர்த்திக்கொண்டனர். எனது சுமையை என்னால் சுமக்க முடியும் என்பதால் கூலி வைத்து பணத்தைச் செலவளிக்க விரும்பவில்லை. சுங்க அதிகாரிகள் எனது பொருட்களை பரிசோதித்துவிட்டு எனது பாஸ்போர்ட்டில் முத்திரை குத்தினர். ஆனாலும், அனைத்து பயணிகளுக்கும் பரிசோதனைகள் முடியும்வரை நான் காத்திருக்க வேண்டும். எங்களது அடுத்த ரயில் வருவதற்குள் மாலையாகிவிட்டது. நான் ரொம்ப அசதியாக இருந்தேன். இதைவிட, பேருந்துப் பயணம் சுலபமாக இருக்கும் என்று நினைத்தேன். நாங்கள் அனைவரும் ஏறிய பின்னர் ரயில் புறப்படத் தொடங்கியது. ஜன்னலுக்கு வெளியே குதிரைகளின் குளம்பொலிச் சத்தம் கேட்டது. பார்த்தால் அக்குதிரைகளின்மீது எல்லைப் பாதுகாப்புப் படைகள் துப்பாக்கிமுனையை எங்கள் ரயிலை நோக்கிப் பிடித்தபடி வந்துகொண்டிருந்தன. பன்னாட்டு எல்லைக்கோடை நெருங்கிக் கொண்டிருந்தோம். வித்தியாசமான உணர்ச்சியை உணர்ந்தேன். கொஞ்சம் பதற்றமும் இருந்தது. எனது சிந்தனை: இதெல்லாம் எதற்காக இருக்கும்?

ரயிலில் இருந்த ஒவ்வொருவர் உணர்வும் இப்படித்தான் இருந்ததாக நினைத்தேன். ஏனென்றால், அனைவருமே கழுத்தைத் தூக்கி ரயிலின் ஜன்னலுக்கு வெளியே பார்த்தவாறே இருந்தனர். ரயில் பெட்டிகளின் கதவுகள் அனைத்தும் மூடப்பட்டிருந்தன. அதனால் கதவில் தொங்கிக்கொண்டு பயணிக்க வாய்ப்பில்லை. ஒவ்வொரு ஜன்னலிலும் குறைந்தது நான்கு பேராவது இருக்க வேண்டும். நானும் ஜன்னலுக்கு வெளியே பார்த்தேன். வெளியே கண்காணிப்பு கோபுரங்கள் மீது பிஎஸ்.எப் வீரர்கள் தங்கள் துப்பாக்கிகளை அசைத்துக்கொண்டிருந்தனர்.

பசும் வயல்கள் கம்பிவலைகளால் தடுப்பிடப்பட்டிருந்ததைக் கடந்தோம். அங்கே கருப்பு நுழைவாயில் மூடப்பட்டிருந்தது. எல்லையில் ரயில் நின்றது. நமது ராணுவத்தினர் அனைத்தையும் பரிசோதித்தனர். பின்னர் கருப்பு நுழைவாயில் திறந்தது.

பாகிஸ்தானுக்குள் நுழைந்தோம். இப்போது அவர்களின்

ராணுவத்தினர் எங்களைக் கண்காணித்தவாறு தொடர்ந்தனர். பாகிஸ்தானுக்குள் எங்களை வரவேற்கும் பெரிய பதாகை இருந்தது. வாகா ரயில் நிலையத்தை அடைந்தோம்.³ விளம்பரப் பலகைகள் உருதுவில் இருந்தன. கூலிகள் வித்தியாசமான வண்ணச் சீருடைகள் அணிந்திருந்தனர். படைவீரர்களும் வித்தியாசமான ஆயுதங்களை ஏந்தியிருந்தனர். கூலிகள் பஞ்சாபி மொழி பேசினர். மிகக்குறைந்த தொலைவுக்குள் முற்றிலும் மாறுபட்ட ஓர் உலகுக்குள் வந்துவிட்டதுபோல உணர்ந்தேன். கடவுச்சீட்டுடன் வித்தியாசமான நாட்டில் இருந்தேன். பயணிகள் டிராலியில் தங்கள் சுமைகளை வைத்துத் தள்ளியபடி சென்றனர். இந்திய, பாகிஸ்தான் கடவுச்சீட்டு வைத்திருப்பவர்கள் தனித்தனி வரிசைகளில் நிற்க வேண்டும் என்று என்னிடம் கூறியது கேட்டது. இங்கு நடை முறைகளும் பரிசோதனைகளும் மிகவும் கண்டிப்பானவை என்று ஆம்மி பல ஆண்டுகளாக சொல்லிவந்தது நினைவுக்கு வந்தது. பாகிஸ்தானில் உருது பேசும் மக்களுக்கு மரியாதை கிடையாது என்பதையும் சொல்லியுள்ளார்.⁴

எனது பொருட்கள் சோதனையிடப்பட்ட பிறகு கராச்சி செல்ல எனக்கு டிக்கட் வழங்கப்பட்டது. கராச்சிக்கு மட்டும் தான் எனக்கு விசா இருக்கிறது என்பதால் நான் எங்கும் வெளியே சென்று சுற்றிப்பார்க்க முடியாது. அதனால் ரயில் நிலையத்துக்குள் நடைமேடைகளில்தான் சுற்றிவர வேண்டும். ஆனால், காத்திருப்பு அறைகள் உட்பட எங்கு பார்த்தாலும் ஜனக்கூட்டம் அலைமோதியது. ஒரு பெஞ்சில் உட்கார்ந்து கராச்சி ரயிலுக்காக மாலைவரை காத்திருந்தேன்.

சிலவழிகளில் மக்கள் புழக்கத்தில் பல விஷயங்கள் நன்கு அறியப்பட்டவையாக இருந்தன. மக்களின் உடைகள், உணவுகள் பழக்கமானவை. சமோசாக்கள், ஜிலேபிகள், பழங்கள் விற்கப் பட்டன. ஆனால், ஒவ்வொருவரும் உருது மொழி பேசாமல் பஞ் சாபி மொழி மட்டும் பேசியது எனக்கு ஆச்சரியமாக இருந்தது.

எனது ரயில் கராச்சி அடைய மாலை கருக்கத் தொடங்கிவிடும். இங்கிருந்து பயணம் 20முதல் 22 மணிநேரம் என்பது எனக்கு நன்றாகத் தெரியும். இதனால் எனது இருக்கையை வசதியாக ஆக்கிக்கொள்வதில் கவனமாக இருந்தேன். நமது ரயில்கள்போல இங்குள்ள ரயில்கள் வசதியாக இல்லை. ரயில் இருக்கைகளின் முதுகில் குஷன் குறைவாக இருந்தது. இதனால் சாய்வது முதுகில் வலி ஏற்படுத்துவதாக இருந்தது. இது சற்று அவதியாக

இருந்தது.

காலையில் ஜன்னல் ஓரத்தில் உட்கார்ந்தேன். விரைந்து செல்லும் வயல்களையும் மரங்களையும் வீடுகளையும் பார்த்தபடி இருந்தேன். அவை மிகவும் பழக்கப்பட்டதைப் போன்றே இருந்தன. நமது ரயில்களில் கூவுவதுபோல இங்கும் சாயாவாலாக்கள் கூவினார்கள். ஆனால், ஆண்கள் குர்தா — பைஜாமாவுக்குப் பதிலாக கம்மீஸ் — சல்வார் அணிந்திருந்தனர். பகலில் மக்கள் பேசியமொழி மாறியதைக் கவனித்தேன். இப்போது அவர்கள் சிந்தி மொழி பேசினார்கள். உடை ஒரே மாதிரிதான் இருந்தது. ஆனால், சிந்தி தொப்பி அணிந்திருந்தனர். பின்னர், மணற்பாங்கான வெளியைக்கடந்தோம். ஒரு பாலைவனத்தினைப் பார்த்துக்கொண்டிருக்கிறேன் என்பதை உணர்ந்தேன். நடைமேடைகளில், குருமா, ரொட்டி, பிரியாணி ஆகிய புலால் உணவுகள் விற்கப்பட்டன. இந்தியாவில் இது மாதிரி விற்பதைக் காண்பது அரிதுதான்.

இரவுதான் கராச்சியை அடைந்தோம். நான் நடைமேடையில் இறங்கியதுமே ஜானாபாவும் பாய் மாமாவும் தூரத்தில் வருவதைப் பார்த்து விட்டேன். ஆபா நன்றாக எடை போட்டு, உடல் பெருத்திருந்தார். அதோடு நான் நினைத்ததைவிட அதிக வயதானவர்போலத் தோற்றமளித்தார். இவ்வளவு ஆண்டுகள் கழித்து அவரைச் சந்தித்தது எனக்கு என்னவோபோல இருந்தது. ஆபா என்னை நன்றாக இறுக்கமாகக் கட்டிப்பிடித்துக் கொண்டார். பிடியை விடாமல் அழுதுகொண்டிருந்தார். பாய் சாஹேப் எனது சுமையை எடுத்துக்கொண்டார். ஒரு வாடகைக் கார் பிடித்துத்தான் செல்லப்போகிறோம் என நினைத்தேன், ஆனால், அவர்களுக்கே சொந்தமாக டொயோட்டா கார் வைத்திருந்தனர். எனது அக்காளின் சொந்த வாகனத்தில் பயணித்தது அபூர்வமான தருணங்களாகும்.

அது 20—25 நிமிடப் பயணம்தான். அப்போது இரவாக இருந்தாலும்கூட சந்தை சுறுசுறுப்பாக இருந்தது, கடைகள் ஒளியூட்டப்பட்டிருந்தன. இத்தனை அகல, அகல சாலைகளைக் காண்பதும் அதில் நான் இதுவரை பார்த்தேயறியாத இறக்குமதி வாகனங்கள் விரைவதும் எனக்குத் திகைப்பாகத்தான் இருந்தது. போக்குவரத்து அதிகமாகவும் கட்டிடங்கள் மிக உயரமாகவும் இருந்தன. இத்தனை உயரக் கட்டிடங்களை பழைய டெல்லியில் நான் கண்டதேயில்லை.[5] பழைய டெல்லியில் குறுகிய சந்து,

பொந்துகளும் அறுந்து விழுவதுபோல் தொங்கும் மின்சார வயர்களுமாகக் காணப்படும். பழைய டெல்லிக்கு மாறானதாக அது இருந்தது.

ஒரு கட்டிடத்தின் ஆறு அல்லது ஏழாவது மாடியில் ஒரு பெரிய மூன்று —படுக்கையறைகள் கொண்ட வீட்டில் ஜானாபா வசித்தார். அந்த வீட்டுக்குள் நுழைந்த முதல் நொடியில் நான் கவனித்தது ஒரு பெரிய வெள்ளை ஊஞ்சல் நடுநாயகமாகத் தொங்கிக் கொண்டிருந்ததைத்தான். அவர்கள் வீட்டில் குளிர்சாதன வசதிகூட இருந்தது. அந்த வீட்டின் தரையில் பதிக்கப்பட்டிருந்த டைல்ஸ், அங்கிருந்த அழகான நாற்காலி உள்ளிட்ட பிரம்மாண்ட மரச்சாமான்கள் மட்டுமில்லாமல் சுவரில் அழகான ரோஜாமலர்களால் தீட்டப்பட்ட சித்திரத்தையும் கவனித்தேன். ஆனால், அது ஓவியமல்ல. சுவர்த்தாள் என்று அழைக்கத்தக்க வால்பேப்பர் ஆகும். எனது அக்காள் கணவர் அதைத்தான் மொத்த வியாபாரம் செய்துவந்தார். பார்க்கப் பார்க்கப் பரவச மூட்டக்கூடிய பல அபூர்வமான பொருட்கள் அங்கு இருந்தன. ஆனால் அத்தனையையும் என்னால் கவனிக்க முடியவில்லை. காரணம், என்னைச் சுற்றி ஜானாபாவின் குழந்தைகள் ஏழுபேர் 'மாமா... மாமா...' என்று மொய்த்துவிட்டனர். அவர்களோடு பேசிப் பேசி மாயவில்லை. இந்தியாவிலிருந்து அவர்களுக்காக என்னவெல்லாம் கொண்டுவந்திருக்கிறேன் என்பதை உடனடியாகத் தெரிந்துகொள்ள விரும்பினார்கள். அதைத் தெரிந்துகொள்ள அக்குழந்தைகளின் முகங்களில் அவ்வளவு ஆர்வம் தெரிந்தது. மருமகள்கள், மருமகன்களுடன் விளையாடிக்கொண்டிருப்பதில் எனக்கும் அவ்வளவு மகிழ்ச்சி. இவ்வளவுக்கும் நான் பயணக்களைப்பால் அடித்துப்போட்டது போல சோர்வாக இருந்தேன். ஆனால், அக் குழந்தைகளால் எல்லா சோர்வும் நீங்கியது. எங்கள் ஜானாபா சீக்கிரமாகவே இரவு உணவைத் தயாரித்து விட்டார். எனக்காக காராச்சி சிறப்பு உணவுவகைகளைத் தயாரித்திருந்தார். அது, கல்லீரல் மற்றும் சிறுநீரகம் ஆகியவற்றால் தயாரிக்கப்பட்ட 'கட்டாகட்' ஆகும். அது அற்புதமாக இருந்தது.[6]

அதை ஒரு பிடி பிடிக்க விரும்பினாலும் என்னால் முடியவில்லை. சோர்வுதான் காரணம். மேலும் உணர்ச்சிக் கொந்தளிப்புக்கு ஆட்பட்டிருந்தேன். பயணத்தில் ஏற்பட்ட பதற்றம் மற்றும் ஜானாபா, அவரது குடும்பத்தாரைச் சந்தித்த மகிழ்ச்சி. உண்மையில் உடனடியாகப் படுக்கைக்குச் செல்ல

விரும்பினேன். ஆனால், குழந்தைகள் இன்னமும் தூங்காமல் நான் என்னவெல்லாம் வாங்கிவந்திருக்கிறேன் என்பதைத் தெரிந்துகொள்ள ஆவலாக இருந்தனர். பாய் சாஹேப்புக்காக பான், நறுமண எண்ணெய் வாங்கி வந்திருந்தேன். குழந்தை களுக்காக சிறப்புமிகுந்த மாம்பழ இனிப்பு மற்றும் பிற இனிப்புப் பண்டங்கள், அக்காளுக்கு மெகந்தி, கைத் தையல் பூ வேலைப்பாடுகள் அமைந்த குர்தாக்கள் கொண்டுவந்திருந்தேன். தவிர ஒவ்வொருவருக்குமான தேங்காய் பண்டங்கள்.

இருந்தாலும், என்னுடைய கராச்சி பயணத்தின் சிறப்பு அம்சம், கடல் பார்த்தல்தான். முதன்முதலாக எனது கண்கள் அங்குதான் கடல் தரிசனம் அடைந்தன. பாய் சாஹேப் காரை நிறுத்திவிட்டு வந்ததும் நாங்கள் தண்ணீரை நோக்கி நடந்ததும் நினைவுக்கு வருகிறது. கண்கள் குத்திட்டுநிற்க நாங்கள் நடந்து கொண்டே இருந்தோம். என் கண்கள் விரிய, விரிய தண்ணீர் பரப்பும் எல்லையில்லாமல் விரிந்துகொண்டே இருந்தது. அலைகளின் இயக்கமும் வசீகரித்தது. நாங்கள் அலைகளை நோக்கி முன்னேறினோம். செருப்புகளைக் கழட்டிவிட்டு வெறும்காலுடன் நடந்தோம். மணல் ஈரமாக இருந்தது. உறுமும் கடல் என்முன் பயமுறுத்தியது. முதல் அலை என் கால்களில் மோதிவிட்டுச் சென்றது. எனது பாதங்களின் கீழிருந்த கடல் மணல் இழுத்துச் செல்லப்படுவதை என் கால்களுக்குக்கீழ் பூமி நழுவுவதைப்போல் உணர்ந்தேன். ஆனாலும், அது வேடிக்கை தான். இருந்தாலும் பயமாக இருந்தது. ஒரு பக்கத்தில் ஜானாபா கைகளையும் மறுபக்கத்தில் எனது மருமகனின் கைகளையும் இறுக்கமாகப் பிடித்துக்கொண்டேன். என் கால்களுக்குக் கீழ் மண் இழுத்துச்செல்லப்பட்டால் கீழே விழுந்து அலை இழுத்துச் சென்றுவிடும் என்று பயந்தேன்.

ஆனால், கொஞ்சம், கொஞ்சமாக பயத்தை வென்றேன். இன்னும், இன்னும் ஆழத்துள் நடந்தேன். இப்போது முழங்கால் அளவு கடலில் நின்றேன். ஆனாலும், ஜானாபாவின் கைகளையும் மருமகன்களின் கைகளையும் இறுக்கமாகப் பிடித்த பிடியை விடவில்லை. குழந்தைகளுக்கும் கடலில் விளையாடுவது பிடித் திருந்தது. இதனால் அன்றைய நாள் இன்பமாகக் கழிந்தது.

தூரத்தில் கப்பல்கள் நங்கூரமிட்டு இருப்பதைப் பார்த்தேன். கடலில் நீண்டதூரம் பயணம் செய்ய விரும்பினேன். உடனேயே, மாமா எனது ஆசையை நிறைவேற்றினார். ஒரு படகை நாள்

முழுவதற்கும் வாடகைக்கு எடுத்தார். மொத்தக் குடும்பமும் படகில் இருந்தோம். ஆனால், பொதுவாக ஜானாபா இதுபோல படகில் பயணிப்பதில்லை என்றார்கள். படகு மோதிவிடும் என்ற பயம் அவருக்கு, அப்போது லைப்ஃப்—ஜாக்கெட்டை எப்படிப் பயன்படுத்துவது எனத் தெரியாது என்றார்.

நாங்கள் பெரிய கப்பல்களைக் கடந்து சென்றோம். இதுபோன்ற காட்சி, அமிதாப்பச்சன் நடித்த ‘கூலி’ படத்தில் பார்த்தது நினைவுக்கு வந்தது. ஒரு பெரியகப்பலில் மாட்டிக் கொள்ளும் ‘ஹஜ்’ பயணிகளை மீட்க படகில் செல்வார். தள்ளாடிக்கொண்டிருந்த அக்கப்பலில் இருந்த கூட்டம் குய்யோ—முறையோ என்று கூச்சலிடும் காட்சி நன்றாக நினைவிலிருக்கிறது. இங்கே கடலில் கிழக்கு பக்கமாக நிற்கும் கப்பல்கள் இந்தியா செல்லும், மற்ற திசையில் நிற்கும் கப்பல்கள் சவுதி அரேபியா செல்லும் என்பதை ஜானாபா விளக்கினார்.

கடலில் தக்கைகள் மேலும் கீழுமாக அசைந்து கொண்டிருந் ததை, படகில் இருந்தபடியே கவனித்தேன். அது என்ன என்பதை மாமா விளக்கிக் கூறினார். மீன்பிடி தூண்டில்கள் எங்கள் எல்லோருக்கும் கொடுக்கப்பட்டிருந்தன. படகோட்டியிடம் பெரிய தூண்டில்கள் இருந்தன. அவர்கள் தூண்டில்கள் மூலம் மீன்கள் பிடித்தனர். அவை படகிலேயே வறுத்துத் தரப்பட்டன. இதுபோன்று புத்தம்புது மீன்களை இவ்வளவு சுவையுடன் நான் தின்றதேயில்லை.

வார நாட்களில் மாமாவுடன் அவரது கடைக்குச் சென்றேன். பஜார்களை நோட்டம் விடுவது எனக்குப் பிடித்தது. வழியில் தீன்தல்வார் நினைவுச்சின்னத்தைப் பார்த்தேன். பல தெருக்கள், மஹால்கள், பெரிய கட்டிடங்கள் இன்னமும் இந்து பெயரிலேயே அழைக்கப்பட்டது எனக்கு ஆச்சரியமாக இருந்தது. ஆனால், ஏனென்றே தெரியாமல் இது எனக்கு மகிழ்ச்சியை அளித்தது.

வாரநாட்கள் முழுவதும் மாமாவும் ஆபாவும் என்னை எங்காவது அழைத்துச் சென்று பல இடங்களைச் சுற்றிக்காட்டிக் கொண்டே இருந்தனர். கடற்கரை அல்லது மனோரா தீவுகளுக்குப் போவோம். ஒரு சமயம் கிளிஃப்டன் பூங்கா சென்றோம். அது டெல்லியில் இருக்கும் அப்புகார் போன்றது. அப்பு என்னை அழைத்துச் சென்றிருக்கிறார். ஆனால், இங்கு வித்தியாசமான பல விளையாட்டுகள் இருந்தன. எனக்கு மிகவும் பிடித்தது

கார்ராட்டினம் ஆகும். எண்ணெயில் ஜிலேபி சுற்றுவதுபோலச் சுற்றியது. எனது வாழ்க்கையில் முதல் தடவையாக வீடியோ கேம்ஸ் பார்த்தேன்.

ஒரு மாதம் முடிவதற்குள்ளேயே நோயில் விழுந்தேன். அக்காள் என்னை மருத்துவரிடம் அழைத்துச் சென்றார். அங்கு எனக்கு மஞ்சள் காமாலை என்பது கண்டுபிடிக்கப்பட்டது. இதனால் வீட்டிலேயே ஓய்வெடுக்க வேண்டியிருந்தது. இதில் ஒரு நல்ல விஷயம். இச்சந்தர்ப்பத்தால்தான் நானும் ஜானாபாவும் மனம் விட்டுப்பேச முடிந்தது. டெல்லியில் ஒவ்வொருவர் பற்றிய செய்திகளையும் அறிய ஆபா விரும்பினார். ஒவ்வொரு குடும்ப உறுப்பினர்கள் மற்றும் அவருக்குத் தெரிந்த அக்கம்பக்கத்தார் என அனைவர் பற்றியும் ஒருவர் விடாமல் விசாரித்தார். அப்போதுதான் எங்கள் ஜானாபா எவ்வளவு இழந்திருக்கிறார் என்பது எனக்குப் புரிந்தது. அதேசமயம் எங்களது வாழ்நிலை களில் காணப்படும் பெரிய வேறுபாடுகளையும் கண்டேன் — பழைய டெல்லியின் குறுகிய சந்துகளில் வாழ்வதன் பிரச்சனைகள் மற்றும் கராச்சியில் அவரும் அவரது குடும்பத்தாரும் வாழும் ஆடம்பர வாழ்க்கை.

தான் எம்க்யூஎம் கட்சி[7] ஆதாரவாளர் என்று மாமா கூறினார். எனக்கு உண்மையில் அதன் அரசியல் புரியவில்லை. ஆனால், பாகிஸ்தானில் உருதுபேசும் மக்கள் இரண்டாம் பட்சமாக நடத்தப்பட்டது ஆச்சரியமாக இருந்தது.

மஞ்சள்காமாலை தவிரவும் எனக்கு வயிற்றில் கடுமையான வலியும் இருந்தது. கராச்சி வருவதற்குச் சில மாதங்கள் முன்பும் இதேபோன்ற வலி வந்தது. டெல்லியில் மருத்துவரிடம் சென்றேன். கலர் எக்ஸ்ரே எடுக்கச் சொல்லி, சில மருந்துகளையும் பரிந் துரைத்தார். ஆனால், அப்புவும் ஆம்மியும் மூலிகை மருந்துகளை மட்டுமே பயன்படுத்திவந்தனர். மேற்கத்திய மருந்துகளால் ஏராளமான பக்கவிளைவுகள் வரும் என்றனர். அதனால் யுனானி மருந்துகள் எடுத்துக்கொண்டேன்.

கராச்சியிலேயே புகழ்பெற்ற மருத்துவர் ஹக்கிமிடம் மாமா என்னை அழைத்துச் சென்றார். எனது சிறுநீரகத்தில் கல் இருப்பதாகக்கூறி நீர் என்ற ஒரு மருந்தைப் பரிந்துரைத்தார். அத்துடன், நான் இந்தியா திரும்பியவுடன் எனது சொந்த ஊரான டெல்லியில் இந்த மருந்து எங்கே கிடைக்கும் என்பதையும்

கூறினார்.

நான் நன்றாக உணர்ந்த சமயத்தில் ஆபாவீட்டு லேண்ட்லைனுக்கு ஒரு தொலைபேசி வந்தது. அது குப்தாஜிதான், நான் அவனுக்கு உறுதி அளித்தபடி எனது வேலைகளை முடிப்பது குறித்து நினைவூட்டுவதற்காக அழைத்தான். ஒருநாள் வீட்டில் சமாளித்துவிட்டு, காமிரா மட்டும் எடுத்துக்கொண்டு நானாக வெளியே சென்றேன். ஷா ஃபைசல் ஸ்டேடியம் போய் கடற்படை தலைமையக இருக்குமிடம் நோக்கி நடந்தேன். அங்கிருந்த பாதுகாப்பு' ஏற்பாடுகளைப் பார்த்தபோது, கலவரமானேன். நான் மாட்டினால் நேராக பாகிஸ்தான் ஜெயில்தான் என்பதை நினைத்த உடனேயே கழியத் தொடங்கினேன். பாதுகாப்பாக உடனடியாக அக்காள் வீட்டுக்கே திரும்பி வந்து விட்டேன்.

உளவுவேலையில் ஈடுபடுவதற்கான துணிச்சல் என்னிடம் இல்லை என்பதை உணர்ந்தேன். உண்மையில் உளவு மற்றும் ஜேம்ஸ்பாண்ட் கதைகள் எதையும் நான் வாசித்ததில்லை. ஆனாலும், குப்தாஜியிடம் உறுதியளித்து விட்டதால், மீண்டும் ஒரு தடவை முயற்சி செய்தேன். புகைப்படம் எடுப்பதற்கான பாதுகாப்பான இடம் ஏதாவது இருக்குமா என்று பார்த்தேன். இப்போதும் காமிராவை வெளியில் எடுக்கவே பயமாக இருந்தது. இதுவரை காமிராவை யாருக்கும் தெரியாமல் ஒளித்து வைத்திருந்தேன். பார்த்தால் குடும்பத்தவரை புகைப்படம் எடுக்க வேண்டியிருக்கும். அப்போதெல்லாம் டிஜிட்டல் காமரா கிடையாது. பிலிம்தான். ஒரே பிலிம் ரோலில் குடும்பத்தினரும் இருந்தால் கராச்சியில் வெட்டி எடுப்பது கடினம் என்பதால் காமிரா இருப்பதையே யாருக்கும் சொல்லவில்லை.

எனக்கு இன்னும் ஒரு வேலையும் கொடுக்கப்பட்டிருந்தது. அது இதைவிடக் கொஞ்சம் எளிதாகத் தோன்றியது. சௌத்திரி என்ற நபரை சபீர் ஹோட்டலில் சந்திக்க வேண்டும். பிப்ரவரி 5 அன்று அந்த ஹோட்டலுக்குச் சென்றேன். சௌத்திரி என்னை எளிதாக அடையாளம் கண்டு கொண்டான். ஒரு சிறிய தோல்பை ஒன்றை என்னிடம் கொடுத்தன். என்னால் சரியாக நினைவுபடுத்த முடிந்தால் அது மஞ்சள் கலர் என்பேன். அதை எடுத்துவந்து எனது பையில் ஒளித்து வைத்தேன்.

இது பற்றியெல்லாம் குடும்பத்தில் யாரிடமும் மூச்சுகூட விடவில்லை. ஏனென்றால், இதனால் அவர்களுக்குத்

தேவையில்லாத பிரச்சனைகள்வரும் என்பது தெரியும். நான் திரும்பும்நேரம் வந்தது. 1988 பிப்ரவரி 11 ரயில் மூலம் கராச்சியில் இருந்து விடைபெற்றேன். மறுநாள் லாகூர் வந்தேன். எனது பெற்றோருக்காக ஆபாவும் மாமாவும் கொடுத்தனுப்பிய பரிசுப்பொருள்கள் அல்லாமல் நானும் ஆம்மிக்கும் அப்புவுக்கும் ஏராளமான பொருட்கள் வாங்கியிருந்தேன்.

இந்தியர்கள் லாகூருக்குச் செல்வதைப் பார்த்தேன். எனக்கும் லாகூர் செல்ல ஆசைதான். அங்குள்ள பத்ஷாஹி மசூதிக்குச் செல்லவும், மிகவும் பேசப்படும் அனார்கலி சந்தையைச் சுற்றிப் பார்க்கவும் ஏக்கமுண்டு. ஆனால், பயமாகவும் இருந்தது. வாகா ரயிலுக்குத்தான் டிக்கட் வாங்கியிருந்தேன். பிறகு சம்ஜௌதா எக்ஸ்பிரஸில் ஏறுவதற்கு முன்பாக பரிசோதனைகளை முடிக்க வரிசையில் நின்றேன். பரிசோதனைகள் நடப்பதைக் கவனமாகக் கவனித்தேன். பயணிகளின் பைகள், சூட்கேஸ்களில் இருந்த ஒவ்வொரு பொருளையும் வெளியேஎடுத்து பரிசோதிப்பதைப் பார்க்கும்போது எனக்கு ‘பக்பக்’ என்று அடித்தது. பரிசோதனை முழுமையாக இருந்தது. தோல்பையை மறைத்து வைப்பதற்கு எந்த மார்க்கமும் தோன்றவில்லை. அதைமட்டும் திறந்து பார்த்துவிட்டால், அவ்வளவுதான், தொலைந்தேன்.

அப்படியே வேர்வையில் நனைந்துவிட்டேன். பாகிஸ்தான் சிறையில் இருப்பதாகக் கற்பனை செய்து பார்த்தேன். குப்தாஜிக்கு அளித்த உறுதிமொழியும் நினைவுக்கு வந்தது. ஆனால், சுங்கச் சோதனைகளைத் தவிர்க்க ஒருவழியும் கிடையாது. எப்படியும் பிடிபட்டுவிடுவோம் என்ற பயம் அதிகரித்தது. நான் பீதியடைந்தேன். வரிசையின் கடைசிக்குச் சென்றேன். நடைமேடையின் கடைசியில் கழிவறைகள் இருப்பது தெரிந்தது. வேகமாக அதைநோக்கி நடந்தேன். தோல்பையை வெளியே எடுத்தேன். என் முழுப்பலத்தையும் திரட்டி அதைக் கழிப்பறைச் சுவருக்குமேல் தூக்கிவீசினேன். அது சுவரின் அந்தப்பக்கம் ‘தொப்’ என விழும் சத்தம் கேட்டது. நான் வீசியதை யாராவது பார்த்தார்களா, பைவிழும் சத்தம் யாருக்காவது கேட்டுவிட்டதா என்று நோட்டம் விட்டேன். யாரும் கவனித்ததாகத் தெரியவில்லை. ஆனாலும், எனது இதயம் படபடத்துக்கொண்டே இருந்தது. பயணிகள் வரிசையில் சேர்ந்துகொண்டேன். ஆனாலும், இன்னமும் எனது இதயப் படபடப்பு நிற்கவில்லை.

எனது முறை வந்தது, எனது சுமைகள் சோதிக்கப்பட்டன,

எனது கடவுச்சீட்டில் முத்திரை குத்தப்பட்டது. சுங்க அதிகாரிகள் சிறிதளவுகூட நட்புணர்வுடன் இல்லாததைக் கவனித்தேன். ரயிலில் அமர்ந்தேன். இதோ எனது ரயில் இன்னும் சில நொடிகளில் புறப்படப்போகிறது. ஆனால், இன்னமும் எனது இதயப்படபடப்பு நிற்கவில்லை. நான் ரயில் புறப்படுவதற்காக மட்டும் காத்திருந்தேன். பிற்பகலில்தான் ரயில் புறப்பட்டது. ரயில் தன்னை நிலையத்தில் இருந்து பிரித்துக்கொள்ள பெரும் பிரயத்தனம் செய்துகொண்டு புறப்பட்டது. ஆனால், எல்லையை அடையும் முன்பே ரயில் திடீரென்று நின்றது. எனக்கு இதயமே வாய் வழியாக வருவதுபோல இருந்தது. யாருக்கோ என்னைப் பற்றித் தெரிந்துவிட்டதால் என்னைப் பிடிப்பதற்காகத்தான் ரயிலை நிறுத்தியிருக்கிறார்கள் என்று நினைத்தேன். எல்லையைக் கடந்து, மூன்று கிலோமீட்டர் தொலைவிலுள்ள அட்டாரியை அடைந்தபிறகுதான் நிம்மதிப்பெருமூச்சு வந்தது. இப்போதுதான் ரயிலுக்குள் சுத்திமுத்திப் (சுற்றிலும்) பார்த்தேன். வித்தியாசமான உடை அணிந்த ஆண்களும் பெண்களுமாக இருந்தனர். அவர்கள் பாகிஸ்தானிலிருந்து வந்திருக்கிறார்கள். பெண்கள் டிசைனர் புர்கா அணிந்திருந்தனர். அனைவருமே சிறப்பாக உடை அணிந்திருந்தனர். ஏதோ சிறப்பான ஒரு நிகழ்வில் பங்கேற்க வந்தவர்கள் போல் தோன்றியது. அவர்களில் ஒருவரைக் கேட்டேவிட்டேன். அவர்கள் குவாடியனியர்கள் என்றும் இந்தியப் பகுதி பஞ்சாப் மாநிலத்தில் அவர்களின் நிறுவனர் பிறந்த இடத்தை வழிபடச்சென்று கொண்டிருப்பதாகவும் அந்த அம்மையார் கூறினார்.

1998 பிப்ரவரி 13 அன்று சொந்த வீட்டுக்கு வந்து சேர்ந்து, அப்பு, ஆம்மி கைகளில் பாதுகாப்பாக அடைக்கலாமானேன். அப்பு மீண்டும் அலகாபாத் பயணத்துக்குத் திட்டமிட்டுக் கொண்டிருந்தார். நான் வருவதற்காகத்தான் காத்திருந்திருக்கிறார். பரிசுப்பொருட்களை அக்கம் பக்கத்தில் இருப்பவர்களுக்கும் உறவினர்களுக்கும் வினியோகித்தேன். கராச்சியில் இருந்து வாங்கிவந்திருந்த மாசாலாப் பொருட்களை ஆம்மியிடம் கொடுத்தேன். இது கராச்சியில் நன்றாக இருக்கும் என்றும் கசகசா விலை குறைவு என்றும் அக்காள் வலியுறுத்திக் கூறி யிருந்தார். புர்கா, ஷாடோர் ஆகியவை அங்கு நன்றாக இருந் தன — தரம் ஒரே மாதிரிதான், ஆனால் டிசைன், வண்ணம் ஆகியவை பாகிஸ்தானில் பளிச்சென்று இருக்கும் என்று ஆலியா சொல்லியிருந்தார். இங்கிருந்து லக்னோ ஷிகான்

வேலைப்பாடமைந்த உடைகள், சாதர் பஜாரில் செயற்கை நகைகள், பான் வெற்றிலை ஆகிய பொருட்களை பாகிஸ்தான் உறவினர்கள் எதிர்பார்ப்பார்கள். ஆனால் என்னென்ன பொருட்களை நான் வாங்கிவந்திருந்தேன் என்பது மறந்துவிட்டது. ஆனால், அவற்றையெல்லாம் கொடுத்துவிட்டேன்.

மறுநாள் அப்பு தன் சொந்த கிராமத்துக்குப் புறப்பட்டுச் சென்றார்.

குறிப்புகள்

1. குப்தாஜியின் உண்மையான பெயர் என்னவென்பதோ அவர் எந்த உளவு அமைப்பைச் சேர்ந்தவர் என்பதோ ஆமிருக்குத் தெரியவில்லை. அவர் ஐ.பி என்று அழைக்கப்படும் இண்டலிஜென்ஸ் பீரோ அல்லது இந்தியாவின் வெளிநாட்டு உளவு அமைப்பான ரா ஆகிய உளவு அமைப்பைச் சேர்ந்தவராக இருக்கலாம். ஆனால், உளவு அமைப்புகளுக்கு தகவல் அறியும் உரிமைச் சட்டத்திலிருந்து விலக்கு அளிக்கப்பட்டுள்ளது. இத்தகைய நிறுவனங்கள் சட்டத்துக்கோ நீதிக்கோ பொறுப்பாக்கப்பட்டு எந்த ஏற்பாடும் செய்யப்படவில்லை.
2. சம்ஜௌதா — இந்தி, உருது இரண்டு மொழிகளுக்கும் பொதுவான பெயர். உடன்படிக்கை / உடன்பாடு / சமரசம் என்று பொருளாகும். இந்த ரயில் இந்தியாவில் அமிர்தசரசையும் பாகிஸ்தானில் லாகூரையும் இணைக்கிறது. இரண்டு நகரங்களுக்கும் இடையேயான தூரம் 42கி.மீ ஆகும். இந்த ரயில் நீண்டகாலம் ஓடியது. இரண்டு நாடுகளை இணைக்கும் ஒரே ரயில் இதுதான். 1971ல் செய்துகொள்ளப்பட்ட சிம்லா ஒப்பந்தத்தின் அடிப்படையில் 1976 முதல் இந்த ரயில் இயங்குகிறது.
3. 1980களின் இறுதிப் பகுதியில் ஏற்பட்ட பிரச்சனைகள் காரணமாக இந்த ரயில் சேவையை அட்டாரியுடன் நிறுத்த இந்திய ரயில்வே நிர்வாகம் முடிவு செய்தது. இங்குதான் சுங்கம் மற்றும் குடியேற்றச் சான்றிதழ் அனுமதி சரிபார்க்கப்படும். 2000 ஏப்ரல் 14 அன்று ஏற்பட்ட இந்தியா — பாகிஸ்தான் உடன்பாட்டின் அடிப்படையில் இத்தூரம் மாற்றியமைக்கப்பட்டு வாகா வரை நீட்டிக்கப்பட்டது.
4. வாகா அட்டாரியில் இருந்து 3 கி.மீ தொலைவிலும் லாகூரிலிருந்து 22 கி.மீ தொலைவிலும் உள்ளது.
5. பாகிஸ்தானில் வாழும் உருதுபேசும் இசுலாமியர் முஹாஜிர்கள் என்று அழைக்கப்படுகிறார்கள். இவர்கள் கராச்சியில் அதிகம் வாழ்கிறார்கள். ஆனால், அவர்கள் சமமாக நடத்தப்படுவதில்லை. வகுப்பவாத வன்முறையால் பாதிக்கப்படுகிறார்கள்.
6. புது டில்லியில் மரங்கள் அடர்ந்த நிழற்சாலைகளையும் நவீன வாகனங்கள் செல்லும் அகலமான சாலைகளையும் ஆமிர் அதுவரை பார்த்திருக்கவில்லை.
7. ‘கட்டாகட்’ என்ற உணவு சிந்து மாநிலத்தில் கராச்சியைச் சேர்ந்தது. ஆனால், பாகிஸ்தான் முழுவதும் பிரபலமடைந்த உணவு ஆகும். மூளை, இதயம், விரைக்கொட்டைகள், சப்பை என ஆட்டின் அனைத்து அங்கங்களையும் வெண்ணெயில் பிசைந்து தயாரிக்கப்படுகிறது. இதனை இரண்டு கத்திகளைக் கொண்டு வெட்டும்போது ஏற்படும் ஒலியைக் கொண்டு இப் பெயர் அழைக்கப்படுகிறது. இவ்வாறு பெயரிடப்படுவது ஒலிச்சார்புப்பெயர்

என்று அழைக்கப்படுகிறது.

8. எம்.கியூ.எம் என்பது ஒரு அரசியல் கட்சி. அதன் விரிவாக்கம் முத்தாகிடா குவாமி இயக்கம் என்பதாகும். 1978ல் தொடங்கப்பட்டது. உருதுபேசும் மக்களிடம் பிரபலமடைந்துள்ள இக்கட்சி மதச்சார்பற்ற கொள்கையை அடிப்படையாகக் கொண்ட கட்சி ஆகும்.

3
நீதி எவ்வாறு மறுக்கப்பட்டது?

"அந்த வெற்றுத்தாள்களில் கையெழுத்திட உறுதியாக மறுத்தேன். அவர்கள் சில கருவிகளைக் கொண்டுவந்து கால் நகங்களைப் பிடுங்கத் தொடங்கினர். நான் கதறினேன். ஆனால், கையெழுத்திடவில்லை. அனைத்துத் தாள்களிலும் கையெழுத்திடும்வரை ஒவ்வொரு நகமாகப் பிடுங்கி எடுத்துவிடுவோம் என்று மிரட்டினர். அடுத்த அறையில் இருந்து இன்னமும் அலறல்கள் கேட்டுக்கொண்டே இருந்தன. அந்த மனிதனுக்கு என்ன நடக்கிறது என்பதை தெரிந்துக்கொள்ளக்கூட நான் விரும்பவில்லை. கையெழுத்துப் போட்டேன். மேலும் கையெழுத்து போட்டேன். மேலும், மேலும் கையெழுத்து போட்டேன். கையெழுத்து போட்டுக்கொண்டே இருந்தேன்."

நான் கராச்சியிலிருந்து வீடு திரும்பியதற்கு ஒரு நாள் கழித்து, 1998 பிப்ரவரி 14 ஞாயிறு அன்று, டெல்லி திரும்பிய பின்னர் தம்மைத் தொடர்பு கொள்வதற்காக குப்தாஜி கொடுத் திருந்த எண்ணிற்கு பேஜர் செய்தேன். காமிராவை அவனிடம் கொடுத்துவிடுவதில் குறியாக இருந்தேன். ஆசாத் சந்தையில் உள்ள ஒரு தேனீர்நிலையத்தில் தம்மைச் சந்திக்கும்படி கூறினான். அது என் வீட்டிலிருந்து கால்மைல் தொலைவில் ஒரு மரத்தடியில் இருந்தது. அந்த தேனீர்நிலையம் நீண்டகாலமாக அங்கு இருந்திருந்ததில்லை.

காமிராவைத் திரும்பக்கொடுத்துவிட்டு எனக்குக் கொடுத்த வேலையை திட்டப்படி என்னால் முடிக்கமுடியாமல் போனதற்கான காரணங்களை அவனுக்கு விளக்கிக் கூறினேன். அங்கே படுபயங்கரமான பாதுகாப்பு ஏற்பாடுகள் இருந்தன என்றேன். இதனால் அதிருப்தி அடைவான், அவனுக்கு ஏமாற்றமாக இருக்கும் என்பதை நான் எதிர்பார்த்தேன்.

ஆனால், இவ்வளவு கோபப்படுவான் என்பதை கொஞ் சமும் எதிர்பார்க்கவில்லை. தேசநலனுக்குக் குந்தகம் செய்து விட்டதாகக் கோபம் கொண்டான். எனது நாட்டுக்குச் சேவை செய்யும் அற்புத வாய்ப்பினை உதறி எறிந்துவிட்டதாக் குற்றம் சாட்டினான். அந்த ஆவணங்களைத் திரும்பச் சேர்க்க இன்னும் இரண்டு நாள் அவகாசம் தருவதாகக் கூறினான்.

நான் தூக்கி வீசிவிட்டதாகக் கூறிய ஒரு ஆவணத்தை எப்படி மீண்டும் கொடுக்கமுடியும் என்று அவன் எதிர்பார்க்கிறான் என்பது எனக்கு ஆச்சரியமாக இருந்தது. பிப்ரவரி 17 அன்றும் குப்தாஜியைச் சந்தித்தேன். இப்போது அது ஒரு உணவகமாக முடிவு செய்யப்பட்டது. பையைக் கண்டுபிடிக்க முடியாததால் அவன் கோபப்படுவான் என்பது தெரியும், ஆனால் வாகா ரயில்நிலையக் கழிப்பறைச் சுவருக்கு அப்பால் வீசிவிட்ட ஒன்றை நான் எப்படித் தரமுடியும்?

இப்போது அவன் கோபம் மட்டும் கொள்ளவில்லை, சௌத்திரி அளித்த ஆவணங்களைத் தராவிட்டால் கடுமையான விளைவுகளைச் சந்திக்க வேண்டியிருக்கும் என்று மிரட்டவும் செய்தான். நான் பாகிஸ்தான் ஏஜண்ட் என்று குற்றம் சாட்டினான். பாகிஸ்தான் உளவு அமைப்பில் வேலைக்குச் சேர்ந்திருக்கலாம் என்று என்மீது சந்தேகம் கொண்டான். நான் என் கதையைத் திரும்ப, திரும்ப கூறிக்கொண்டிருந்தேன். எத்தனை இந்தியர்கள் எவ்வளவு சிக்கலான விஷயங்களைக் கடத்தியிருக்கிறார்கள். உன்னால் சிறிய பையைக் கடத்தமுடியவில்லை என்றால் யார் நம்புவார் என்றான். நான் எவ்வளவு பயந்திருந்தேன் என்பதை அவன் புரிந்துகொள்ளவில்லை.

இப்போது அவன் குரல் உச்சத்தில் இருந்தது. உன்னை என்ன செய்யப்போகிறேன் என்பதை நீ அறியமாட்டாய் என்றான். ஆவணங்களைத் தராவிட்டால் உன் வாழ்க்கையைச் சின்னபின்னமாக்கி விடுவேன் என்று மிரட்டினான். நான் ஒரு பொய்யன் என்றும் அப்பாவிபோல நடித்து ஏமாற்றிவிட்டதாகவும் கூறினான். முன்பு, அவனைச் சந்தித்தபோது அவனது கோபத்தின் நியாயத்தை உணரமுடிந்தது. என்னிடம் தரப்பட்ட பையை எடுத்துவராததால் கோபப்படுகிறான் என்று நினைத்து என்னைத் தேற்றிக்கொண்டேன். ஆனால், இப்போது அவன் என்னை மிரட்டுவதாக நினைக்கத் தொடங்கினேன். பயத்தில் எனது எலும்புகளெல்லாம் ஜில்லிட்டன.

வீட்டுக்கு வந்தபிறகும் குப்தாஜியை எப்படிச் சமாதானப் படுத்துவது என்பது விளங்காமல் குழம்பினேன். அவனிடம் உண்மையைத்தான் கூறினேன். இத்தனைக்கும், இதுபோன்ற வேலையில் ஈடுபடத் தேவையான பயிற்சி எதுவுமளிக்கப்பட வில்லை. பயங்கர ரகசிய ஆவணங்கள் உள்ள பையை பாகிஸ்தான் அதிகாரிகளின் கண்ணில் மண்ணைத் தூவிவிட்டுக் கடத்த வேண்டுமானால் என்னால் எப்படி முடியும்?

சில நாட்கள் கழித்து, பிப்ரவரி 20 வெள்ளி அன்று, இரவு நமாஸுக்குச் செல்வதற்காக ஆம்மியிடம் சொல்லிக்கொண்டு சென்றேன். கராச்சி மருத்துவர் ஹக்கிம் சாஹேப் கூறிய மருந்தும் வாங்கவேண்டியிருந்தது. ஹக்கிம் சாஹேப் சொன்ன மருந்துக்கடை மசூதி அருகில்தான் இருந்தது. ஆம்மி சமையலறை யில் சமையல்காரியங்களில் ஈடுபட்டிருந்தார். அப்பு இன்னமும் கிராமத்திலிருந்து திரும்பியிருக்கவில்லை. நான், நமாஸ் முடித்து விட்டு மருந்துக்கடை இருந்த சாதர் பஜாரின் பகதுர்கார் சாலையை நோக்கிச் சென்றுகொண்டிருந்தேன்.

மொத்த வியாபாரக்கடைகள் மூடப்பட்டிருந்தன. சில்லறை விற்பனைக் கடைகளைவிட அவர்கள் சீக்கிரமே கடைகளை மூடிவிடுவார்கள். ஜனநடமாட்டம் குறைந்திருந்தது. அங்கே நான் நடந்துகொண்டிருந்தேன். நல்ல இருள். பனியும்கூட. காற்று ஜில்லிட்டு வீசியது, தூரத்தில் ஒரு மூலையில் இருந்து வெள்ளை ஜிப்சி வேன் ஒன்று என்னை நோக்கி வருவதைப் பார்க்கிறேன். நான் முன்னேறிகொண்டிருந்தேன். அது என்னை நெருங்கிவந்துவிட்டது. அது மிக மெதுவாக வந்தது. நான் என்னையறியாமல் வேகமாக நடக்கத்தொடங்கினேன்.

திடீரென்று பின்னாலிருந்து தள்ளப்பட்டு, கீழே விழுந்து விட்டேன். ஜிப்சியில் இருந்து இறங்கிய சிலர் என்னை விழாமல் வேனுக்குள் இழுத்துப் போட்டனர். இருக்கைக்கடியில் என்னைத் திணித்து, கட்டிப்போட்டனர். கண்களையும் கட்டினர்.

நான் அதிர்ச்சியடைந்தாலும், எதற்காக என்னைக் கடத்துகிறீர் கள் என்று கேட்டேன். அவர்கள் கிரிமினல்கள் என்றும், யாரையோகடத்தி பணம் பறிக்கத் திட்டமிட்டு தவறுதலாக என்னைப் பிடித்துவிட்டனர் என்றும் நினைத்தேன். பகை காரணமாக என்னைப் பிடித்திருக்க முடியாது. எனக்குத் தெரிந்து அப்புவுக்கு எதிரி என்று யாரும் கிடையாது.

என்னைக் கீழேதள்ளி, வேனுக்குள் இழுத்துப்போட்டவர்கள் கிரிமினல்கள்தான் என்று உண்மையிலேயே நினைத்தேன். போலீஸ்காரர்கள் இதுபோலச் சட்டத்தை மதிக்காமல் கடத்தலில் இறங்குவார்கள் என்று நான் நினைக்கவில்லை. அதனால்தான் என்னிடம் என்ன எதிர்பார்த்து என்னைக் கடத்துகிறீர்கள் என தைரியத்தை வரவழைத்துக்கொண்டு கேட்டேன். உன்னிடம் என்ன வேண்டும் என்பதை இன்னும் கொஞ்சநேரத்தில் சொல்லுகிறோம் என்று ஒருவன் கூறினான்.

அரை மணிநேரம் சுமாருக்குப் பிறகு வாகனம் நின்றது. என்னை கீழே இறக்கினர். என்னை நடக்கச் சொன்னார்கள். அங்கு பலர் இருப்பதை என்னால் உணரமுடிந்தது. இன்னொரு கார் வரும் அரவத்தையும் கேட்டேன். யாரோ ஒருவன் ‘எங்கள் பின் வாருங்கள்’ என்றும், ‘காரியம் முடிந்தது’ என்றும் கூறினான். அக்குரலும் தொனியும் டெல்லி பேருந்துகளில் ஜாட் நடத்துனர்களும் ஓட்டுனர்களும் பேசும் தொனியாகவும் குரலாகவும் கேட்டது. நான் கிரிமினல் குற்றவாளிகள் பிடியில்தான் இருக்கிறேன் என்பதை இது மேலும் உறுதிப்படுத்துவதாக உணர்ந்தேன். நான் ஒரு சாக்கடையில் தவறி விழுந்தேன். நன்றாக அடிபட்டுவிட்டது. என்னைத் தூக்கிவிட்டனர். அதன்பிறகு ஒரு அறைக்குள் கொண்டுவரப்பட்டுள்ளதை உணர்ந்தேன். இங்குதான் என் கண்கட்டை அவிழ்த்துவிட்டான். கைக்கட்டினையும் அவிழ்த்தான். பத்து, பன்னிரண்டு பேர் என் முன்னால் நின்றனர். அவர்கள் பயங்கரமாகவும் சதைப் பிண்டங்களாகவும் மனிதத்தன்மையற்றவர்களாகவும் தோன்றினர். யாரும் எதுவும் பேசவில்லை. ஒருவன் மட்டும் எனது ஆடைகளைக் களையச் சொன்னான். நான் உள்ளாடை அணியாததைப் பார்த்த ஒருவன் ‘தேவடியாப்பசங்க, அவனுக, ஜட்டிகூட போடுவதில்லை’ என்றான். அவன் ‘அவனுக’ என்று குறிப்பிட்டது இசுலாமியர்கள் என்பதைப் புரிந்துகொண்டேன்.

பிறகு, அனைவரும் என்னை அடித்துத் துவைக்க ஆரம்பித்தனர். அடி, உதை, குத்து, கையை முறுக்குதல், மயிரைப் பிடித்து இழுத்தல் என அனைத்தும் செய்தனர். என் கழுத்துமுறிந்துவிடப்போகிறது என்று நினைத்தேன். அதோடும் என்னை அசிங்கம், அசிங்கமாகத் திட்டினர். இத்தகைய அழுக்கான, வன்முறையான சொற்களை என் வாழ்நாளில் நான் கேட்டதேயில்லை. வார்த்தைகளெல்லாம் இசுலாமுக்கு எதிரான வசைச்சொற்களாகவே வந்து விழுந்தன. அவற்றில் என்னைத் குத்திய வார்த்தை, இசுலாமியர்களை

ஜல்லாட்[1] என்று குறிப்பிட்டது ஆகும்.

மனிதர்கள் நேர்மையாகவே கோபம் கொள்வதுபோலத் தோன்றுகிறது. அவர்களது கோபம் அவர்களின் மனிதநேயத்தை யும், சக மனிதன் மீது கொள்ளவேண்டிய பேரன்பையும் அழித்து விடுகிறது. நான் கீழே விழுந்து, என் வாயில் இருந்து ரத்தம் கொட்டும்வரை என்னை அடித்துக்கொண்டே இருந்தார்கள். எனது வலது தாடை முறிந்தது. தாங்கமுடியாத வலி. மற்ற இடங்களில் உணர்ச்சியே இல்லை.

நான், அவர்களிடம், எதற்காக என்னை அடிக்கிறீர்கள் என்று கேட்டு 'ஏ ஆம்மி, ஏ அல்லா' என்று மயங்கிவிழும் வரை கதறி அழுதுகொண்டேயிருந்தேன். ஆனால், அப்போதுதான் வதை தொடங்கியது.

எனக்கு மயக்கம் தெளிந்தபோது, வெள்ளை டைல் பதித்த சுவரைப் பார்த்து என்னை முட்டுக்கொடுத்திருந்தனர். சிலர் நாற்காலிகளிலும் ஸ்டூல்களிலும் உட்கார்ந்திருந்தனர். இப்போது சுமுகமான குரலில் பேசி என்னிடம் கேள்விகள் கேட்டனர். ஆனால், அவர்கள் யார், எதற்காக என்னை விசாரிக்கிறார்கள் என்று கேட்கும் நிலையில் நான் இல்லை.

எனது தந்தையின் பெயர், முகவரி, குடும்பத்தினர் குறித்துக் கேட்டனர். பதில்சொல்வதற்கு நேரம் எடுத்துக்கொள்ளும் போதெல்லாம் என்னைத் திட்டி அடித்தனர். அப்போது குப்தாஜி அந்த அறையில் உட்கார்ந்திருந்ததைக் கவனித்தேன். அப்போது என்ன நேரம் என்பதைச் சொல்லமுடியவில்லை. ஆனால், அது பின்னிரவாக இருக்க வேண்டும். அவன் நாற்காலியில் உட்கார்ந்துகொண்டு கடும் வசைச்சொற்களையும் வன்முறையாகவும் பேசிக்கொண்டிருந்தான். உண்மையைச் சொல்ல இன்னமும் எனக்கு அவகாசம் இருப்பதாக இப் போதும் கூறினான். பாகிஸ்தானில் என்னிடம் தரப்பட்ட அந்த ஆவணங்களையும் பையையும் எங்கு வைத்திருக்கிறேன் என்று கேட்டான். பழைய கதையை மீண்டும் கூறினேன். மீண்டும் அடிக்கப்பட்டேன். அதைத்தொடர்ந்து அருகில் நின்று கொண்டிருந்த கருங்காலிகளிடம் கூறினான்: 'அவனைத் தயார்ப் படுத்துங்கள். அவனால் நிமிர்ந்து நிற்கமுடியவில்லை.'

சிலர் என்னைவிட்டு விலகினர். இப்போதுதான் அவர்கள் போலீஸ்காரர்கள் என்பது எனக்குப் புரிந்தது. அவர்களில்

ஐந்து அல்லது ஆறுபேர் எனது உடலில் புதிய வதைகளை விளையாட ஆயத்தமாயினர். அவர்கள் என்னை சுவருக்கு எதிராக உட்கார வைத்தனர். ஒருவன் எனது வலது கையைப் பிடித்தான். இன்னொருவன் இடது கையை எடுத்துக் கொண்டான். அதனால் என்னால் அசையமுடியவில்லை. பிறகு ஒருவன் எனது இடதுகாலையும் இன்னொருவன் எனது வலது காலையும் பிரித்தான். அவர்களில் ஒருவன் எனது அடிவயிற்றை கீழே இறக்கிப்பிடித்தான். ஒரு பயங்கரத்தைப் பார்த்துக்கொண்டிருந்தேன். இருவர் எனது இரண்டு கால்களையும் விரித்து இழுத்துக்கொண்டே இருந்தனர். நான் சுவரோடு அப்படியே ஒட்டிக்கொள்ளும்வரை இழுத்துக் கொண்டேயிருந்தனர். நான் கிரீச்சிட்டேன். கருணை காட்டும்படி கதறினேன். எனக்கு வழங்கப்பட்ட ஒரே சுதந்திரம் அதுதான். எவ்வளவு வேண்டுமானாலும் கத்தலாம், கதறலாம், மன்றாடலாம். எனது கால்தசைகள் நார்நாராகக் கிழிந்ததுபோல இருந்தது. சீக்கிரமே கால்கள் உணர்ச்சியற்றுப்போயின. எனது கால்களை பழைய நிலைக்குக் கொண்டுவந்தனர். மீண்டும் மயக்கமடைந்தேன். மயக்கத்திலிருந்து மீண்டபோது, என்னைத் தூக்கி நிறுத்தமுயன்று கொண்டிருந்தனர். ஆனால், என்னால் நிற்க முடியவில்லை. அவர்கள் பிடியை விட்டதும் தொளதொளத்துக் கீழே விழுந்தேன். மீண்டும் தூக்கி நிறுத்தி விடுவதும் நான் கீழே விழுவதுமான இந்த விளையாட்டை நான்கைந்து தடவைகள் செய்து மகிழ்ந்தனர். இப்போது முழுவதும் நான் குலைந்து போவதைத் தவிர வேறு மார்க்கமிருக்கவில்லை.

குப்தாஜி அங்கேயே உட்கார்ந்திருந்தான். ‘பேசு, சாஹேப் விரும்பும் தகவலைச் சொல்லிவிடு’ என்று கூறிக்கொண்டே இருந்தனர்.

பிறகு அந்த அறையின் இருண்ட பகுதிக்கு என்னை இழுத்துச் சென்றனர். என் கைகளைப் பின்புறம் கட்டினர். ஒரு சங்கிலியில் பிணைத்துத் தூக்கினர். உடலின் முழுஎடையும் தோள்களின்மீது விழுந்தது. ஒரே நொடியில் வலி உயிர்போனது. எனது தோள்தசைகள் பிளந்துவிட்டதுபோல இருந்தது. இதோ இப்போது செத்துவிடுவேன் என்று நினைத்தேன். நான் ஏதோ காட்சிப்பொருள் என்பதுபோல் சுற்றிநின்று வேடிக்கை பார்த்துக் கொண்டிருந்தார்கள். மீண்டும் மயக்கமானேன்.

மயக்கம் தெளிந்தபோது தரையில் கிடத்தப்பட்டிருந்தேன்.

எனது உடலில் வலி துளைத்துக் கொண்டிருந்தது. எனது கைகளை அசைக்கமுடியவில்லை. எனது வாய் உலர்ந்திருந்தது. தண்ணீர் குடிக்க விரும்பினேன். குப்தாஜி இன்னமும் அறையில் இருப்பதைக் கவனித்தேன்.

குண்டர்கள் என்னை ஒரு பெஞ்ச் அருகே இழுத்துச்சென்று அதன்மீது படுக்க வைத்தனர். தலை மட்டும் கீழே தொங்கியது. செம்பட்டை முடியுடன் இருந்த ஒரு பெருங்குண்டன், பெரிய மீசை, அவனால் சிரிக்க முடியுமென்பதே ஆச்சரியமானது. எனது தொடைகளின் மீது ஏறி உட்கார்ந்தான். மற்றொரு நபர் தொங்கிய தலையின் மயிரைப் பற்றி இன்னும் நேராகத் தொங்குமாறு இழுத்தான். ஒருவன் எனது கைகள், கால்களை கீழிறக்கிப் பிடித்துக்கொண்டான். என் மீது உட்கார்ந்திருந்த குண்டன் தண்ணீரை அதிக அழுத்தத்தில் பீய்ச்சி அடிக்கும் குழாயை எனது மூக்கு துவாரத்துக்கு நேராகப் பிடித்துக் கொண்டான். என்னால் மூச்சுவிட முடியவில்லை. அதைமீறி வாய் வழியாக சுவாசிக்க முயற்சித்தால் வாயில் நீரை ஊற்று வான். தண்ணீரை மாற்றும் ஒரு நொடி மட்டும் நான் சுவாசிக்க அனுமதிக்கப்பட்டேன். எனது மூளை முழுவதும் தண்ணீரால் நிரம்பியதுபோல் திக்குமுக்காடினேன்.

அவர்கள் எனது தலையை மீண்டும் உயர்த்தி ஒரு ஜக் நிறைய தண்ணீரைக் குடிக்கச் செய்தனர். எனது வயிறு பலூன் போல் உப்பும்வரை மீண்டும் தண்ணீரைக் குடிக்கச் செய்தனர். ஒருவன் எனது வயிற்றில் ஏறி குடித்த தண்ணீர் வாய்வழியாக வெளியேறும்வரை குதித்தான்.

அறைக்குள் வெளிச்சம் வருவதைப்பார்த்தேன். அது காலை நேரம். எனது வீடுகுறித்தோ பெற்றோர் குறித்தோ அல்லது வேறு எவரைக் குறித்தும் சிந்திக்க முடியவில்லை. என்னை அழுத்திக் கொண்டிருக்கும் வலி பற்றிய சிந்தனைதான் இருந்தது. எனது உடல் எனது கட்டுப்பாட்டில் இல்லை. சிறுநீர், மலம் எல்லாம் எனதுகட்டுப்பாட்டை மீறி வெளியேறியது. அவர்கள் அடுத்த சித்ரவதைக்குத் தயாராகும் நேரம் மட்டுமே ஓய்வு. வளமையான நடவடிக்கைதான் என்பதுபோல எனக்கு சித்ரவதைகள் நடந்தன. அடுத்து என்ன செய்யப்போகிறோம் என்பதைக்கூட யாரும் யாரிடமும் பேசிக்கொள்ளவில்லை. எல்லாம் முன்பே திட்டமிடப்பட்டு நடக்கிறது. அடுத்த அறை யிலும் வலியால் அலறும் சத்தம்கேட்டது. எனக்குத் தூக்கம்

வந்தது. ஆனால் என்னைத் தூங்கவிடவில்லை. நாங்களும் தூங்காமல்தானே வேலை செய்கிறோம் என்றனர். குளிர், தும்மலால் நடுங்கிக்கொண்டிருந்தேன்.

என் வீட்டில் யாரெல்லாம் இருக்கிறார்கள் என்று குப்தாஜி கேட்டான். அம்மா மட்டும் இருக்கிறார். ஏனென்றால், அப்பா அவரது கிராமத்துக்குச் சென்றிருக்கிறார் என்றேன். நான் அவசர வேலையாக வெளியூர் செல்வதாகவும் சில நாட்களில் திரும்பிவிடுவேன் என்றும் எனது அம்மாவுக்கு ஒரு கடிதம் எழுதவேண்டும் என்றான். அதோடு, இக்கடிதத்தினைக் கொண்டுவரும் நபரிடம் எனது கடவுச்சீட்டு மற்றும் எனது அடையாள அட்டைகளைக் கொடுத்து அனுப்புமாறு எழுத வேண்டும் 'என்றும் மிரட்டினான். இதற்கு எனது கடுமையான எதிர்ப்பினைத் தெரிவிக்கத்தான் முயற்சித்தேன். ஆனால் முடியவில்லை. உடைந்து போய்விட்டேன். இப்போது அவர் களின் அடிமையாகவே மாறிவிட்டேன்.

குப்தாஜி வெளியேறினான். ஆனால், எனது வதையாளர்கள் அடுத்த கட்ட சித்ரவதைக்கு தயாரானார்கள்.

ஒருவன் ஒரு பெரிய உருளையை என் தொடைகளின்மீது வைத்து நின்றுகொண்டு, சாலை போடும்போது உருட்டுவதுபோல உருட்டினான். எனது தொடைகளின் தசைகள் அம்மியில் தேங்காய் நசுங்குவதுபோல நசுங்கியது. இவ்வாறு அவர்கள் பல தடவைகள் செய்தார்கள். பிறகு என்னை குப்புறப் படுக்கவைத்து, தொடை முதல் முதுகுவரை உருட்டினர். எனது எலும்புகள் நொறுங்கும் சத்தத்தைக் கேட்க முடிந்தது. கதறித் துடித்தேன். என்னால் அசையவோ திரும்பவோ தலையைத் தூக்கவோகூட இயலவில்லை.

எனது கால்கள் உணர்ச்சியிழந்து கிடந்தன. குளிர் ஜில்லிட்ட சிமெண்ட் தரையில் நொறுங்கிக் கிடந்தேன். எனது தலை மிகவும் பாரமாகக் கிடந்தது. கையில் ஸ்டெத் வைத்திருந்த ஒரு நபர் வந்தான். அவன் டாக்டர் என ஊகித்துக்கொண்டேன். எனது ரத்த அழுத்தத்தைச் சோதித்தான். அதன்பிறகு ஒரு கோப்பைத் தேனீரும் சில ரொட்டித் துண்டுகளும் அளிக்கப்பட்டது. தேனீர் சுடு தண்ணீராக இருந்தது. எனக்கு பால் அருந்தும் வழக்கம்தான் உண்டு. ஆனால், அப்போது அந்தத் தேனீர்கூட உண்மையில் தேன் போல இனித்தது. சுவரைப் பார்த்து

மீண்டும் நிறுத்தி வைக்கப்பட்டேன். தேனீர்க் கோப்பையை கையால் தாங்கக்கூட என்னால் முடியவில்லை. தேனீரில் ஏதோ மாத்திரைகள் கலந்துள்ளனர். அதனால் வலியிலிருந்து சற்று நிவாரணமடைந்திருந்தேன்.

என்ன நாள்? என்ன நேரம்? என்ற பிரக்ஞையை இழந்து விட்டேன். சித்ரவதைகள் மட்டும் தொடர்ந்தது. எனது உடல் அடுத்த சித்ரவதைக்குத் தயாராகும்வரை மட்டும் ஓய்வெடுக்க அனுமதிக்கப்பட்டேன். போர்வை முழுவதும் மூட்டைப்பூச்சிகள் ஓடின.

சௌத்திரி என்னிடம் கொடுத்த தாள்களைப்பற்றி மட்டுமே கேட்டுக் கொண்டிருந்தனர். ஒரு கட்டத்தில் என்னால்தான் தங்களது ஏஜெண்ட் (ஒற்றன்) ஒருவர் அங்கு அவர்களிடம் (பாகிஸ்தானியர்களிடம்) மாட்டிக் கொண்டுவிட்டதாக குப்தாஜி கூறினான். அவன் என்ன சொல்கிறான் என்பதுகூட எனக்குப் புரியவில்லை. எனது உடல் செயலிழந்துகிடந்தது. தண்ணீர் கேட்டேன். தண்ணீரில் டிடர்ஜெண்ட் தூளைக்கலந்து கொடுத்தனர். எனது வயிறு முழுவதும் வாயு நிறைந்திருந்தது. கடும் அவஸ்தையாக மாறியது.

இதற்குமேல் ஒன்றும் இருக்காது என நான் நினைத்த அதேநொடியில் அவர்கள் பேட்டரிகளுடனும் வயர்களுடனும் வந்தார்கள். வயர்களை எனது விரல்கள் மற்றும் மார்புக் காம்புகளில் வைத்தனர். பேட்டரியை கையால் இயக்கினர். எத்தனை வோல்ட் மின்சாரம் செலுத்தினார்கள் என்பது தெரியாது. உடல் துடித்தது; மயக்கமடைந்தேன்.

எப்போது, என்றைக்குக் கண் விழித்தேன் என்பது தெரியாது. ஆனால், ஒரு காலைப்பொழுதில் எனது 'அன்பின் கெழுதகைகள்' மீண்டும் வந்தனர். இவ்வளவு வலியைத் தாங்கிக்கொண்டு இவ்வளவு இறுக்கமாக இருப்பது முட்டாள்த்தனம் என்றனர். அந்தத் தாள்களை நான் என்ன செய்தேன் என்பதைச் சொல்லுமாறு கேட்டனர். நான் ஒரு அப்பாவி எனக்கு ஒன்றும் தெரியாது என்றேன். எனது கதையை திரும்பக்கூறினேன்.

இப்போது எனது 'அன்பின் கெழுதகைகள்' ஒரு சாப்பாட்டு மேசையில் சுற்றி உட்கார்ந்து கொண்டார்கள். சமோசாக்கள், குலோப் ஜாமூன்களை வைத்துக் கொண்டார்கள். அவ்வப் போது தேனீர்க் கோப்பைகளை சுவைத்தார்கள். அந்த

உணவுப்பொருட்களின் வாசனை எனது மூக்கைத் துளைத்தது. பசியைக் கிளறியது. ஏதாவது சாப்பிடவேண்டும் என்று விரும்பினேன். ஆனால் கேட்கவில்லை. அவர்களும் எனக்குத் தரவில்லை.

நான் செத்துக்கொண்டிருப்பதாக உணர்ந்தேன். நான் செத்துக் கொண்டிருப்பதாக அவர்களிடம் கூறினேன். அவர்கள் 'உன்னைச் சாகவிடமாட்டோம்' என்றனர், இது ஆறுதல் வார்த்தையில்லை; இதுவும் ஒருவகை மிரட்டல்தான். தங்களது வதைகளை என் உடல்மீது தொடர்வதற்காகத்தான் எனது உடலில் உயிரை வைத்திருந்தனர். ரொட்டியும் தண்ணீராக ஓடிய டாலும் கொடுத்தனர். ஆனால், எனக்கு வாயைத் திறக்கமுடியவில்லை. எனது தாடைகள் விலகியதுபோல இருந்தது. சாப்பிடாவிட்டால் நாங்களே வாயைத் திறந்து திணிப்போம் என்று மிரட்டினார். வலியைச் சமாளித்துக்கொண்டு கொஞ்சம் தின்றேன்.

ஒரு காலையில் அவர்கள் என் கண்களைக் கட்டி, வெளியே எடுத்துச்சென்றனர். அவர்கள் என்னைத் தாங்கியபடிதான் நடத்திச்செல்ல வேண்டியிருந்தது. புல்தரையில் நடப்பதை உணரமுடிந்தது. ஒரு மரத்தைக் கட்டிக்கொள்ளும்படி செய்தனர். பின்னர் எனது கரங்களை அந்த மரத்தைச் சுற்றிப் பிடிக்கும்படி செய்தனர். மரம் சொரசொரப்பாக இருந்தது. எனது பின்பக்கத்தில் அடிக்கத் தொடங்கினர். நான் கதறினேன். மயங்கமடைந்தேன். என் கால்களின் பின்பக்கத்திலும் புட்டத்திலும் முதுகுத்தண்டிலும் அடித்தனர். பின்னர் அறைக்கு எடுத்து வந்தனர். கண்கட்டை அவிழ்த்தனர்.

அறைக்குத் திரும்பியிருந்தேன். அடுத்த அறையில் சித்ரவதைக்கு உள்ளாகும் ஒருவரின் அலறல் சத்தத்தைக் கேட்கமுடிந்தது. ஒருமூலையில் நான் நிர்வாணமாகக் கிடந்தபோது அவர்கள் சீட்டுக்கட்டு விளையாடிக் கொண்டிருந்தனர். அவர்களில் ஒருவன் என்னிடம் வந்து சரமாரியாக அடித்து அசிங்கமான வசைச்சொற்களால் அர்ச்சித்துக்கொண்டேயிருந்தான்.

ஷிப்ட் போட்டு என்னை வதைத்தனர். பெரும்பாலும் அது இரவு நேரங்கள். எனது முகத்தில் அளவுக்கதிமான பிளாஷ்— லைட் வெளிச்சத்தைப் பாய்ச்சி என்னை எழுப்புவார்கள். பின்னர் நிற்கவைப்பார்கள். ஒரேநிலையில் பல மணிநேரம் நிற்கவைப்பார்கள் முடியாமல் கீழே விழும்போது உட்கார

விடுவார்கள்,

நான் வலியால் துடிப்பதைப் பார்க்கும் ஆனந்தத்துக்காகவே அவர்கள் என்னை சித்ரவதை செய்வதுபோலத் தோன்றியது. ஊசியால் குத்தினார்கள், என்மீது சிறுநீர் கழிந்தனர். ஒரு தடவை எனது உள்ளங்கையைத் தரையில் வைத்து, அதன் மீது ஒரு நாற்காலியை வைத்து ஏறி உட்கார்ந்தனர். நாற்காலி காலின் அடியில் ஒரு முள் இருந்ததால் அது என் உள்ளங்கையில் 'சரக்' என்று ஏறி வலியால் செத்தேன். அது கடுமையாகக் காயப்படுத்தியது. அவர்கள் எனது குதத்தில் பெட்ரோல் ஊற்றினார்கள். அது என்னைக் கதறச்செய்தது. அவர்கள் என்னிடம் விசாரணை நடத்தும்போதும் பளார், பளார் என்று அடித்தபடியேதான் கேள்விகள் கேட்பார்கள். சுபாஷ் தாண்டன்[2] என்பவன் தனது சிகரட் கங்கினால் என்னைச் சுட்டான். அவன் ஒரு அதிகாரி. அவனது பெயரை என்னால் மறக்கமுடியாது. பின்னர் அவனை நீதிமன்றத்திலும் பார்த்தேன். எனது வதையாளர்களின் பலரது பெயர்களை நான் தெரிந்து கொள்ள முடிந்தது.

நான்கு அல்லது ஐந்தாவது நாளில் சித்ரவதை தணிந்தது. அவ்வப்போது கிடைத்த அடி, உதை, வசவுகளைப் பெரிதுபடுத்த வில்லை. அவர்கள் எனக்கு மருந்து, மாத்திரைகள் கொடுக்கத் தொடங்கினர்.

ஒருநாள் என் கண்களைக் கட்டினார். துணையுடன் நடக்கவும், படிகளில் ஏறவும் முடிந்தது. கண்கட்டை அவிழ்த்துவிட்டனர். ஒரு அழகிய குளிர்சாதன அறையில் இருப்பதைப் பார்த்தேன். ஒரு மேசையைச் சுற்றி அதிகாரிகள் உட்கார்ந்திருந்தனர். குப்தாஜியும் இருந்தான். நான் இதற்குமுன் பார்த்திராத புதிய முகங்களும் இருந்தன.

மீண்டும் அதே கேள்விகள் கேட்கப்பட்டேன். கராச்சியின் எனது நடவடிக்கைகளை விலாவாரியாக விசாரித்தனர். நான் அங்கு என்னவெல்லாம் செய்தேன், எந்தெந்தச் சுற்றுலாத் தளங்களுக்குச் சென்றேன் என்பதை விரிவாகக் கூறினேன். பாகிஸ்தான் உளவுத் துறையான ஐ.எஸ்.ஐயில் பயிற்சி எடுத்தேனா என்று கேட்டனர். எத்தனையோ பேர் இதுபோல ஆவணங்களைக் கொண்டுவந்து தந்துள்ளனர். உன்னால் மட்டும் ஏன் முடியவில்லை? என்றனர். இதற்கு

முன்னர் யாருமே பிடிபடாதபோது உன்னை மட்டும் பிடிக்கப்போகிறார்களா? என்று கேட்டனர். நாட்டுப்பற்றின் காரணமாகத்தான் இந்த வேலையை ஒப்புக்கொண்டேன். ஆனால், இந்த வேலையைச் செய்வது எனக்கு மிகவும் அச்சமாக இருந்தது. அதுதான் எளிமையான உண்மை. ஆனால் அதனை அவர்கள் நம்ப மறுத்தனர்.

ஒரு சுத்தமான அறை, தரையில் விரிக்கப்பட்ட கார்பெட், அழகிய நாற்காலிகள் ஆகியவற்றைக் காண்பது மிகவும் சந்தோசமாக இருந்தது. விரைவிலேயே தரைத் தளத்துக்குக் கொண்டுவரப்பட்டேன். அறையில் நுழைந்ததுமே துர்நாற்றம் வீசியது. மாடியில் என் குறித்த முக்கிய முடிவு எடுக்கப்படுவதை உணர்ந்தேன். பயத்தில் வயிறு கலங்கியது. அடுத்த அறையில் இருந்து கேட்ட அலறல்கள் பயத்தை மேலும் அதிகப்படுத்தியது.

சுவரை நோக்கி உட்காரவைக்கப்பட்டேன். என்னிடம் மீண்டும் ஒரே கேள்விகளைக் கேட்ட அவர்கள் யாராக இருக்கும் என்று ஆச்சரியப்பட்டேன். எனக்கு என்னதான் நடக்கப்போகிறது என்று நினைத்தேன். அன்றுஇரவு சுபாஷ் தாண்டன் வந்து, சக போலிஸ்காரனிடம் கூறினான்: 'இவனை எடுத்துக்கொண்டு போய் முடித்துவிடலம்.' நான் உண்மையில் பீதியடைந்தேன். போலிஎன்கவுண்டர் கொலைகள் பற்றியெல்லாம் அப்போது கேள்விப்பட்டதில்லை. ஆனால், அவர்கள் என்கதையை முடிக்கப்போகிறார்கள் என்று உணர்ந்தேன். ஏனென்றால் அது அவர்களது முகங்களில் தெரிந்தது.

கண்கள் கட்டப்பட்டேன். எனது கைகளும் பின்புறமாகக்கட்டப்பட்டது. ஒரு வண்டிக்குள் மூட்டையைத் தூக்கிப் போடுவதுபோல போட்டார்கள். வேறு எந்த வாகனச் சத்தமும் கேட்கவில்லை. அவர்களில் ஒருவன் கேட்பது கேட்டது: உனது கட்டாவை எடுத்துக் கொண்டாயா? 'கட்டா' என்றால் என்ன என்பது தெரியவில்லை, ஆனால் அது ஒரு ஆயுதமாக இருக்கலாம் என்பது போலத் தோன்றியது. வண்டி நின்றபின்னர், என்னை வெளியே எடுக்குமாறு ஒருவன் மற்றவர்களுக்கு உத்தரவிட்டான்.

அந்த ஆவணங்கள் குறித்த அனைத்து உண்மைகளையும்கூற இதுதான் எனது கடைசி வாய்ப்பு என்று அதிகாரிகள் கூறினர். எனது நிலையை மீண்டும் அவர்களிடம் கூறி, என்னை

எனது பெற்றோரிடம் விடுமாறு கேட்டுக்கொண்டேன். அங்கு அமைதி நிலவியது. என்னை அழைத்துச்செல்லும்படி கூறினர். வாயை மூடும்படி என்னிடம் கூறினர். கடைசியாக அறைக்கு கொண்டுவரப்பட்டேன்.

அடுத்த நாள் அவர்கள் ஏராளமான வெற்றுத்தாள்களுடன் வந்தனர். எல்லாத் தாள்களிலும் கையெழுத்திடும்படி கூறினர். எனது கையெழுத்து கடவுச்சீட்டில் உள்ள எனது கையெழுத்தைப் போலவே இருக்க வேண்டும் என்று எச்சரித்தனர். வெற்றுத் தாள்களில் கையெழுத்திடுவது தவறு, ஆபத்தானது என்பது எனக்குத் தெரியும். ஆனால் அதை மறுப்பதற்கும், எதிர்ப்பு தெரிவிப்பதற்குமான தைரியத்தை எப்படிப்பெறுவது என்று தெரியவில்லை. இந்த தாள்களை வைத்துக்கொண்டு என்ன செய்யப்போகிறீர்கள் என்று கேட்டேன். அவர்களால் என்ன செய்யமுடியும் என்பது எனக்கும் ஆச்சரியமாக இருந்தது. எனக்கு நிலபுலம் என எதுவும் கிடையாது, அவர்கள் எடுத்துக் கொள்வதற்கு. எனக்கு எதுவும் நடக்காது.

அந்த வெற்றுத்தாள்களில் கையெழுத்திட உறுதியாக மறுத்தேன். அவர்கள் என்னை உண்மையில் கொலை செய்யப் போகிறார்கள் என்று நினைத்துக்கொண்டிருந்த நான் ஏன் அவ்வாறு செய்தேன் என்பது இப்போது எனக்கு ஆச்சரியமாக இருக்கிறது. அவர்கள் சில கருவிகளைக் கொண்டுவந்து கால் நகங்களைப் பிடுங்கத் தொடங்கினர். நான் கதறினேன். ஆனால் கையெழுத்திடவில்லை. எந்தக் கையால் எழுதுவேன் என்று கேட்டு, என் கையை முறித்தனர். அனைத்துத் தாள்களிலும் கையெழுத்திடும்வரை ஒவ்வொரு நகமாகப் பிடுங்கி எடுத்து விடுவோம் என்று மிரட்டினர். அடுத்த அறையில் இருந்து இன்னமும் அலறல்கள் கேட்டுக்கொண்டே இருந்தன. அந்த மனிதனுக்கு என்ன நடக்கிறது என்பதை தெரிந்துகொள்ளக்கூட நான் விரும்பவில்லை.

கையெழுத்துப் போட்டேன். மேலும் கையெழுத்துப் போட்டேன். மேலும், மேலும் கையெழுத்துப் போட்டேன். கையெழுத்து போட்டுக்கொண்டே இருந்தேன். குறைந்தது 100 முதல் 150 வெற்றுத்தாள்களில் கையெழுத்துப் போட்டிருப்பேன். அடுத்து நான்கு ஐந்து நாட்குறிப்புகளைக் கொண்டுவந்தார்கள். அதில் உருது மொழியில்மட்டும் எழுத வேண்டுமென்றனர். சில குறிப்பிட்ட நாட்களுக்கான இடங்களில் மட்டும் எழுதக்கூறினர்.

நான் எழுதுவதற்கு என்ன அர்த்தம் என்பதுகூட எனக்குத் தெரியவில்லை. உதாரணமாக, இதுபோன்ற சிலவற்றை எழுதக் கூறினர்: 'மெய்னே சாதர் பஜார் பார்ட்டீஸ் கோ மால் தியா. இமாம் சாஹிப் செ முலாஹட் கி அவுர் டோ பார்ட்டி கோ மால் தியா.' ஒரு இசுலாமிய நாட்குறிப்பும் இருந்தது. அதில் சில வேதிப்பொருட்களின் பெயர்களை எழுதக் கூறினார். அவை யெல்லாம் என்ன என்பதுகூட எனக்குத் தெரியாது.

பிறகு, என்னைச் சித்ரவதை செய்த அதே நபர் எனது காயங்களில் மருந்து தடவினான். எண்ணெய் தடவி மஜாஜ் செய்தான். நல்ல உணவு கிடைக்கத் தொடங்கியது. பிரட் காய்ந்து போயிருக்கவில்லை, ரொட்டிகள் கருகிப் போயிருக்கவில்லை. என்னால் முடிந்த அளவு சாப்பிட்டேன். ஒரே நேரத்தில் பத்து ரொட்டிகள் சாப்பிட்டது நினைவிலிருக்கிறது.

இந்தத் திடீர் மாற்றத்துக்கான காரணமும் புரியவில்லை. ஆனால், அவரது பேச்சில் வன்முறை இல்லாவிட்டாலும் இன்னமும் அசிங்கமாகவும், மதரீதியாகவும் திட்டினர்.

திடீரென்று ஒருநாள் என்னை குளிக்கச் செய்தனர். ஒரு நாவிதர் அழைக்கப்பட்டு முகச்சவரம் செய்வித்தனர், தலைமுடியை கத்தரித்து விட்டனர்.

பிப்ரவரி 28 காலையில் எனக்கு காலை உணவு அளித்தனர். என்னைக் கடத்தியபோது நான் அணிந்திருந்த உடைகளைக் கொடுத்தனர். பேண்ட், சட்டை, செருப்புகள்.

கண்களைக் கட்டாமல் வெளியே கொண்டுவந்தனர். பல நாட்களாக சூரிய ஒளியைப் பார்க்காததால் எனது கண்கள் கூசின. பல கோணங்களில் என்னைப் புகைப்படம் எடுத்தனர். எனது கை, கால் விரல் ரேகைகளைப் பதிவு செய்தனர். நான் கிரிமினல் கிடையாது. ஏன் இப்படிச் செய்கிறீர்கள் என்றேன். 'உன்னால் புரிந்துகொள்ள முடியாது, எல்லாம் உனது நன்மைக்குத்தான்' என்றனர்.

ஒரு பெரிய வெள்ளை வாகனத்துக்கு எடுத்துச் செல்லப் பட்டேன். அங்கு ஏற்கனவே பிற கைதிகள் அமர்ந்திருந்தனர். போலீஸார் இப்போது சீருடையில் இருந்தனர். இப்போது கண்களை மட்டும் விட்டுவிட்டு ஒரு துணியால் முகத்தை மூடினர். மற்றவர்களின் முகங்களும் இதேப்போல மூடப்பட்டிருந்தது.

நாங்கள் கைதிகள் அல்ல அடிமைகள்.

என் கண்கள் வேனின் தரையை நோக்கித்தான் இருக்க வேண்டும் என்றனர். வேனுக்கு அழைத்துவரும்முன்பாகவே அமைதியாக இருக்கவேண்டுமென்றும் 'அடித்தது பற்றி எதுவும் கூறக்கூடாது. திரும்பவும் நீ எங்களிடம்தான் வர வேண்டும் என்பதை நினைவுவைத்துக்கொள். உனது பெற்றோர்களையும் கைது செய்துவிடுவோம்' என்றும் மிரட்டியிருந்தனர். இக்கயவர்கள் எனது ஆம்மி, அப்பு ஆகியோருக்கும் தீங்கு செய்வார்கள் என்ற நினைப்பே வயிற்றில் புளியைக் கரைத்தது.

வாகனம் புறப்படத்தொடங்கியதும் அங்கிருந்த போலீஸார்களில் ஒருவன் "ஜெய்" என்று கத்தினான். மற்றவர்கள் *'பஜ்ரங் பாலி கி'* என்றனர். (ஹனுமானுக்கு ஜே) அது, அவர்கள் ஏதோ ஒரு போருக்குச் செல்வது போல இருந்தது.

குறிப்புகள்

1. ஜல்லாட் என்பவன் மரண தண்டனை நிறைவேற்றுபவன். கருணையில்லாதவன் என்பதைக் குறிக்கவும் இவ்வாறு அழைப்பதுண்டு.
2. நீதிமன்றங்களிலும், புதுடெல்லி சாணக்கியபுரியில் இருந்த மாநிலங்களுக்கு இடையிலான சிறைச்சாலையிலும் ஆமிரை விசாரித்த அதிகாரிகள் சீருடையில் இருந்தனர். அப்போதுதான் அவர்களது பெயர் வில்லையிலிருந்து தன்னை விசாரித்த சுபாஷ் தாண்டன் உள்ளிட்ட அதிகாரிகளின் பெயர்களைத் தெரிந்துகொண்டார். மாநிலங்களுக்கு இடையிலான குற்ற விசாரணைப் பிரிவு அதிகாரிகள் ஆமிர் மீதான விசாரணையில் ஈடுபட்டனர் என்றும் அவர்களது பெயர்கள் ஆய்வாளர் சுபாஷ் தாண்டன், ஆய்வாளர் ராஜிந்தர் பாட்டியா, துணை ஆய்வாளர் ராகேஷ் தீட்சித், துணை ஆய்வாளர் அனில் துரேஜா, உதவி துணை ஆய்வாளர்கள் வீரேந்திர சிங், ரமேஷ் குமார் ஆகியோர் என்றும் நீதிமன்றஆவணங்கள் கூறுகின்றன. அவர்கள் அனைவரும் அரசுத்தரப்பு சாட்சிகளாக ஆஜரானார்கள்.

4
நான் எவ்வாறு தந்திரமாக சிக்கவைக்கப்பட்டேன்

'குண்டு வெடிப்பு வழக்குகளில் என்னைச் சேர்க்கப்போவதாக போலிஸார் என்னிடம் தெரிவித்தனர். இந்தக் குற்றங்களை நான் ஒப்புக்கொள்ள வேண்டும் என்றனர். ஏனென்றால், இவை அனைத்தும் பொய்க் குற்றச்சாட்டுகள் என்பதால் சில ஆண்டுகளில் விடுதலையாகி விடலாம் என்றனர். இதற்கு நான் எதிர்ப்பு தெரிவித்தபோது என்னை அடித்தனர். அதாவது என்னை குப்புறப் படுக்கவைத்து, கால்களையும் கைகளையும் மேல் நோக்கித் தூக்கி, வில் போல் வளைத்து கால்களையும் கைகளையும் ஒன்றாக இணைத்தனர். இதனால் கடுமையான வலி உருவானது. முதுகு கடுமையாகப் பாதிக்கப்பட்டது. அடுத்து, இரும்பு உருளைகளைக் கால் மூட்டு களுக்கீழே வைத்து கால்களின் மீது ஏறி அமர்ந்தனர். இதனால் எனது உடல், மனம் இரண்டும் கழன்றது.'

நாங்கள் எங்கே சென்று கொண்டிருக்கிறோம் என்பது எனக்குத் தெரியவில்லை. இருபது — இருபத்தி ஐந்து நிமிடப் பயணமாக அது இருந்தது. அதன்பின்னர் ஒரு பெரிய கட்டடத்தின் சுற்றுச்சுவர் நுழைவு வாயிலுக்குள் வாகனம் நுழைந்தது. நாங்கள் அனைவரும் கைவிலங்கிடப்பட்டுள்ளதால் மற்றவரின் உதவியால் கீழிறக்கப்பட்டோம். அங்கு ஏராளமான மக்களும் போலீஸாரும் குவிந்திருந்ததைப் பார்த்தேன். அந்த கூட்டத்தின் ஊடாக அந்தக் கட்டடத்துக்குள் அழைத்துச் செல்லப்பட்டோம். அவர்கள் எங்களை வேகமாக நடக்கச் செய்தனர். ஒரு அறையின் வெளியே நிறுத்தப்பட்டு, எங்கள் கைவிலங்குகளை அகற்றினர். அதன் பிறகு அறைக்குள் நுழைந்தோம். ஒரு உயரமான நாற்காலியில் ஒருவர் அமர்ந்திருந்தார். அவருக்கு அருகில் ஒருவர் தீவிரமாக தட்டச்சு செய்துகொண்டிருந்தார். உயரமான நாற்காலியில் அமர்ந்திருந்த அந்த நபருக்குப் பின்சுவரில் மகாத்மா காந்தி படம் தொங்கிக் கொண்டிருந்தது.

அது என்ன இடமாக இருக்கும் என்ற ஆராய்ச்சியில் மூழ்கினேன். ஆனால், கண்டுபிடிக்க முடியவில்லை. என்னை எங்கு கொண்டு வந்திருக்கிறார்கள்? இதுபோன்ற இடத்தை நான் எங்கும் பார்த்ததில்லை. போலீஸ் அதிகாரிகளில் ஒருவன் ஆங்கிலத்தில் பேசத் தொடங்கினான். அதை என்னால் புரிந்துகொள்ள முடியாது. உயரமான நாற்காலியில் அமர்ந்திருந்தவரின் முன்னால் இருந்த மேசைமீது போலீஸ் அதிகாரி ஒருவர் தாள்கள், கோப்புகள், மூட்டைகள், ஒரு ரிவால்வர் துப்பாக்கி ஆகியவற்றை வைத்தார். வழக்குரைஞர்போல் உடை உடுத்தியிருந்த ஒரு மனிதர் ஆங்கிலத்தில் பேசினார்.

உயரமான நாற்காலியில் அமர்ந்திருந்த நபர் எங்கள் மீது பார்வையைச் செலுத்தினார். அறையின் கடைசியில் நாங்கள் நின்று கொண்டிருந்தோம். இப்போது திடீரென்று நாங்கள் ஒரு நீதிமன்றத்தில் இருக்கிறோம் என்பது புரிந்தது. ஒரு இந்தி சினிமாவில் நான் பார்த்த ஒரு காட்சி மின்னல்போல நினைவுக்கு வந்தது. படத்தில் அமிதாப்பச்சனிடம் நீதிபதி கேட்பார், 'நீ எப்படி தப்பித்தாய் என்று. அதற்கு அமிதாப், தன்னைச் சுற்றியிருந்த போலீஸார் மற்றும் கூட்டத்தினரை கொஞ்சம் விலகியிருக்கும் படி சொல்வார். தேவையான இடம் கிடைத்ததும் இப்படித்தான் தப்பித்தேன் என்று செயல்முறை விளக்கம் கொடுத்து உண்மையிலேயே தப்பி விடுவார்.

அறைக்கு வெளியே கொண்டுவரப்பட்டோம். போலீஸார் நிம்மதியாகக் காணப்பட்டனர். 'பத்து நாள் ரிமாண்ட்' கிடைத்ததாகப் பேசிக்கொண்டனர். அந்த வார்த்தைக்கு என்ன அர்த்தம் என்பது தெரியவில்லை; ஆனால், அவர்கள் பேசியதொனி எனது முதுகுத்தண்டை உறையவைக்கப் போதுமானதாக இருந்தது. அடுத்து ஆச்சரியமளிக்கும் வகையில் ஒரு பெரிய கும்பல் கையில் காமிரா மற்றும் மைக்குகளுடன் எங்களைச் சூழ்ந்தது. தொலைக்காட்சி சானல்களில் இருந்து ஆண்களும் பெண்களுமாக வந்திருந்தனர். ஒருவன் என்னை நோக்கிக் குனிந்து கேட்டான்: 'ஆய்சே தும்மே கியூ கியா?' நான் என்ன செய்தேன் என்பது எனக்கு ஆச்சரியமாக இருந்தது. இப்போது மீண்டும் பயம் மேலெழுந்தது. நான் என்ன செய்தேன்?

நாங்கள் அனைவரும் அமைதியாக இருந்தோம். உத்தரவுகளுக்குக் கீழ்ப்படியும் ரோபோக்கள் போல இருந்தோம். நாங்கள் வேக, வேகமாக வாகனத்துக்குள் தள்ளப்பட்டோம்.

ஊடகக்காரர்கள் வழிவிடுவதற்காக வாகன ஓட்டுனர் ஒலி எழுப்பியபடி வண்டியை நகர்த்தினார். என்னைச் சுற்றி என்ன நடக்கிறது என்பது எனக்குப் புரியவில்லை.

எங்கள் பார்வை தரையை நோக்கி மட்டுமே இருக்க வேண்டும் என்று மீண்டும் எச்சரிக்கப்பட்டோம். நீதிமன்றத்துக்கு எங்களை அழைத்து வந்தபோது அவர்கள் மிகவும் பதற்றத்துடன் இருந்ததையும் இப்போது எந்தப் பதற்றமும் இல்லாமல் வெற்றி மனநிலையில் இருப்பதையும் கவனித்தேன்.

நாங்கள் அனைவரும் ஒரு கட்டிடத்துக்குள் கொண்டு செல்லப்பட்டோம். அது, சாணக்கியபுரியில் உள்ள வெளி மாநிலங்கள் குற்றப்பிரிவு சிறை என்பதைப் பின்னர் தெரிந்து கொண்டேன். நாங்கள் பதினான்கு, பதினைந்து பேர் இருந்தோம். ஒவ்வொருவரையும் இரண்டு இரண்டு போலீஸார் தனித்தனி அறைகளுக்கு அழைத்துச் சென்றனர்.

எந்த அறையில் சித்ரவதைகளுக்கு உள்ளாக்கப்பட்டேனோ அதே கொட்டடிக்குள் அடைக்கப்பட்டேன். அவர்கள் மீண்டும் தொடங்கப் போகிறார்கள் என்று நினைத்தேன். இனிமேல் காலாகாலத்துக்கு இதே காரக்கிரகத்தில்தான் கிடக்கப் போகிறேன். இங்கிருந்து வெளிஉலகைப் பார்க்கப்போவதில்லை, நீதிபதியும் அவர்கள் சொல்வதை அப்படியே நம்புகிறார், எனது உண்மைக் கதை என்ன என்பதைத் தெரிந்துகொள்ளக்கூட முயலவில்லை என்று நினைக்கத் தொடங்கினேன். அடுத்து என்ன நடக்கும் என்ற திகிலுணர்வு என்னைக் கொன்றது.

அடுத்த பத்து நாட்களும் அதே கொட்டடியில் அடைத்து வைக்கப்பட்டேன். மதவெறுப்பை நெருப்பெனக் கக்கும் வார்த்தை களும் ஆபாச வசைகளும் தொடர்ந்தன. மென்மையாகப் பேசும் தன்மையுடன் ஒரு அதிகாரி ஒருநாள் வந்தார். அவர் நீண்டநேரம் பேசினார். பார்சிகள் ஈரானில் இனரீதியாகத் துரத்தப்பட்டு எப்படி இந்தியாவுக்கு வந்தார்கள் என்ற கதையைத்தான் விரிவாகச் சொல்லிக்கொண்டிருந்தார். ஒரு கப்பலில் குஜராத் வந்தவர்கள் அங்கு குடியேற அனுமதி கேட்டனர். இங்கு இடமில்லை என்பதைக் குறிக்கும்வகையில் பால் நிரம்பிய கோப்பையை அரசன் கொடுத்தனுப்பினாராம். ஆனால், பார்சிகளோ அப்பாலில் சர்க்கரையைக் கலந்து நாங்கள் மக்களோடு மக்களாகக் கலந்து வாழ்ந்து கொள்கிறோம்

என்றனராம். பின்னர் அரசர் அவர்களுக்கு அனுமதி அளித்தாராம். அப்போதிலிருந்து அம்மக்கள் அமைதியாக வாழ்ந்து வருகிறார்கள் என்றார்.

பார்சிகள் குறித்து எதுவும் கேள்விப்படாததால் அக்கதை ஆர்வமாக இருந்தாலும் அதை எதற்காக என்னிடம் சொல்கிறார் அல்லது எனது சூழ்நிலையோடு எந்தவகையில் தொடர்புடையது என்பதை என்னால் புரிந்துகொள்ள முடியவில்லை. எனது மூதாதையர் ஆப்கனில் இருந்து வந்தவர்கள். ஆனால், இந்தியாவையே சொந்த நாடாக வரித்துக் கொண்டார்கள். பாகிஸ்தான் என்ற கொள்கையைக்கூட எனது அப்பா ஏற்றுக் கொண்டதில்லை. பழையடெல்லியின் சந்துகளில் ஒன்றில்தான் நான் பிறந்தேன். அதைவிட்டால் வேறு எங்கும் எனக்கு இடம் இல்லை. பார்சிகள் கதை எந்த வகையில் எனக்குப் பொருந்தும்?

அன்று இரவே சாணக்கியபுரி காவல் நிலையம் கொண்டு செல்லப்பட்டேன். அன்று இரவு முழுவதும் அங்குள்ள லாக்—அப்பில் அடைக்கப்பட்டேன். அங்கு, என்னோடு நீதிமன்றத்தில் ஆஜர்ப்படுத்தப்பட்ட கைதிகளில் ஒன்றிரண்டுபேர் இருந்தனர். இவர்கள் தவிர மேலும் இரண்டு, மூன்று பேர் இருந்தனர். அவர்கள் கிரிமினல்கள் போல் தெரிந்தனர். ஒரு கெட்டநாற்றம் கொண்ட ஒரு போர்வை கொடுத்தனர். அங்கிருந்த கழிப்பறையில் தண்ணீர் இல்லை.

நான் அங்கிருந்த கைதிகளுடன் பேச விரும்பினேன். ஆனால் யாரும் ஒருவரோடு ஒருவர் பேசக்கூடாது என்று உத்தர விட்டிருந்தனர். கிரிமினல்களும் எங்களோடு பேசாதீர்கள் எனக் கூறியிருந்தனர்.

காலையில் மீண்டும் வெளி மாநிலங்கள் குற்றப்பிரிவு சிறைக்குக் கொண்டு வந்தனர்.

இங்குதான், குண்டுவெடிப்பு வழக்குகளில் என்னைச் சேர்க்கப்போவதாக போலீஸார் என்னிடம் தெரிவித்தனர். இந்தக் குற்றங்களை நான் ஒப்புக்கொள்ள வேண்டும் என்றனர். ஏனென்றால், இவை அனைத்தும் பொய்க் குற்றச்சாட்டுகள் என்பதால் சில ஆண்டுகளில் விடுதலையாகி விடலாம்[1] என்றனர். இதற்கு நான் எதிர்ப்பு தெரிவித்தபோது என்னை அடித்தனர். அதாவது என்னை குப்புறப்படுக்கவைத்து, கால்களையும் கைகளையும் மேல் நோக்கித் தூக்கி, வில் போல்

வளைத்து கால்களையும் கைகளையும் ஒன்றாக இணைத்தனர். இதனால் கடுமையான வலி உருவானது. முதுகுகடுமையாகப் பாதிக்கப்பட்டது.

அடுத்து, இரும்பு உருளைகளைக் கால் மூட்டுகளுக்குகீழே வைத்து கால்களின் மீது ஏறி அமர்ந்தனர். இதனால் எனது உடல், மனம் இரண்டும் கழன்றது. இதன்பிறகு அவர்கள் என்ன சொன்னாலும் அப்படியே ஏற்கவேண்டும் என்பதைத் தெரிந்து கொண்டேன். வாகா ரயில்நிலையத்தில் அந்த சௌத்திரி கொடுத்த பையை தூக்கி வீசியது தவறு என்றும் அதற்கான தண்டனைதான் இப்போது எனக்குக் கிடைத்திருக்கிறது என்றும் நம்பத் தொடங்கினேன். உண்மையிலேயே எனது பெற்றோரை நான் மீண்டும் பார்க்க விரும்பினால் அவர்கள் சொல்வதையெல்லாம் கேட்கவேண்டும் என்றனர்.

கிட்டதட்ட ஒவ்வொரு நாளும் வித்தியாசமான மனிதர்கள் வந்து கேள்விகள் கேட்டவண்ணம் இருந்தனர். அவர்கள் யார் என்பது எனக்குத் தெரியவில்லை. அவர்களும் தம்மை அறிமுகப்படுத்திக் கொள்வதில்லை. அவர்கள் வருவதற்கு முன்னால் போலீஸார் வருவார்கள்; நான் இந்த இடத்தில் அல்லது அந்த இடத்தில் எப்படி குண்டுவைத்தேன் என்பதை எனக்குச் சொல்லிக் கொடுப்பார்கள். அதை அப்படியே அவர்களுக்குத் திருப்பிச்சொல்ல வேண்டும். என்ன நடந்துகொண்டிருக்கிறது என்பது குறித்து அதிகம் கவலைப்படுவதில்லை.

ஒருநாள் நான் குளிக்க அனுமதித்தார்கள்,. எனக்கு புதிய ஆடைகள் கொடுத்தனர். என்னை மாடிக்குக் கொண்டு சென்றனர். அங்கு எனது பெற்றோரைப் பார்த்தேன். அவர்கள் அப்புவின் நண்பர் சாவ்லா சாஹேப்புடன் வந்திருந்தனர். நான் அறைக்குள் கொண்டு செல்லப்பட்டேன். ஆனால், சாவ்லாவை உள்ளே அனுமதிக்கவில்லை. அப்பு குர்தா— பைஜாமா போட்டிருந்தார். அவர் இதுதான் கேட்டார்: *'கியா ஹுவா, பேட்டா? யே சப் கெய்ஸா ஹுவா?'*

ஆம்மி புர்கா அணிந்திருந்தார். என்னை அணைத்துக் கொண்டு, எனது உள்ளங்கையை அழுத்த முயன்றார். நான் நன்றாக இருக்கிறேனா என்பதை உறுதி செய்துகொள்ள. கண்ணீர் வெடித்துக் கிளம்பியது. விசாரணையின் போது எச்சரித்தது போல அவர்களையும் கைது செய்து விடுவார்களோ

என்று பீதியாக இருந்தது.

குண்டு வெடிப்பில் சம்பந்தப்பட்டுள்ளேன் என்பதை எனது பெற்றோருக்குச் சொல்ல வேண்டும் என்று போலீஸார் ஏற்கனவே கூறியிருந்தனர். ஆனால், சந்திப்பு குறுகிய நேரம்தான் நடந்தது. அதனால் எதுவும் பேசவில்லை. டெல்லியில் 1997ல் நடந்த குண்டுவெடிப்புகளில் என்னைத் தொடர்புபடுத்தி நான் கைது செய்யப்பட்டிருப்பதாக பத்திரிகைகளில் செய்தி வந்ததை யடுத்து அவர்கள் நீதிமன்றத்தை அணுகி அனுமதி பெற்று என்னைக் காண வந்துள்ளனர். பயப்படாதீர்கள், மற்றதை பிறகு விவரமாகச் சொல்கிறேன் என்று மட்டும் நான் சொல்ல வேண்டும்: *'பாட் மே பாட்டவூங்கா, அபி சாப் தீக் ஹை. ஆப் பிக்ர் ந கேர்.'* குரான் ஷரிப் புத்தகத்தின் படி ஒன்றை எனக்கு அளிக்க போலீஸாரிடம் பெற்றோர் அனுமதி வாங்கியிருந்தனர். போலீஸ் அதை எடுத்துக் கொண்டனர். அப்புறம் தருகிறோம் என்றனர். ஆனால் கொடுக்கவேயில்லை. அதைக் கேட்கும் துணிச்சலும் என்னிடம் இல்லை.

சாவ்லா சாஹேப்பை நான் கடக்கும்போது அவர் என்னைப் பார்த்து புன்னகைத்தார். சுல்தான் அகமது சாவ்லா கல்வி கற்றவர். குவாம் — இ — பஞ்சாபியன் சமுதாயத்தைச் சேர்ந்த வணிகர். எனது பெற்றோர் என்னைச் சந்திக்கும் முகாந்திரங் களை அவர்தான் கூறி உதவியிருப்பார் என்பதைப் புரிந்து கொண்டேன்.

நான் ரிமாண்டில் கழித்த நாட்களில் நிகழ்ந்த நிகழ்வுகளின் தேதிகளை என்னால் துல்லியமாக நினைவுகூற முடியவில்லை. 1998 பிப்ரவரி 28 அன்று ரிமாண்ட் செய்யப்பட்டு போலீஸ் காவலில் எடுக்கப்பட்டேன். நான் திஹார் சிறைக்கு அனுப்பப் பட்டது 1998 ஏப்ரல் 26.

இப்போது திரும்பிப் பார்க்கும்போது, பல்வேறு குண்டு வெடிப்புகளில் எனது பெயரைச் சேர்க்க, இந்த கால அவகாசத்தைத்தான் போலீஸார் பயன்படுத்திக் கொண்டனர் என்று நினைக்கிறேன். ஒரு வழக்கில் எனது ரிமாண்ட் முடிந்ததும், என்னை நீதிமன்றம் கொண்டுசென்று, மேலும் பத்து நாட்கள் ரிமாண்ட பெற்று வேறு ஒரு காவல்நிலையம் கொண்டு சென்றனர். நடுவர்மன்ற நீதிபதி முன்பு எத்தனை தடவைகள் ஆஜர்ப்படுத்தப்பட்டேன் என்பதை நினைவுகூர முடியவில்லை.

ஆனால், ஒருமுறைகூட நான் கைது செய்யப்பட்ட சூழல் குறித்து ஒரு நீதிபதியும் என்னிடம் கேள்வி கேட்கவில்லை.

திஸ் ஹாஜரி நீதிமன்றத்தில்தான் மீண்டும் மீண்டும் நீதிபதிகள் முன் ஆஜர்படுத்தப்பட்டேன். ரிமாண்ட் செய்வதற்காக ஒவ்வொரு முறை நீதிமன்றத்தில் ஆஜர்படுத்தப்பட்டபோதும் எனது பெற்றோர் வந்திருந்தனர். அவர்களிடம் ஓரிரு வார்த்தைகள் பேசவோ, ஆம்மியை அணைக்கவோகூட அனுமதிக்கவில்லை. கன்னத்தில் கண்ணீர் தாரையாக வழிந்தோட ஆம்மியை பார்க்கும் ஒவ்வொரு சமயமும் மனம் கணத்தது.

அப்பு ஒரு வழக்கறிஞரை ஏற்பாடு செய்தார். அவர் ஒவ்வொரு தடவை ஆஜராவதற்கும் தலா ஐயாயிரம் ரூபாய் கொடுத்தார். அவ்வளவு பெரிய தொகையைப் புரட்ட என்னபாடுபட்டிருப்பார் என்பது எனக்குத் தெரியும். ஆனால், அந்த வழக்கறிஞர் எதுவும் செய்யவில்லை. சில வாக்குமூலங்களில் நான் கையெழுத்திட வேண்டும் என்றுகூறிய ஒரேயொரு சமயத்தில்மட்டும் வழக்கறிஞர் ஏதோ சொல்ல வாய் திறந்தார். ஆனால், அதையும்கூட அந்த நீதிபதி கேட்கத் தயாராகயில்லை.[2] எனது தரப்பில் நான் பேச ஒரு வாய்ப்புகூட தராமல் நான்தான் குற்றவாளி என்று அனைத்து நீதிபதிகளும் முடிவு செய்துவிட்டார்கள் போல் தோன்றியது.

நீதிமன்றங்களில் மட்டும் நான் குற்றவாளி என்று அறிவிக்கப்படவில்லை. மருத்துவ சோதனைக்காக ஒவ்வொரு தடவை கொண்டு செல்லப்படும்போதும்,[3] டெல்லி குண்டு வெடிப்புகளுக்கு நான்தான் காரணம் என்று போலிஸார் மருத்துவரிடம் கூறுவார்கள். உடனே, மருத்துவர்களும் எனது உடலைப் பரிசோதிப்பதில் அக்கறைகாட்ட மாட்டார்கள். இன்னும் சொல்லப்போனால், ஒரு சமயம் ஒரு சீக்கிய மருத்துவரே போலீஸாரிடம் இவ்வாறு கூறினார்: 'இஸ்கோ தீக் கியோ நஹி கியா. கும் ஹெய்ன் நா.' நீங்கள் இவனை எவ்வளவு வேண்டுமானாலும் அடியுங்கள். நான் பொய் சான்றிதழ் தருகிறேன் என்று ஒரு மருத்துவரே கூறுவதைக் கற்பனைசெய்து பாருங்கள்.

தனது கடமையைத் தவறாது நிறைவேற்றிய ஒரே மருத்துவர் — பெண் மருத்துவர். அவரது பெயர் எனக்குத் தெரியாது. ஆனால், ராம் மனோகர் லோஹியா மருத்துவமனையில் இருந்தார்.

முதலில் எனது கை விலங்குகளை அகற்றும்படி போலிஸாரிடம் கூறினார். அடுத்து போலிஸார் அனைவரையும் அறையை விட்டு வெளியேறும்படி கூறினார். நான் ஆபத்தான பயங்கரவாதி என்று போலீஸார் கூறியும் கேட்கவில்லை. அவர்கள் சென்ற பின்னர் என்னை ஒரு பெஞ்சில் உட்காரவைத்து, போலீஸ் என்னை சித்ரவதை செய்தார்களா என்று கேட்டார். ஆனால், நான் புகார்செய்ய விரும்பவில்லை. நான் கூறினாலும் எனது சட்டையைக் கழற்றி கைகள், கால்கள், முதுகு ஆகிய இடங்களில் பரிசோதிப்பார். ஒரு காயம்கூட இல்லை.⁴ அப்படியும் போலீஸுக்கு எதிராக ஏதாவது எழுதினாலும் அதன் பின் விளைவுகளை நான்தான் அனுபவிக்க வேண்டும். நான் நன்றாக இருப்பதாகக் கூறினேன்.

என் மீது தொடுக்கப்பட்ட வழக்குகள் எவ்வளவு தீவிர மானவை என்பதையும் இவ்வழக்குகளில் எனக்கு எதிராக வாக்குமூலம் கொடுப்பதற்கான சாட்சிகளை அவர்கள் எவ்வாறு தயாரித்து வருகிறார்கள் என்பதையும் மெல்ல மெல்ல உணரத் தொடங்கினேன். தொடக்க பத்து நாள் ரிமாண்ட் முடிந்ததும், லோதி சாலையில் உள்ள சிறப்புப் பிரிவு போலீஸாருக்கு மற்றொரு ரிமாண்ட் வழங்கப்பட்டது. அவர்கள் என்னை லோதி சாலை காவல் நிலையத்துக்கு நகர்த்தினர். அங்கிருந்து ரூப் நகர் காவல் நிலையத்துக்குக் கொண்டு செல்லப்பட்டேன். ஹீரா மாலிக் என்ற போலீஸ்காரன் நன்றாகக் குடித்திருந்தான். நான் இசுலாமியர் என்பதற்காகவே அடித்தான். இந்த வழக்கில் எனக்கு தண்டனை நிச்சயம் என்று உறுதியாகக் கூறினான்.

அடுத்து ஹரியானா மாநிலக் குற்றப் புலனாய்வுத் துறை என்னை ரிமாண்ட் எடுத்து ஹரியானாவின் சோனாபேட் காவல் நிலையம் கொண்டு சென்றது. அவர்கள் மொழி மிகக் கடுமையாக இருந்தது. என்னைக் கடுமையாகத் தாக்கினர். சோனாபேட் காவல்நிலையத்தில்தான் சித்ரவதை உபகரணங்களைப் (Stocks) பார்த்தேன். அவை முகலாயர் காலத்தில் இருந்து பயன்படுத்தப் படுகிறதாம். ஒரு போலீஸ்காரன் சொன்னான்: 'துமாரே ஜமானே கா ஹை. முகல் ஜமானே கா ஹை.' (இது உங்கள் காலத்தது. முகலாயர் காலம்.) முகல் ஆட்சியை இசுலாமியரோடு அடையாளப்படுத்திக் கொண்டனர். நான் ஒரு இசுலாமியராக இருப்பதால், முகல் காலத்தில் நடந்த சித்ரவதைகளுக்கு நான் தான் பொறுப்பு என்பது போலப் பார்த்தார்கள்.

சோனாபேட்டுக்குப் பிறகு மீண்டும் டெல்லி சாணக்கியபுரி வெளி மாநிலங்கள் குற்றப்பிரிவு சிறைக்குக் கொண்டுவரப் பட்டேன். அப்போது உத்தரபிரதேச மாநிலம் காஜியாபாத் மாவட்டத்தைச் சேர்ந்த பில்குவா கிராமத்திலிருந்து வந்திருந்த ஷகீல் என்ற நபரை அறிமுகப்படுத்தினர். அவரோடு இரண்டு வங்கதேசத்தவரும் இருந்தனர். அவர்களின் பெயர்கள் மௌசா, அப்துல்லா. லாக்—அப்பில் ஷகீலுடன் என்னால் பேச முடிந்தது. நான் கைது செய்யப்படுவதற்கு முன்பே கைது செய்யப்பட்டுள்ளார். நீண்டகாலமாக இச் சிறையில் இருக்கிறார். அவர் ஒரு சுமை வியாபாரி. அச்சிட்ட படுக்கைவிரிப்புகள், உறைகளை ஊர் ஊராகச் சென்று வியாபாரம் செய்து வருகிறார். அவர் இப்போது உடைந்து காணப்பட்டார். அவரது கால் முறிக்கப்பட்டிருந்தது. ஷகீல் என்னைவிட 12 ஆண்டுகள் மூத்தவர்.

வங்கதேசத்தவர்களால் உருது மொழியைச் சரளமாகப்பேச முடியவில்லை. லூதியானாவில் கட்டிடத் தொழிலாளர்களாக வேலை பார்த்துள்ளனர். அங்குதான் அவர்கள் கைது செய்யப் பட்டிருக்கின்றனர். அப்போதிலிருந்து ஒரு மாதம் சிறையில் அடைக்கப்பட்டுள்ளனர். அவர்கள் நெருக்கமாக இருந்தனர். இடம் சுத்தம் செய்ய, துணிகளைத் துவைக்க, மேசை, நாற்காலி களைத் துடைக்க அந்த வங்க தேசத்தவர்களைத்தான் போலீஸார் பயன்படுத்தினர். அவர்களும் கடுமையான வதைகளுக்கு ஆளாகியுள்ளதைப் பார்க்க முடிந்தது.

ஒருநாள் மாலையில் தூறல் விழுந்துகொண்டிருந்தது. நான் வெளி மாநிலங்கள் குற்றப்பிரிவு சிறையில் இருந்தேன். அப்போது என்னைப் பார்க்கச் சிலர் வருவதாகவும், அவர்களிடம் கரோல் பாக்கில் உள்ள ரோஷான் டி குல்ஃபி என்ற உணவகத்தில் நான் தான் குண்டு வைத்தேன் என்று சொல்லவேண்டும் என்றும் என்னிடம் கூறினார்கள். அந்த இடத்துக்கு அருகில் நின்ற ஒரு கைவண்டியில் (thela) குண்டு வைத்ததாகக் கூற வேண்டும் என்று போலிஸார் என்னை மிரட்டினர். அப்படிச் சொல்லாவிட்டால் நான் மீண்டும் சித்ரவதைக்குள்ளாக நேரிடும் என்றனர்.

என்னை முதல் மாடிக்குக்கொண்டு சென்றனர். அங்கு மூன்று நான்கு பேர் உட்கார்ந்திருந்ததைப் பார்த்தேன். தரையில் உட்காரும்படி கூறப்பட்டேன். அவர்களிடம் மன்னிப்பு கேட்கும் படி கூறினார்கள். அவர்கள் முகங்களில் தீப்புண்களைக்

கண்டேன். அவை வெண் காயங்களாக இருந்தன. அவர்கள் குண்டு வெடிப்புகளால் பாதிக்கப்பட்டவர்கள் என்பதையும் காயங்களால் அவதிப்படுகிறார்கள் என்பதையும் புரிந்து கொண்டேன். அவர்களில் ஒருவர், அப்பாவி மக்கள் உயிரைக்குடிக்கும் அத்தகைய படுபாதகச் செயல்களில் ஏன் ஈடுபட்டேன் என்று என்னை நோக்கிக் கேட்டார். உடனே கதறி அழவேண்டும்போல் இருந்தது. அதைச் செய்தது நானல்ல என்ற உண்மையைக் கூற விரும்பினேன். இதுபோன்ற படுபாதகச் செயல் குறித்து நான் நினைத்துக்கூட பார்த்தது கிடையாது.

ஆனால், சித்ரவதைகளின்போது உணர்ந்த அவமானங்கள் மற்றும் வலியின் நினைவுகள் இன்னமும் எனக்குள் அப்படியே இருந்தன. எனக்குமுன் அமர்ந்திருந்த மக்களிடம் கூறினேன்: கரோல் பாக்கில் குண்டு வைத்தது நான் தான். அதற்காக என்னை மன்னியுங்கள்.[5] இதேபோல மற்ற குண்டுவெடிப்புகளால் பாதிக்கப்பட்ட மக்களிடமும் ஒப்புதல் வாக்குமூலம் அளித்து மன்னிப்பும் கோரினேன்.

அடுத்து என்னை பஜாருக்கு கொண்டு சென்றார்கள். ஒருசில குறிப்பிட்ட கடைகளைக் காட்டி அங்குதான் குண்டு தயாரிப்பதற்கான வெடிபொருட்கள் வாங்கினேன் என்று கூறச் செய்தனர். அதற்கு என்னிடம் ரசீது இருக்கிறதா என்று கடைக்காரர்கள் என்மீது கோபப்பட்டனர். கடைக்காரர்களிடமும் போலீஸார் பொய் ரசீதுகள் வாங்கியிருந்தனர். ஆனால், அது போலியானது என்பது நீதிமன்றத்தில் நிரூபிக்கப்பட்டது. அதன் தலைப்பில் 1998ல் ஒரு தேதி எழுதப்பட்டிருந்தது. ஆனால், போலீஸார் 1997ல் ஒரு தேதியை எழுதியிருந்தனர்.

ஒருநாள் ஷகீலுடன் நானும் காஜியாபாத்தில் உள்ள பில்குவா கிராமத்துக்கு அழைத்துச் செல்லப்பட்டேன். ஷகீல் மிகவும் ஏழைக்குடும்பத்தைச் சேர்ந்தவர். மனைவியும் மூன்று குழந்தைகளும் இருந்தனர். பாகிஸ்தானைச் சேர்ந்த பயங்கரவாதி துண்டாவின்[6] பக்கத்து வீட்டுக்காரர் என்று போலீஸார் கூறினர். போலீஸார் மூன்று நான்கு பேரை அழைத்து வந்திருந்தனர். அவர்கள் எங்களுக்கு குண்டுகள் தயாரிப்பதற்கான வெடிமருந்துகளைத் தாமும் விற்றதாகக் கூறும்படி போலீசார் அவர்களிடம் வலியுறுத்தினர். ஆனால், ஷகீலுக்கோ எனக்கோ வெடிமருந்துகளை விற்கவில்லை என்று அவர்கள் தெளிவாகக் கூறினர்.

மற்றொரு நபர் அழைத்துவரப்பட்டார். படுக்கை விரிப்புகள், உறைகளில் அச்சிடுவதற்காக தனது இடத்தினை ஷகீலுக்கு வாடகைக்கு விட்டிருந்தவர். நான் ஷகீலுடன் அங்கு தங்கியிருந்ததைப் பார்த்ததாகவும் அடிக்கடி அங்கு வந்து சென்றதாகவும் கூறவேண்டுமென்று அவரிடம் போலீஸார் கூறியிருந்தனர். பொய்க் குற்றச்சாட்டுகள் கூறமுடியாது என்று அவர் மறுத்துவிட்டார். அவர் என்னைப் பார்த்ததேயில்லை என்பதைத் திட்டவட்டமாகக் கூறினார். ஆனால், அவரையும் வெற்றுத்தாள்களில் கையெழுத்திடச் செய்தது போலீஸ்.

அந்த ஆண்டு எந்த நாளில் ஹோலி கொண்டாடப்பட்டது என்பது நினைவில் இல்லை. ஆனால், அந்த நாளில் போலீஸார் அனைவரும் குஷியாக இருந்தனர். தமக்கு நல்ல பதவி உயர்வுகள் கிடைத்திருப்பதாக அவர்கள் என்னிடம் கூறினர். அதாவது என்னையும் மற்ற மூவரையும் கைது செய்ததற்கான பரிசுகள் இந்தப் பதவி உயர்வுகள் என்றனர். அவர்களது இந்த நற்பணிக்காக ரொக்கப்பரிசுகளும் பெற்றிருக்க வேண்டும்.[7]

1998 ஏப்ரல் 28ல், ஒரு நீலநிற சிறைவாகனத்தில் நான் இருப்பதைக் கண்டேன். உள்ளே ஒரு நீளமான பலகை இருந்தது. அது கைதிகள் உட்காருவதற்கானது. அதில் ஒரு ஓரத்தில் உட்கார்ந்து, மற்ற கைதிகள் வண்டியில் ஏறுவதைப் பார்த்துக்கொண்டிருந்தேன். அவர்கள் உடலில் இருந்து வந்த துர்நாற்றம்தான் இன்னமும் என் நினைவில் இருக்கிறது. அந்த பெஞ்சில் சில இடங்கள் தங்களுக்கு முன்பதிவு செய்யப்பட்டது போல அவர்கள் தங்களுக்குள் முரட்டுத்தனமாக நடந்து கொண்டனர். அவர்களது சண்டையால் யாருக்கும் உட்கார அனுமதியில்லை, அவர்கள் திஹார் சிறைவரை நின்றுகொண்டே வந்தனர்.

அவர்களைப் பார்த்தால் கைதிகள் சிறைக்குச் செல்வதைப் போன்றே தோன்றவில்லை. சிரித்துக்கொண்டும் நகைச்சுவைத் துணுக்குகள் சொல்லிக்கொண்டும் இருந்தனர். இதயம் படபடக்க இவற்றை நான் பார்த்துக் கொண்டிருந்தேன். அங்கு என்ன மாதிரியான உலகம் எனக்காகக் காத்திருக்கிறது? இக்கேள்வி ஒன்றுதான் எனக்குள் பெரும் கவலையை உருவாக்கியிருந்தது.

சிறை என்றதும் எனக்கு நினைவுக்கு வருவது பாலிவுட் படங்களில் நான் பார்த்த சிறைதான். அது ஷோலே அல்லது

வேறு ஏதாவது படமாக இருக்கலாம்; ஆனால், அமிதாப் படம்தான். கொளுத்தும் வெயிலில் சிறையில் அமிதாப் கல் உடைத்துக்கொண்டிருப்பார். நானும் கல் உடைக்க வேண்டுமோ?

வாகனம் புறப்பட்டது. இரு பக்கமும் நெருக்கமான கம்பி வலை போடப்பட்டிருந்ததால் வாகனம் எந்தப் பாதையில் செல்கிறது என்பது தெரியவில்லை. உள்ளே ஒரே கசமுசாவாக இருந்தது. ஆனால், அங்கும், என்னைப்போல் முதல் முறையாக சிறைக்குச் செல்லும் சிலர் ஓரமாக அமர்ந்து எல்லாவற்றையும் படபடப்புடனும் பயத்துடனும் பார்த்துக் கொண்டிருப்பதைப் பார்த்தேன்.

முதலில் பிரம்மாண்டமான வாயில்கள் ஊடாகச் சென்றோம். அங்கு ஏராளமான சிறை அதிகாரிகள் சீருடைகளுடன் நின்றனர். வாகனம் நின்றது. சிலரது பெயர்களைக் கூறி அவர்கள் கீழே இறங்கும்படி உத்தரவிட்டனர். வாகனம் மீண்டும் புறப்பட்டது. இம்முறை சிறை வளாகத்துக்குள் இருந்த சாலையில் சென்றது. இரு புறமும் வெளிர் சிவப்பு நிறச் சுவர்கள் காணப்பட்டன. அச்சுவர்களுக்கு அப்பால் என்னால் பார்க்க முடியவில்லை.

கடைசியில் எங்கள் வாகனம் சிறை எண் 5 முன் நின்றது. எனது பெயரை அழைத்தனர். நான் எழுந்து, வாகனத்தின் கதவருகே சென்று, கீழே இறங்கி, ஒரு பிரம்மாண்ட கதவில் துளை போட்டது போல இருந்த சிறிய கதவின் ஊடாக நடந்தேன். அதைக் கடந்ததும் மற்றொரு பெருங்கதவு வந்தது.

இரு பெருங்கதவுகளுக்கு இடையில், ஒன்று உள்ளே செல்ல; ஒன்று வெளியே செல்ல, இரண்டுக்கும் நடுவே பெரும் வெளி. அங்கே அனைவரும் தரையில் உட்காரும்படி கேட்டுக்கொள்ளப்பட்டோம். போலீஸார் கையில் இருந்த திறவுகோல்கள் மிகவும் பெரிதாக இருப்பதைப் பார்த்தேன். அவற்றில் ஒன்றைப் பயன்படுத்தி அக்கதவு திறக்கப்பட்டது. அதனூடாக நான் நுழைந்தேன்.

எங்களிடம் கத்தி, பணம் அல்லது ஏதாவது உடமைகள் இருக்கிறதா என்று கேட்கப்பட்டோம். யாரும் எழுந்திருக்க வில்லை. காவலாளிகள் கருப்புத்தோல் கொண்டவர்களாக இருந்தனர். அவர்கள் தமிழ்நாடு சிறப்புக் காவல்படையைச் சேர்ந்தவர்கள் என்று கண்டுகொண்டோம். டெல்லி ஆயுதப் படை, டெல்லி சிறைத்துறைக் காவலர்களும் இருந்தனர்.

புதியவர்களான நாங்கள் இடது பக்கமிருந்த படிகளில் ஏறிச்செல்லும்படி கேட்டுக் கொள்ளப்பட்டோம். பெயர்களைச் சொல்லி அழைக்கும் சத்தம் மட்டும் கேட்டது. சில சமயங்களில் கதவு திறக்கும் சத்தம், மூடும் சத்தம் கேட்டது. மற்றபடி அங்கு நிசப்தம் மட்டுமே சூழ்ந்திருந்தது. கைதிகளாகிய நாங்களும் அமைதி காத்தோம். அது அச்சத்தின் அமைதி என்று நினைக் கிறேன்.

நாங்கள் மாலை வரை உட்கார்ந்திருந்தோம். எங்களுக்குள் எழுந்த ஆர்வம் கொஞ்சம் கொஞ்சமாக வளர்ந்து எங்களுக்குள் கிசுகிசு குரலில் பேசத் தொடங்கினோம். எனக்கு முன்னால் இருந்த நபர், நான் என்ன வழக்கில் கைது செய்யப்பட்டிருக்கிறேன் என்று கேட்டார். நான், குண்டு வெடிப்பு வழக்கு என்றதும் கிசுகிசுத்தார். 'எந்த குண்டு வெடிப்பு வழக்கு?' எனக்குத் தெரியாது, ஏனெனில் நான் எந்த குண்டு வெடிப்பிலும் ஈடுபடவில்லை என்றேன். உயர் அபாய வார்டில்தான் என்னை அடைப்பார்கள் என்றார். தான் திருட்டு வழக்கில் கைது செய்யப்பட்டுள்ளதாகவும் இங்கு வருவது இது முதல் தடவை யில்லை என்றும் சொன்னார்.

அங்கு என்னமாதிரியான உணவு கொடுப்பார்கள் என்று கேட்டேன். நல்லாத்தான் இருக்கும், ஆனால், வீட்டுச் சாப்பாடு மாதிரி இருக்காது என்றார். அங்கு கைதிகளை அடிப்பார்களா? என்று கேட்டேன். அடிப்பார்கள். ஆனால், காவல் நிலையத்தில் அடிப்பதுபோல அடிக்க மாட்டார்கள் என்றார். விசாரணைக் கைதிகளைவிட குற்றம் நிரூபிக்கப்பட்ட கைதிகளைத்தான் அதிகம் அடிப்பார்கள் என்றார்.

இறுதியில் மருத்துவர் வந்தார். எங்களை மருத்துவ பரி சோதனைக்கு உட்படுத்தக் காத்திருந்தோம். அவரோடு கதர் குர்தா — பைஜாமா அணிந்த இரண்டுபேரும் வந்திருந்தனர். அவர்களும் குற்றவாளிகள்தான்; ஆனால், அவர்கள் சிறை அதிகாரிகளின் உதவியாளர்கள் என்றார் எனது தகவலாளர். அவர்கள் எனது பெயர்கூறி அழைத்து விசாரிப்பர் என்றும் கூறினார். நான் சரியாகப் பதில் சொல்லாவிட்டால் அடிப்பார்.

நான் ஒரு அடிகூட வாங்காமல் அனைத்து கேள்விகளுக்கும் பதில் அளித்தேன். எனது உயரம், எடை ஆகிய அளவுகளை எடுத்தனர். நான் எதற்காக உள்ளே வந்திருக்கிறேன் என்று

மருத்துவர் கேட்டார். ஒரு குண்டு வெடிப்பு வழக்குக்காக என்று நான்சொன்னதும் அவர் துணுக்குற்று பின் நகர்ந்தார். நான் அதைச் செய்யவில்லை என்று உறுதியாகக் கூறினேன்.

மருத்துவப் பரிசோதனை முடிந்ததும், கீழே இறங்கிச்சென்று மறு பக்கத்தில் உட்காரும்படி கூறினார்கள். அதாவது, கைதிகள் தங்கள் உறவினரைச் சந்திக்கும் அறைக்குப் பக்கத்தில் உட்கார்ந்தனர். அதற்கு அடுத்து கோப்புகள் அறை இருந்தது. அந்த அறை முழுவதும் கோப்புகளால் நிறைந்திருந்தது. இந்த கோப்புகளை வாரண்டுகள் என்று அழைக்கிறார்கள். அங்குதான் நான் ஆமீர் என்கிற கம்ரான் என்கிற குடு என்கிற இம்ரான் என்று அழைக்கப்படுவதைக் கண்டுபிடித்து திடுக்கிட்டேன். இதற்கு நான் எதிர்ப்புத் தெரிவித்து எனக்கு வேறு பெயர்கள் கிடையாது என்றேன். அதற்கு அங்கிருந்த மனிதர் இந்தப் பெயர் களெல்லாம் போலீஸாரால் வைக்கப்பட்ட பெயர்கள் என்றார். எனக்கு எதிரான வழக்குகளை வாசித்தார். எனது வாரண்ட் உண்மையிலேயே மிக நீளமாக உள்ளதாக சிறை அதிகாரி கூறினார். அப்போதுதான் நான் இத்தனை வழக்குகளில் சேர்க்கப் பட்டிருக்கிறேன் என்பது எனக்கே தெரிந்தது. அப்போதும் எத்தனை வழக்குகள் என்ற எண்ணிக்கை தெரியாது.

வெளியே வந்தேன். அங்கிருந்த தமிழ்நாடு சிறப்புக் காவல்படை போலீஸ் ஒருவர் என்னை உட்காரும்படி கூறினார். மற்ற போலீஸ்படையினரைவிட இவர் மரியாதையாகப் பழகினார். சின்ன விஷயங்களுக்கெல்லாம் அவர் அடிப்பதில்லை. அவர்கள் எங்கள் உடல்களில் சோதனையிட்டனர். ஆனால், எனக்கு உள்ளுறுப்புகள் சோதனை கிடையாது. ஏதாவது கடத்தி வந்திருக் கிறோம் என்ற சந்தேகம் ஏற்பட்டால் குதத்தின் துவாரத்தில்கூட சோதிப்பார்களாம்.

மற்றொரு பெரிய கதவுக்கான திறவுகோல் பாதுகாப்புப் படையினரிடம்தான் இருந்தது. மிகப்பெரிய பூட்டினையும், தாழ்ப்பாளையும் திறந்து என்னை உள்ளே போகவிட்டார். நடுவில் இருந்த கோபுரத்தைக் காட்டி உத்தரவிட்டார்: அந்த சக்கருக்குப் போ.

சிறைச்சாலை அரைவட்ட வடிவில் அமைக்கப்பட்டிருந்த புதிய கட்டிடம் ஆகும். அங்கிருந்த வார்டுகள் எண்ணிடப்பட்டி ருந்ததைப்பார்த்தேன். எல்லாம் நான் எதிர்பார்த்ததற்கு மாறாக

இருந்தது. முழுவதும் மலர்ச்செடிகளைக் கொண்ட ஒரு அழகிய தோட்டம் இருந்தது. சக்கர் என்பது கட்டுப்பாட்டு அறை. அங்கிருந்துதான் அனைத்துச் சிறைவார்டுகளையும் கண்காணித்தனர். சக்கரில் ஒரு இளைஞன் அடிக்கப்பட்டுக் கொண்டு இருந்ததைப் பார்த்தேன். உடனடியாகப் பயம் பற்றிக் கொண்டது. அவன் அலறினான். ஆனால், எதற்காக அவனை அடித்துக் கொண்டிருந்தனர் என்பது எனக்குத் தெரியவில்லை. மீண்டும் ஒவ்வொருவராக அழைக்கப்பட்டேன். மீண்டும் எங்கள் வழக்கு விவரங்களைக் கேட்டனர். அனைத்தும் ஒரு பெரிய பதிவேட்டில் பதிவு செய்யப்பட்டன.

எனது முறை வந்ததும் அதிகாரி என்னைப் பார்த்தார். இவ்வளவு பெரிய வழக்கில் ஏன் ஈடுபட்டாய் என்று கேட்டார். நான் அப்பாவி என்ற கதையை மீண்டும் சொன்னேன். நான் என் முழுக்கதையும் கூறினேன். எனது வாரண்ட் மேசைமீது கிடந்தது. உயர் அபாய வார்டு அல்லது உயர் பாதுகாப்பு வார்டில்தான்[9] நான் அடைக்கப்பட வேண்டும் என்று ஒரு அதிகாரி கூறினார்.

அங்கு ஒரு மருத்துவரும் இருந்தார். அவர், நான் மிக இளைஞனாக இருப்பதால் தனிக் கொட்டடிக்குத் தாங்க மாட்டேன் என்றார். ஆனால், நான் பல தீவிரமான வழக்குகளில் ஈடுபட்டுள்ளதாகவும் நான் ஒரு பயங்கரவாதி என்றும் அந்த அதிகாரி வாதம் செய்தார். இருந்தாலும், அதுமாதிரியான வார்டுக்கு என்னை அனுப்பினால் அதற்கான பொறுப்பை ஏற்றுக்கொள்ள முடியாது என்றார் மருத்துவர். இவ்வாறு அவர்கள் வாதிடும்போது தூரமாகத் தள்ளி உட்காரும்படி என்னிடம் கூறினர். கடைசியில் ஒரு குற்றவாளி வந்து, வார்டு எண் 5க்கு கொண்டு சென்றார். அது சக்கருக்கு நேர்பின்புறம் இருந்தது. அந்த வார்டு இளைஞர்களுக்கும் முதல்முறையாகச் சிறைக்கு வருபவர்களுக்குமானது என்றும் அது, முலாஹிஜா என்று அழைக்கப்படுவதாகவும் அறிந்தேன்.[10]

மீண்டும் என் குறித்த தகவல்கள் பதியப்பட்டன. நான் அந்த கூடாரத்தைச் சுற்றிப்பார்த்தேன். படுக்கைகள் எதுவும் இல்லை. ஒரு மூலையில் கழிப்பறையும் குளியலறையும் இருந்தது. ஆனால் கதவு பாதி உயரத்துக்குத்தான் இருந்தது. வெளியிலிருந்து எல்லா நேரமும் பார்க்கமுடியும். ஒரு பல்ப், ஒரு பேன் இருந்தது. என்னைக் கொண்டுவந்த குற்றவாளி, நான் சாப்பிட்டேனா

என்று கேட்டார். இல்லை என்று நான் சொன்னதும், உணவு இருக்குமிடத்தைக் காட்டினார்.

தாலி எடுத்துக்கொண்டேன். வாளியிலிருந்து நானே பருப்பும் எடுத்துக்கொண்டேன். சில ரொட்டிகள் எடுத்துக்கொண்டேன். ஆனால், பருப்பு ஒரு மாதிரி வாடையடித்தது. விழுங்க முடிய வில்லை. தண்ணீரைக் குடித்து கட்டாயமாக விழுங்கினேன். ஒரு மண்பானையில் வைக்கப்பட்டிருந்த தண்ணீரை அழுக்கடைந்த பிளாஸ்டிக் டம்ளரில் மொண்டு குடித்தேன்.

நீண்ட நேரமாகக் கம்பிகளைப் பார்த்தபடி உட்கார்ந்திருந்தேன். கடைசியில் நாத்தம் பிடித்த போர்வையுள் தூங்கித்தான் போனேன். அன்று சிறையில் எனது முதல் இரவு.

குறிப்புகள்

1. ஆமிர் பொய் வழக்குகளில் புனையப்பட்டுக் கொண்டிருப்பதால் அந்த வழக்குகள் நிற்காது என்பதும் போலீஸாருக்கு நன்றாகத் தெரியும்.
2. இந்தியக் குற்றவியல் சட்டப்படி, காவல்துறையிடம் வெளியிடப்படும் தகவல்களோ, வாக்குமூலங்களோ சான்றுகளாக எற்றுக் கொள்ளப்படு வதில்லை. குற்றம் சாட்டப்பட்டவரிடம் எந்த வாக்குமூலமும் கையொப்பமும் காவல்துறை பெறுவது அனுமதிக்கப்படவில்லை. இதற்குக் காரணம் என்னவென்றால், குற்றச்சாட்டப்படுவர்களைச் சித்ரவதைகளுக்கு உள்ளாக்கி, அதன் மூலம் பொய் வழக்குகள் புனையப்பட்டு, அதனடிப்படையில் குற்றம்சாட்டப்பட்டவர்கள் மீதான குற்றங்கள் நிரூபிக்கப்படுவதில் இருந்து தடுப்பதற்காகத்தான்.
3. குற்றவியல் நடைமுறை விதிகளின்படி, தனது காவலில் இருக்கும் குற்றம்சாட்டப்பட்டவரை ஒவ்வொரு 48 மணி நேரத்துக்கும் ஒருமுறை மருத்துவ பரிசோதனைக்கு உட்படுத்த வேண்டும். சித்ரவதைகளில் இருந்து காப்பதற்காகத்தான் இவ்விதி உருவாக்கப்பட்டுள்ளது.
4. வெளியில் தெரியாத அளவுக்கு சித்ரவதைகள் மேற்கொள்ளப்பட்டுள்ளன. ஆனால் உடல், ஆரோக்கியத்தில் நீண்டகாலத்துக்குப் பாதிப்புகளை உருவாக் கக்கூடியவை. உதாரணமாக, ரோலர் (இரும்பு உருளை) வதை சிறுநீரகத்தைப் பாதிக்கும்; உடலில் மின்சாரம் பாய்ச்சுவதன்மூலம், காலப்போக்கில் உடல் ரீதியான தாக்குதல் இல்லாமலேயே வலியை உணரச்செய்யும்.
5. 1997 டெல்லி குண்டு வெடிப்புகளுக்கு ஷாஹீத் கல்சா என்ற அமைப்புதான் பொறுப்பேற்றிருந்தது. ஆனால், காவல்துறையினர் இது பாகிஸ்தான் உளவு அமைப்பான ஐ.எஸ்.ஐ வேலைதான் என்று சொல்லிவந்தனர். குண்டு வெடிப்பு நடந்த உடனேயே, மூன்று காஷ்மிரிகளை இது தொடர்பாக கைது செய்தனர். இந்த மூன்று பேரும் என்ன ஆனார்கள் என்பதுதான் கேள்வி. பார்க்க: <http://m.rediff.com/news/oct/27/blast1.htm>
6. சயீத் அப்துல் கரீம் துண்டா என்பவர் லஸ்கர் இ தொய்பா அமைப்பை நடத்துபவர்களில் ஒருவர். குண்டு தயாரிக்கும்போது தனது இடது கையினை இழந்ததால் துண்டா என்று அழைக்கப்பட்டார்.

7. ஒரு ஆண்டுக்கு முன்னர் இதே வழக்கில் மூன்று காஷ்மிரிகள் பிடிபட்டுள்ள நிலையில் எவ்வாறு ரொக்கப்பரிசு அறிவிக்கப்பட்டது என்பது தெளிவில்லாமல் இருக்கிறது. அந்த மூன்று காஷ்மிரிகள் பெயர்கள்: மொகமது ஷபி தோபி என்கிற யூசூப் கான், அப்துல் அஹத் பட் என்கிற மொகமத் யூனுப் பட் மற்றும் அப்துல் ரஷீத் நஜ்ஜார் என்கிற மக்பூல்.

8. திஹார் சிறை தென் ஆசியாவின் மிகப்பெரிய சிறை. அந்த வளாகத்திற்குள் 9 சிறைப்பிரிவுகள் உள்ளன. சிறை எண் 5 — 18 முதல் 21 வயதுக்குள்ளான இளைஞர்களுக்கான சிறை ஆகும்.

9. பயங்கரவாதம் தொடர்பான குற்றங்களில் ஈடுபட்டவர்கள் தனிமைச் சிறையில் அடைக்கப்படுவார்கள். சிறைச் சொல்லாடல்களில் இது 'ஹைலைட்' என்று அழைக்கப்படுகிறது.

10. முலாஹிஜா வார்டு 10 பாரக்குகள் (கூடாரங்கள்) கொண்டது. கூடாரம் 2, 3 ஆகியவை புதிய வரவுகளுக்கானவை. அனைத்துமே அதன் கொள்ளளவை விட அதிகமான கைதிகளைக் கொண்டுள்ளன.

5
எனது குற்றமற்றதன்மையை நிரூபித்தல்

'அன்றைய இரவில் நான் தூங்கவே முடிய வில்லை. குண்டு வெடிப்புகளில் பாதிக்கப் பட்டவர்களின் முகங்கள் அலை, அலையாக என் முன்னே வந்து சென்றன. விடுதலையடைந்த பின்னர், இவர்கள் ஒவ்வொருவரையும் சந்தித்து, போலீஸ் எப்படி என்னைக் கடத்திச்சென்று வழக்குகளில் சிக்க வைத்தார்கள் என்ற உண்மைக்கதையைச் சொல்ல வேண்டும் என்று முடிவு செய்தேன்.'

மறுநாள் காலையில் சிறை உணவைச் சாப்பிட முயற்சித்தேன். ஆனால் அதை விழுங்கக்கூட முடியவில்லை. ஆனால், இரவு உணவின்போது அகோர பசியாயிருந்ததால் காய்கறிகளை அள்ளிச் சாப்பிட்டேன்; இவ்வளவுக்கும் அதில் புழுக்கள் மேய்வதைப் பார்த்தபடியே. சிறைக்குள்ளேயே ஒரு கேண்டீன் இருப்பதைக் கண்டேன். அங்கு சோப்பு, எண்ணெய், பற்பசை போன்ற அத்தியாவசியப் பொருட்களையும் வாங்கிக்கொள்ளலாம். மற்றொரு கேண்டீனும் இருந்தது. அங்கு சமோசாக்கள், ஜிலேபிகள், தேனீர் எல்லாம் விற்பனை செய்தார்கள். ஆனால், என்னிடம் பணம் இல்லை. ஒரே ஒரு உடைதான் இருந்தது. அதுவும், மருந்துவாங்கச்சென்ற நேரத்தில் நான் கடத்தப்பட்டேனே அப்போது அணிந்திருந்த அதே உடையைத்தான் போட்டுக்கொண்டிருக்கிறேன்.

எப்படியாவது அப்புவும் ஆம்மியும் சிறைக்கு வந்து என்னைப் பார்ப்பார்கள் என்று எனக்குத்

தெரியும். அதனால், நம்பர்தார் எனது பெயரை அழைப்பதற்காக, முலாகாட் கூடத்துக்குச் சென்று அப்புவையும் ஆம்மியையும் சந்திக்கும் வாய்ப்புக்காகக் காத்திருந்தேன். நம்பர்தார் என்பவரும் குற்றவாளிதான், ஆனால் சிறை அதிகாரிகளுக்கு உதவியாளராகவும் இருப்பார். தினமும் ஒவ்வொரு வார்டுக்கும் வந்து அழைப்பார்: *'ஹன் பாய் முலாகாட் சுன் லோ.'* நாங்கள் எல்லோரும் அவரைச் சூழ்ந்துகொண்டு, யார் அதிர்ஷ்டசாலி என்பதை அறிய ஆவலுடன் காத்திருப்போம். நாங்கள் வெளி உலகச் செய்திகளைத் தெரிந்து கொள்வதற்கான இரண்டு வழிகளில் ஒன்று இது. மற்றொன்று நாங்கள் நீதிமன்றங்களுக்கு அழைத்துச் செல்லப்படும்போது.

மே மாதம் முதல் வாரத்தில்தான், எனது பெயர் அழைக்கப் படுவதைக் கேட்டேன். என்னால் நம்பமுடியவில்லை. எனது பெயரைத்தான் அழைத்தீர்களா என்று மீண்டும் கேட்டு உறுதிப்படுத்திக் கொண்டேன். மிகவும் மகிழ்ச்சியாக இருந்தது. கைதுசெய்யப்பட்ட பின்னர் ரிமாண்ட சமயத்தில் எதிர்கொண்ட தருணம், நீதிமன்றத்தில் கூட்டத்தில் உட்கார்ந்திருந்தபோது பார்த்தது ஆகிய தருணங்கள் தவிர அப்பு, ஆம்மி ஆகியோரைச் சந்தித்ததில்லை. நேருக்கு நேர் பேசிக்கொள்ளும் வாய்ப்புகள் கிடைக்கவில்லை.

முலாகாட் கூடத்தை அடையும் முன்பாக மேற்கொள்ள வேண்டிய நடைமுறைகளை முடிக்க ஒரு மணிநேரம் ஆனது. சக்கரிலும், டியோதியிலும் எனது பெயரைப் பதிவுசெய்ய வேண்டியிருந்தது. முலாகாட்டில் சத்தமும் கூச்சலுமாக இருந்தது. ஏராளமான கைதிகள் நெருக்கியடித்துக்கொண்டு இருந்தனர். வலைப்பின்னல் மற்றும் கிராதிகளுக்கு அப்பால் தெளிவாகப் பார்க்க முடியவில்லை. கிராதிகளுக்கு மிக நெருக்கத்தில்போய் நின்று பார்க்கும்போதுதான் வலை பின்னல்களின் பின்புறம் அப்புவும் ஆம்மியும் மங்கலாகத் தெரிந்தார்கள். அவர்களைப் பார்த்ததுமே அழுகை வெடித்தது. எனது அம்மா என்னைப் பார்த்தார். அவராலும் அழுகையைக் கட்டுப்படுத்த முடிய வில்லை. அப்பு, எவ்வித உணர்ச்சியுமற்ற பார்வையால் என்னைப் பார்த்துக்கொண்டிருந்தார். நான் எப்படியிருக்கிறேன். சாப்பா டெல்லாம் எப்படியிருக்கிறது என்பதை ஆம்மி தெரிந்துகொள்ள விரும்பினார்.

என்னைக் கட்டுப்படுத்திக்கொள்ளும்படி அப்பு கூறினார்.

பிறகு வலி மிகுந்த குரலில் கேட்டார்: *'கியா ஹுவா, கெய்சே ஹுவா?'* இதுதான் முதல் முறை, இப்போதுதான் அவருடன் முதல்முறையாகப் பேசப்போகிறேன். பெருங்கூட்டமாக இருந்த தால் கத்தித்தான் பேச வேண்டியிருந்தது. மக்கள் எங்களைக் கவனித்துக்கொண்டிருந்தனர், உள்ளே கைதிகளும், வெளியே பார்வையாளர்களும். இருந்தாலும் என்ன நடந்தது என்பதை விரிவாகக் கூறினேன்.

அப்பு மிகவும் மெலிந்துவிட்டார். வயதாகி, தோள்கள் தொங்கிக் காணப்பட்டார். நான் குற்றம் செய்யமாட்டேன் என்பது தனக்குத் தெரியும் என உறுதியளித்தார். அத்துடன், ஒரு வழக்கறிஞர் வைத்து வெளியே கொண்டுவருகிறேன் என்று உறுதியாகக் கூறினார். எனக்காக தூ ஆ செய்வதாகவும் எனக் காகப் போராடுவதாகவும் கூறினார்.

ஒரு நல்ல வழக்கறிஞரை, குறிப்பாக தனது சக்திக்கேற்ற நல்ல வழக்கறிஞரைக் கண்டுபிடிப்பது கடினமாக இருப்பதாக அப்பு எனக்குக்கூறினார். ஆனால், சாவ்லா சாஹேப் ஒரு வழக்கறிஞர் பெயரைக் கூறியுள்ளதாகவும் அவர் பெயர் பெரோஸ்கான் காஜ்ஜி என்றும் கூறினார். அவர் நமது சமுதாயத்தை, அதாவது பதான் சமுதாயத்தைச் சேர்ந்தவர் என்றும் சமூகசேவைகள் மூலம் பல உதவிகள் செய்து வருவதாகவும் கூறினார்.

எனது கடிதத்தைக் கொண்டுவந்த ஒருவனிடம் எனது கடவுச்சீட்டு மற்றும் அனைத்து அடையாள ஆவணங்களையும் கொடுத்துவிட்டதாக ஆம்மி கூறினார். மொகமது அலி என்ற பெயருடைய ஒரு நபர் எனது கடிதத்துடன் வந்ததாகக்கூறினார். அக்கடிதம் ஆம்மியிடம்தான் இருக்கிறது. ஆனால், எனது கைது, போலீஸ் கூறும் பொய்யை நிரூபிக்க அது போதாது.

இன்னும் பேச எவ்வளவோ இருக்கிறது. ஆனால், மணி ஒலிக்கத்தொடங்கிட்டது. எங்கள் சந்திப்பு முடிந்தது. 200 ரூபாய் பணம், சில துணிகள், பழங்களை அப்பு கொடுத்தார். சிறைக்குள் எங்களுக்கு ரொக்கப்பணம் கொடுக்கக்கூடாது. ஆனால், அதைக் கொடுத்து டோக்கன்களாக வாங்கிக்கொள்ளலாம். அந்த டோக்கன்களை இரண்டு கேண்டீன்களிலும் கொடுத்து வேண்டியதை வாங்கிக்கொள்ளலாம்.

ஆனால், இப்போதும் என் மீதான குற்றச்சாட்டுகள் என்னென்ன, போலீஸார் என்மீது எவ்வாறு வழக்குத் தொடுத்துள்ளனர்

என்பதை நான் அறியமாட்டேன். நான் இன்னும் அதிக நாட்கள் காத்திருக்க முடியாது. மே மாதத்தில் போலீஸ் என்மீது குற்றப்பத்திரிகை தயாரித்தது. அதை நான் வாசித்தபோது, அதில் கூறப்பட்டிருந்த பொய்களைப்பார்த்து அதிர்ச்சி அடைந்தேன். முதல் தகவல் அறிக்கை (எப்.ஐ.ஆர்) 1998 பிப்ரவரி 28 அன்று பதிவு செய்யப்பட்டுள்ளது. ஆனால், அதில், நான் எவ்வாறு போலீஸால் கடத்தப்பட்டேன், தொடர்ந்து எட்டு நாட்கள் எவ்வாறு சித்ரவதை செய்யப்பட்டேன் என்ற தகவல்கள் பதிவு செய்யப்படவில்லை.

குற்றப்பத்திரிகையின்படி, டெல்லி 1997குண்டு வெடிப்புகள் வழக்கை வெளி மாநிலங்கள் குற்றப்பிரிவு போலீஸ் விசாரணை நடத்திக்கொண்டிருந்தபோது,பாகிஸ்தான் அடைப்படையிலான பயங்கரவாதி அப்துல் கரிம் என்கிற துண்டா, எனது வீடான எண் 1001, அனர்வாலி சந்து, டெலிவாலி, டில்லி என்ற முகவரி யில் பதுங்கியிருப்பதாக உளவுத்துறை மூலம் தகவல் வந்ததால் எனது வீட்டினைத் தொடர்ந்து கண்காணித்து வந்துள்ளனர்.

அது அப்புவின் முகவரி. ஆனால், எங்கிருந்து கண்காணிக்கப் பட்டோம், யார் கண்காணிப்பில் ஈடுபட்டார்கள், சந்தேகப்படும் படி எங்கள் வீட்டில் நடந்த நடவடிக்கைகள் என்ன என்ற தகவல்கள் அதில் இல்லை.

குற்றப்பத்திரிகையில் தொடரும் போலீஸ் கதை:

> *போலீஸ் கண்காணித்துக் கொண்டிருக்கும்போது வீட்டினுள்ளிருந்து இரண்டு பேர் வந்தனர். அவர்கள் ஆசாத் சந்தை வழியாக சாதர் பஜார் ரயில் நிலையம் நோக்கிச் சென்றனர். அவர்கள் சந்திப்பு எண் 10 அருகே சென்றனர். அப்போது ஒருவன் சிறுநீர் கழிக்க நின்றான். அச்சமயத்தில் போலீஸைப் பார்த்தான். உடனே இருவரும் வேகமாகச் சென்றனர். அப்போது அவர்கள் பிடிபட்டனர். அந்த இரண்டுபேரும் வங்கதேசத்தவர்கள். அவர்கள் தங்கள் பாக்கெட் டைரிகளை வெளியே எடுத்து, அதன் சில தாள்களைக் கிழித்து தங்கள் வாய்க்குள் திணித்து மென்றனர்.*
>
> *அவர்கள் இருவர் தோள்களிலும் தோள்பைகள் தொங்கின. அவை ஒவ்வொன்றிலும் தலா ஒரு*

கையெறி குண்டு இருந்தது. அப்போதும் பின்னர் கைது செய்தபோதும், குண்டு தயாரிப்பில் தனது இடதுகையை இழந்த அப்துல் கரீம் என்கிற துண்டா காட்டிய 'இஷாரா'வின் படி இந்தியா வந்ததாக போலீஸாரிடம் கூறினர். அவர்கள் தொடர்ந்து துண்டாவுடனான தொடர்பில் இருந்ததாகவும், டெல்லி, ஹரியானா, பஞ்சாப் மற்றும் உ.பியில் ஜிகாத் மேற்கொள்ளுமாறு துண்டா தூண்டிவந்ததாகவும் போலீஸிடம் தெரிவித்தனர். அவர்கள் மாலை ஆறு முப்பது மணிக்கு சாதர் பஜார் ரயில் நிலையம் அருகிலுள்ள ஹனிபி மசூதி முன்பு நிற்கும் ஒரு இளைஞனைச் சந்திக்க உள்ளதாகவும் கூறினர்.

இத் தகவலின் அடிப்படையில் அந்த குறிப்பிட்ட நேரத்துக்காக போலீஸார் காத்திருந்தனர். அப்போது மொகமது ஆமிர் கான் என்கிற கம்ரான் என்கிற இம்ரான் என்கிற பெயருடைய நபர் மசூதிக்குள் இருந்துவெளியே வந்தார். அவருடன் 235, ஷெர்வாலி கலி, அசோக்நகர், பில்குவா கிராமம், காசியாபாத் மாவட்டம் என்ற முகவரியைச் சேர்ந்த சுலீமான் என்பவரின் மகனான மொகமத் ஷகீல் என்கிற ஹம்ஜா என்கிற நபரும் உடன் வந்தார்.

ஆமிரைச் சோதனையிட்டபோது ஒரு ரிவால்வர் துப்பாக்கியும், பயன்படுத்தாக குண்டுகள் அடங்கிய காட்ரிட்ஜும் இருந்தது. அவரது கையில் ஒரு சூட்கேஸும் இருந்தது. அதில் பல சான்றிதழ்கள், கடவுச்சீட்டுகள் மற்றும் ஐந்து நாட்குறிப்புகள் காணப் பட்டன. மொகமது ஆமிர் கானிடம் மேற்கொண்ட விசாரணையில் தெரியவந்தது: '... ... ஏனென்றால் மொகமது ஆமிர் கானின் சகோதரி ஷமன் ஆரா பாகிஸ்தானில் உள்ள ஒருவருக்குத் திருமணம் செய்து கொடுக்கப்பட்டுள்ளார். அவரைப் பார்க்க அங்கு சென்றுள்ளார். அவர் அங்கு இருக்கும்போது, ஒரு மசூதிக்குச் சென்றுள்ளார். அப்போது அங்கு இந்தியாவுக்கு எதிராக மேற்கொள்ளப்பட்ட பிரசாரத் திலும், இசுலாமியர்களுக்கு எதிராக நடைபெறும் கொடுமைகள் குறித்து கூறப்பட்ட தகவல்களாலும், இதனால் பல இளைஞர்கள் இந்தியாவுக்கு

எதிராக ஜிகாத் நடத்த முன்வருவதாக கூறப்பட்ட தகவல்களாலும் அவர் ஈர்க்கப்பட்டுள்ளார். இச் செல்வாக்குக்கு ஆட்பட்டதால் இந்தியாவுக்கு எதிரான ஜிகாத்தில் இணைந்தார். அங்கு 'தௌர்—இ—ஆம்', 'தௌர்—இ—கஸ்' ஆகிய பயிற்சிகளை எடுத்தார். அதன்பிறகு அப்துல் கரீம் என்கிற துண்டா தொடர்பில் வந்தார். துண்டா அவருக்கு குண்டு தயாரிக்கும் பயிற்சி அளித்தார். அவர் முழுமையான பயிற்சி பெற்றார். அதனால் அவரை இந்தியாவுக்கு எதிரான ஜிகாத்தில் துண்டா சேர்த்துக்கொண்டார். டெல்லியில், சீச்சா வத்னியின் அமார் என்ற ஒரு பாகிஸ்தானியர் தொடர்பு அளிக்கப்பட்டது. டெல்லியில் தன்னைச் சந்திக்கும்படியும், ஜிகாத்தை தொடங்கி, தொடரும்படியும் அமார் கூறினார். மேலும், டெல்லியில் உள்ள அமைப்புகளின் பெயர்கள், முகவரிகள், தொடர்புகளையும் கொடுத்தார். அதேபோல பாகிஸ்தானில் உள்ள தொடர்புகளையும் அறிமுகம் செய்தார். மேலும், குண்டு தயாரிப்பதின் பல்வேறு வகைகள், அதற்குத் தேவைப்படும் வெடி மருந்துகளுக்கான சங்கேத பெயர்கள், நகரங்களுக்கான சங்கேத பெயர்கள் ஆகியவற்றையும் அமார் கூறினார். பொட்டாசியம் குளோரைடுக்கான சங்கேத பெயர் இமாம் சாஹேப், நைட்ரோ பென்சைம் பெயர் பதன் ரோகன்."[1]

போலீஸ் கூற்றின்படி, எனது சகோதரியைப் பார்ப்பதற்காக கராச்சி பயணம் மேற்கொண்டபோது தீவிரமயப்படுத்தப் பட்டிருக்கிறேன்;' அங்கு எடுத்துக்கொண்ட பயிற்சியால், பாகிஸ்தான் செல்வதற்குமுன் எந்த பயிற்சியுமில்லாமல், எந்த தீவிரவாதிகள் தொடர்பும் இல்லாமல் நானே அனைத்து குண்டுகளையும் வைத்தேன். இது அப்பட்டமான உண்மைக்குப் புறம்பான கதை. ஆனால் இதை ஏற்றுக்கொள்வார்களா?

இவையெல்லாம் போலீஸ் கட்டிவிட்ட கதைகள் என்பதை எனது வழக்கறிஞர் எவ்வாறு நிரூபிக்கப்போகிறார் என்பது எனக்கு ஆச்சரியமாக இருந்தது.

குற்றச்சாட்டுகள் மீதான விவாதம் திஸ் ஹாஜரி நீதிமன்றத்தில்[2] ஓராண்டு முழுவதும் நடந்தது. அப்போதெல்லாம் இந்த வழக்கில்

குற்றம்சாட்டப்பட்டுள்ள இருபது பேர் நிற்பார்கள். நான் உட்பட இந்த இருபது பேரில் இரண்டு பேர் வசதியான, கல்விகற்ற குடும்பத்தைச் சேர்ந்தவர்கள். ஒருவர் அப்துல் பாகி. அவரும் கடத்தப்பட்டவர். ஆனால், அவரது பெற்றோர் கல்வி கற்றவர்கள் என்பதால் உடனடியாக தமது மகனைக் காணவில்லை என்று பல அதிகாரிகளுக்கு, தந்தி மூலம் புகார் அளித்துள்ளனர். கைது செய்யப்பட்டதாக அதிகாரப்பூர்வமாகக் கூறப்பட்டுள்ள தேதிக்குப் பல நாள்கள் முன்னதாகவே அவர் கடத்தப்பட்டதற்கு அந்த தந்திகளே சான்றுகளாக எடுத்துக்கொள்ளப்பட்டன. மேலும், நல்ல வழக்கறிஞரை அவர்களால் அமர்த்த முடிந்தது. அதனால், பாகியிடமிருந்து எதுவும் பறிமுதல் செய்யப்பட்டதற்கு ஒரு ஆதாரமும் இல்லை என்று வாதிட்டார். இதனால் பாகி விடுதலை செய்யப்பட்டார்.

வசதியான குடும்பத்தைச் சேர்ந்த மற்றொரு நபர் மோட்டார் வாகன காரேஜ் வைத்திருந்த குடும்பத்தைச் சேர்ந்தவர். அவரது பெயர் ஷமீம் அக்தார். மேற்கு வங்க மாநிலத்தின் ஏதோ ஒரு ஊரைச் சேர்ந்தவர். அவரது வழக்கறிஞரைப்பார்த்ததும் அசந்துவிட்டோம். அந்த குடும்பத்துக்கு கொல்கத்தாவில் ஒரு நீதிபதியைத் தெரியும். அவர் மூலமாக உச்சநீதிமன்ற வழக்கறிஞரையே ஏற்பாடு செய்திருந்தனர். அவர் வாதாடத் தொடங்கினாலே மொத்த நீதிமன்றமும் அமைதியாகும். ஒவ்வொருவரும் அவரது வாதத்தினைக் கவனமாகக் கேட்பார் கள். மற்ற வழக்கறிஞர்கள் அவரது வாதங்களைக் கவனமாகக் குறிப்பெடுத்துக்கொண்டனர். நீதிபதிகூட நிமிர்ந்து உட்காருவார்; அரசு வழக்கறிஞர்களும் அவரிடம் மரியாதையாக நடந்து கொண்டனர். அந்த வழக்கறிஞரின் பெயர் மறந்து விட்டது. ஆனால், அவரிடம் திறமையான உதவி வழக்கறிஞர்கள் இருந் தனர். இப்போது அனைத்து குற்றங்களிலிருந்தும் ஷமிம் அக்தார் விடுவிக்கப்பட்டார். மேலும், இதே வழக்கறிஞர் உதவியால் மேலும் மூவர் விடுவிக்கப்பட்டனர்.

நீதிக்கான வாய்ப்பு இருப்பதைக் கண்டேன். ஆனால், அது வழக்கறிஞர்கள் எவ்வளவு திறமையாக வாதங்களை எடுத்து வைக்கிறார்கள் என்பதைப் பொறுத்தது என்பதையும் புரிந்து கொண்டேன். எனது வழக்கை எடுத்துக்கொள்ள முடியுமா? என்று அந்த வழக்கறிஞரை அப்பு கேட்டுள்ளார். அதற்கு அந்த வழக்கறிஞர் சொன்ன கட்டணத்தைக் கேட்டு அப்பு மன முடைந்து விட்டார். ஏனென்றால், அத்தொகையை அப்புவால்

நினைத்துக்கூட பார்க்க முடியாது. அவ்வளவு தொகையை எப்படியாவது புரட்டினாலும்கூட அது ஒரேஒரு வழக்குக்கான கட்டணம்தான். ஆனால் என்மீது 19 வழக்குகள் உள்ளன.

ரிமாண்ட் கால கட்டத்தின்போது, 1997 குண்டு வெடிப்புச் சம்பவங்கள் அனைத்திலும் நான் ஈடுபட்டதாக அவர்களிடம் வாக்குமூலம் அளித்ததாக போலீஸ் கூறியிருக்கிறது. எனது வாக்குமூல அறிக்கைகளின் அடிப்படையில் டெல்லி, சோனாபேட், ரோதக் மற்றும் காசியாபாத் ஆகிய நகரங்களின் பல இடங்களில் நடந்த குண்டு வெடிப்பு வழக்குகளில் குற்றம் சாட்டப்பட்டுள்ளேன். இந்த குண்டு வெடிப்புகள் அனைத்தும் நான் பாகிஸ்தான் செல்வதற்கு முன்பாக நடந்தவை. போலீஸ் கட்டிய கதையில் உள்ள இந்த ஓட்டையை யாரும் சுட்டிக்காட்டவில்லை. போலீஸிடம் அளிக்கும் வாக்குமூலங்கள் சாட்சியாக எடுத்துக்கொள்ளப்படாது என்பதை மட்டுமே எனது வழக்கறிஞர் கூறினார். குற்றவியல் சட்டத்தின் நுட்பங்கள் எனக்குத் தெரியாது. எனக்குத் தெரிந்ததெல்லாம் நான் குற்ற மற்றவன் என்பதும் உண்மையிலேயே நீதி என ஒன்று இருந்தால் நான் இந்த வழக்குகளில் இருந்து விடுவிக்கப்பட்டாக வேண்டும் என்பதுதான்.

எனக்கு எதிரான தடயங்கள் பலவீனமாக இருப்பதாகவும் இறுதியில் என்மீதான அனைத்து குற்றங்களிலிருந்தும் விடுபடுவேன் என்றும் அப்புவிடம் பெரோஸ்கான் காஜ்ஜி உறுதியாகக் கூறினார்.

எனக்கு நீதி கிடைக்க அப்பு தன் வாழ்க்கையையே அர்ப்பணித்தார். சிறையிலிருந்து வெளியே வந்தபிறகு, ஆம்மி பாதுகாத்து வைத்திருந்த அப்புவின் நினைவுப்பொருட்களைப் பார்த்தபோது, சிறிய, சிறிய துண்டுச் சீட்டுக்கள் டஜன் கணக்கில் இருந்தன. அதிலெல்லாம் நான் நீதிமன்றங்களில் ஆஜர்படுத்தப்பட்ட தேதிகளை அப்பு குறித்திருந்தார். இவற்றில் பெரும்பாலானவை பஸ் டிக்கெட்டுகளின் பின்புறம் எழுதப் பட்டிருந்தன. தொடக்கத்தில் சில ஆண்டுகள் வாரத்துக்கு மூன்று, நான்கு தடவைகள்கூட நீதிமன்றத்துக்கு கொண்டு வரப்பட்டேன். பத்தொன்பது வழக்குகளில் ஏதாவது ஒன்றுக்காக நீதிமன்றம் வந்துகொண்டே இருந்தேன். இந்தத் தேதிகளை மறக்காமல் இருக்கவும், தவறாமல் நீதிமன்றம் வரவும் அப்பு இவ்வாறு குறித்து வைத்திருந்தார். இந்த அனைத்து நாட்களிலும்

அப்பு தவறாது நீதிமன்றத்தில் இருப்பார்.

நீதிமன்றம் திறக்கும் முன்பே அப்பு வந்துவிடுவார். வழக்கறிஞர் சேம்பருக்கு வெளியே வரிசையாக அமர்ந்திருக்கும் தட்டச்சர்களிடம் நேராகச் செல்வார். சாதாரண விண்ணப்பங்களைத் தட்டச்சு செய்து பணம் பறித்துக் கொண்டிருந்தார்கள் அவர்கள். அப்பு தனது விண்ணப்பம் தாமதமில்லாமல் தட்டச்சு செய்யப்பட வேண்டும் என்பதற்காக முதல் ஆளாக வந்துவிடுவார். விண்ணப்பங்கள் நீதிபதிகளிடம் விண்ணப்பிப்பதற்கானவை. வழக்கமாக, நீதிமன்ற லாக்—அப்பில் என்னைச் சந்திக்க அனுமதிகோரி இருக்கும். பல தடவைகள் எனக்கு வீட்டில் தயாரித்த உணவினை வழங்குவதற்கான அனுமதிகோரும் விண்ணப்பங்களாக இருக்கும். சில நேரங்களில் வேறு அனுமதிகளுக்கான விண்ணப்பங்களாக இருக்கும். காஜ்ஜி சாஹேப்புக்கு இதற்கான நேரம் இருப்பதில்லை என்பதால் தனியாகத் தட்டச்சு செய்தார். ஒவ்வொரு விண்ணப்பம் தட்டச்சு செய்யவும் பல நூறு ரூபாய்களை அப்பு ஒவ்வொரு தடவையும் இழந்துள்ளார்.

இந்த விண்ணப்பங்களை வாங்கிக்கொண்டு, கூட்டத்தைக் கிழித்துக்கொண்டு எனது வழக்கு எடுத்துக்கொள்ளப்பட நீதிமன்றத்துக்கு ஓடுவார். வழக்கு வரும்வரை காத்திருப்பார்; வழக்கறிஞர் ஆஜராகும்வரை காத்திருப்பார்; எனது பார்வையில் படுவதற்காகக் காத்திருப்பார்.

வழக்கு விசாரணை முடிந்ததும் நீதிமன்ற வளாகத்தில் என்னைச் சந்திப்பார். வழக்கறிஞருக்கு என்னைச் சந்திக்க நேரமில்லாததால் அவர் கேட்கும் சந்தேகங்கள், தகவல்களை அப்பு மூலமாகக் கேட்டுவிடுவார். அவற்றையெல்லாம் என்னிடம் கேட்டு வாங்கிச்செல்வார். பல நேரங்களில் ஆம்மியும் அவருடன் வருவார். எனது பெற்றோரைத் திரும்பத்திரும்ப காணும்பேறு அடைந்தேன் என்றாலும், அவர்கள் முகத்தில் காணப்பட்ட இறுக்கம், சுறுக்கம், கவலை, அழுத்தம் இவற்றைக் காணும்போது சொல்லமுடியாத வலி இதயத்தில் ஏற்படும்.

அப்புவும் ஆம்மியும், என்ன மாதிரியான அழுத்தங்களை எதிர்கொண்டார்கள் என்பது, உண்மையிலேயே அப்போது எனக்குத் தெரியவில்லை. போலீஸார் தொடர்ந்து அவர்களை மிரட்டிக்கொண்டிருந்தனர். அடிக்கடி வீட்டுக்கே சென்று

மிரட்டினர். இதனால் அக்கம் பக்கத்தில் வசித்தவர்கள் பயந்து, யாருமே எனது பெற்றோரைப் பார்ப்பதில்லை. நேரில் சந்திப்பதையோ வீட்டுக்கு வருவதையோ தவிர்த்துள்ளனர். சிறையில் இருந்து வெளியேவந்த பின்னர், எனது வழக்கறிஞர் பெரோஸ்கான் காஜ்ஜி என்னிடம் கூறினார்: ஒரு தடவை அப்புவுடன் நமாஸுக்காக உள்ளூர் மசூதிக்குச் சென்றிருக்கிறார். அப்போது அப்பு, சலாம் அலைக்கும் சொன்னால்கூட யாருமே பதிலளிக்காததைக் கவனித்துள்ளார். தொழுகைக்குப் பிறகு அப்புவை யாருமே அணைக்க முன்வரவில்லையாம். அப்புவின் முகத்தைக்கூட யாரும் பார்க்க விரும்பவில்லையாம்.

இது உண்மையில் என்னைக் கோபப்படுத்தியது. நான் இங்கே முழுநேரமும் சிறைக்குள் இருக்க, எனது பெற்றோரும் தனிமைப்பட்டிருந்ததை நினைக்கும்போது விரக்தியாக இருந்தது. எங்களது சமுதாயத் தலைவர்கள்மீது குற்றம் சுமத்துகிறேன். இசுலாமியத் தலைவர்களை குற்றம் சுமத்துகிறேன். ஏனென்றால், அவர்கள் எனது பெற்றோரின் வேதனையைப் புரிந்துகொண்டிருக்க வேண்டும். குறிப்பாக எனது அம்மாவின் வேதனை; எனது தந்தையின் மரணத்துக்குப்பின் தனியாக விடப்பட்டார். அப்போது எவ்வளவு தனிமை வேதனையை அனுபவித்திருப்பார்.

தனி மனுஷியாக நீதிமன்றத்திலிருந்து சிறைக்கும் சிறையிலிருந்து வழக்கறிஞர் அலுவலகத்துக்குமாக அல்லாடிய அவருக்கு ஆறுதலளிக்கவோ, நிதிரீதியாக உதவிடவோ, உடனிருக்கவோ ஒருவர்கூட முன்வரவில்லை.

போலீஸார் மிரட்டல் குறித்து 2000 ஜூலையில் வடக்கு மாவட்ட காவல் ஆணையரிடம் அப்பு புகார் அளித்துள்ளார். இப்புகாரின் நகலை பின்னர் நான் பார்த்தேன். போலீஸார் சீருடையிலும் சீருடையில்லாமலும் அடிக்கடி வீட்டுக்குவந்தும், பல தடவைகள் தன்னை காவல்நிலையத்துக்கு அழைத்தும் அச்சிலேற்ற முடியாத வார்த்தைகளால் திட்டுவதாக அதில் புகார் அளித்துள்ளார்.

புகார்கள் கூறியதற்கான உடனடியான எதிர்வினையாக, 2000 ஜூலை 4 அன்று காலையிலேயே பாரா ஹிந்துராவ் காவல் நிலையத்துக்கு அப்பு அழைக்கப்பட்டு மிரட்டப்பட்டதுதான்.

அப்பு அதில் எழுதினார்: சிறையிலோ நீதிமன்றத்திலோ எனது

மகனை நான் தொடர்ந்து சந்தித்துக்கொண்டிருந்தால் பொய் வழக்கில் உள்ளே தூக்கிப்போட்டுவிடுவோம் என்று மிரட்டினர்.

உண்மையில், இந்த மாதிரியான அராஜகங்கள் மிரட்டல்களால் அப்பு துவண்டுபோகவில்லை, ஆனால், அக்கம்பக்கத்தினர், உறவினர்கள், நண்பர்களின் உதவி தேவையாயிருந்த நேரத்தில் எனது பெற்றோர்கள் முழுவதும் தனிமையாக விடப்பட்டதுதான் நிறைய கஷ்டப்படுத்தியிருக்கும்.

2000 நவம்பரில் சிறை எண் 3ல் இருக்கும்போது ஏற்பட்ட ஒரு நிகழ்வு எனது மன, உடல் இரண்டு ஆரோக்கியத்திலும் கடும் பாதிப்பை ஏற்படுத்தியது. ஒருநாள் காலையில் கழிப்பறைக்குச் சென்று கொண்டிருந்தேன். அப்போது திடீரென்று, டெல்லி காவல் துறையில் பணி நீக்கம் செய்யப்பட்ட விஜய்குமார் என்ற குற்றவாளி என்மீது தாக்குதல் நடத்தினான். எந்தக் காரணமுமில்லாமல் என்னைத் தாக்கினான். தனது முஷ்டியால் ஓங்கி, ஓங்கிக் குத்தினான். உதவிகேட்டு எவ்வளவு அலறினாலும் யாரும் காப்பாற்ற வரவில்லை. இத்தனைக்கும் வார்டன் இதனை வேடிக்கைபார்த்தபடி நின்றுகொண்டிருந்தான். சஞ்சீவ் என்ற அந்த வார்டன் தலையிட்டு தாக்குதலை நிறுத்துவதற்குப் பதிலாக ‘அந்தத் தேவிடியாப்பயலை அடி — நாட்டைக் காட்டிக்கொடுத்த துரோகி’ என்று கத்தினான்.

நான் மயக்கமடைந்து விட்டேன். கண்விழிக்கும்போது சிறை மருத்துவமனையில் படுத்திருந்தேன். இப்போது எனது உரிமைகள் என்ன என்பது எனக்குத் தெரிந்திருந்ததால் சிறைக்கு வெளியேயுள்ள தீன்தயாள் உபாத்யாயா மருத்துவமனைக்குக் கொண்டு செல்லும்படி வலியுறுத்தி, ஒரு மருத்துவ சட்ட வழக்கும் (எம்.எல்.சி) பதிவுசெய்தேன். அங்கு ஒருநாள் முழுவதும் இருந்தேன்.

நான் சிறைக்குத் திரும்பியதும், வார்டன் முன்னிலையில் என்னைத் தாக்கிய அதே விஜய்குமார் கொடுத்த புகாரின் அடிப்படையில் என்மீது நடவடிக்கை எடுக்க சிறை அதிகாரிகள் திட்டமிட்டுள்ளதை அறிந்து திடுக்கிட்டேன்.[3] கசூரி செல் என்று அழைக்கப்படும் சின்னஞ்சிறிய தனிமைக் கொட்டடியில் அடைக்கப்பட்டேன்.[4]

வார்டு எண் 2ல் தனிமைச்சிறையில் 24 மணிநேரமும் உள்ளேயே கிடக்கும்படி பலமாதங்கள் அடைத்து வைக்கப்பட்டேன்.

சிறைக்கம்பிகளின் ஊடாக வெளிச்சம் வராதபடி ஒரு தடிமனான கருப்புப்போர்வையால் சிறைக்கம்பிகள் மூடப்பட்டது. அது குளிர் பனிக்காலம் என்பதால் சூரிய ஒளி வருவதுகூட தடுக்கப்பட்டது. அது நான் தவறாது நோன்பு காக்கும் ரமலான் மாதமும் ஆகும்.

அப்போது உயர் ரத்த அழுத்தத்தால் பாதிக்கப்பட்டேன். இச் சமயத்தில்தான் எனது கண் பார்வையும் பாதிப்படைந்தது. நினைவிழத்தல் பிரச்சனையாலும் அவதிப்படத் தொடங்கினேன். எனது ஒட்டுமொத்த சிறை வாழ்க்கையில் இதுதான் மோசமான காலமாகும்.

இருண்ட காரக்கிருகத்தில் அடைக்கப்பட்டு, மனிதவாடை இல்லாமல் தனிமைக் கொட்டடியில் இருந்த சமயத்தில்தான் அந்த அலார ஒலி எழுந்தது. அது ஒலிப்பான் ஒலி போல இருந்தது. அதாவது அந்த ஒலி கேட்டதும் உடனடியாக அருகில் உள்ள சிறை அறைக்குள், அது நமது அறையாக இல்லாவிட்டாலும் ஓடி ஒளிந்துகொள்ள வேண்டும், இல்லாவிட்டால் கடுமையான தாக்குதலுக்கு ஆளாக வேண்டிவரும் என்றார்கள். நான் தனிமைச் சிறைக்குள் அடைபட்டுக் கிடந்தபோதிலும் அந்த அபாயஒலி என்னை பீதிக்குள்ளாக்கியது. இது வியப்புதான்.

சிறை எண் 5ல் ஒரு இசுலாமிய கைதியை சிறை அதிகாரிகள் கொலை செய்துவிட்டதாக, சிலர் என் காதுகளில் கிசுகிசுத்தனர். அது ஈத் பெருநாளுக்கு சில நாட்கள் முன்பு ஆகும்.

ரமலான் மாதம் முழுவதும் கசூரி கொட்டடிக்குள் அடைக்கப்பட்டிருந்தேன். உள்ளிருந்தபடிதான் நோன்பு காத்தேன். ஒரு இந்து குஜ்ஜார் கைதியான தேவிந்தர் என்பவர் தான் சில பேரிச்சைகள், பால் பாக்கெட்டுகள் போன்ற வற்றை ரகசியமாக செல்லுக்குள் வீசுவார். சிறையில் எனது வாழ்க்கையைத் தாங்கிக் கொள்ளக்கூடியதாக்கியது இது போன்ற சில நடவடிக்கைகள்தான். நானும் மனிதநேயத்தைத் தக்கவைத்துக்கொள்ள உதவியது.

கசூரி தனிமைச் சிறையில் இருந்தபோது குஜராத்தில் பயங்கர நிலநடுக்கம் ஏற்பட்டதைக் கேள்விப்பட்டேன். அது குடியரசு தின நாள். குஜராத் நிலநடுக்கத்தில் பாதிக்கப்பட்டவர்களுக்கு உதவுமாறு சிறை அதிகாரிகள் கோரியபோது ரூ 250 பங்களிப்பு செய்தேன்.[5]

கசூரி செல்லில் குளிர்பனி மாதங்களான ஐந்து நீண்ட மாதங்களையும் கழித்தேன். இக்காலகட்டத்தில் நீதிமன்ற விசாரணைகளும் சிறை வளாகத்திலிருந்த நீதிமன்றத்துக்கே மாற்றப்பட்டது. எங்கள் வீட்டுக்கு அருகில் இருந்த திஸ் ஹாஜரி நீதிமன்றத்துக்குப் பதிலாக வெகுதொலைவில் இருந்த திஹார் சிறைவளாகத்துக்கு எனது பெற்றோர் வரவேண்டியிருந்தது.

இவ்வளவு கடுமையான காட்சிகள் நடுவிலும் ஒரு மகிழ்ச்சியான செய்தி உண்டு. 2000 நவம்பர் 30 அன்று நீதிபதி எம். எஸ். சபர்வால், என்னை ஒரு குண்டுவெடிப்பு வழக்கில் இருந்து விடுவித்தார். 1997 ஜூனில் பள்ளிமரானில் உள்ள லாட்டரி சீட்டுகள் விற்கும் கடையில் நான் குண்டு வைத்ததாக போலீஸ் குற்றம் சாட்டியிருந்தது. இதில் பொதுமக்கள் உட்பட அரசுத்தரப்பில் சாட்சியளித்த இருபத்திமூன்று சாட்சிகளில் ஒருவர்கூட இந்த வழக்கில் என்னைத் தொடர்புபடுத்திச் சாட்சியமளிக்க வில்லை.

நீதிபதி தீர்ப்பு: மொகமத் அபிட் ஹுசைன் கடை ஷோகேஸில் குற்றவாளி ஆமிர் (sic) கான் வெடிக்கும் பொருளை வைத்ததற்கு எந்த ஆதாரமும் இல்லை.

நான் விடுவிக்கப்பட்ட நாள் நன்றாக நினைவிருக்கிறது; அன்றுதான் எனது அன்னை முகத்தில் புன்னகையைக் கண்டேன். எனது கரத்தினை எனது இதயத்தில் வைத்து நீதிபதிக்கு நன்றி கூறினேன்.

மீண்டும், 2000 டிசம்பர் 15 அன்று, 1997 பிப்ரவரியில் சப்ஜி மண்டி பகுதியில் உள்ள முர்லிவாலா குவானில் குண்டு வெடித்த வழக்கிலிருந்து இதே நீதிபதியால் விடுவிக்கப்பட்டேன். இந்த வழக்கில் என்னுடன் இணையாக குற்றம் சாட்டப்பட்டிருந்த மற்றொருவர் 1999 ஏப்ரலிலேயே விடுவிக்கப்பட்டிருந்தார். இந்த வழக்கில் அரசுத்தரப்பில் முப்பத்தி எட்டு சாட்சிகள் சேர்க்கப்பட்டிருந்தனர். அவர்களின் சாட்சியங்களைக் கேட்டபின் நீதிபதி இவ்வாறு உத்தரவிட்டார்: அனைத்து சாட்சியங்களையும் கவனமாக பரிசீலிக்கையில் அவற்றில் ஒன்றுகூட அரசுத்தரப்புக் கூற்றுக்கு ஆதரவாக இல்லை என்று தெரிகிறது. அவர்கள் குற்றம் சாட்டப்பட்டவரை அடையாளம் காணவும் இல்லை. குற்றம்சாட்டப்பட்டுள்ள ஆமிர் கான் (sic) சம்பந்தப்பட்டுள்ளதாகக் கூறப்படும் நிகழ்வுகளில் அவர்

ஈடுபட்டதற்கான ஒரு சாட்சியம் கூட இல்லை.'

2001 ஜனவரி 18ல், இதே நீதிபதியால் மற்றொரு குண்டுவெடிப்பு வழக்கில் ஷகீல் மற்றும் நான் இருவரும் விடுவிக்கப்பட்டோம். 1997 ஜுன் 20 அன்று, சாந்தினி சவுக் பகுதி நய் சரக் கடை எண் 5648ல் சுனில் ஷர்மா சோலாபட்டூரி விற்றுக் கொண்டிருந்தபோது பிற்பகல் 2.30 மணிக்கு அக்கடை அருகில் நடைபாதையில் ஷகீலும் நானும் குண்டு வைத்ததாக குற்றம் சுமத்தப்பட்டிருந்தோம். இந்தக் குண்டு வெடிப்பில் யாருக்கும் காயமில்லை. குண்டு வெடிப்பால் ஏற்பட்ட தீ சுனில் ஷர்மா மற்றும் அவரது பணியாளர்களால் அணைக்கப்பட்டது.

அரசுத்தரப்பு 24 சாட்சிகளைத் தாக்கல் செய்தது. நீதிபதி அளித்த உத்தரவு: அரசுத்தரப்பு சார்பில் ஆய்வுக்குட்படுத்தப்பட்ட சாட்சியங்களை ஆராய்கையில் குற்றம் சுமத்தப்பட்டவர்களுக்கு எதிராக அவர்கள் எதுவும் கூறவில்லை என்பது தெரிகிறது. குற்றவாளிகள் மீது சுமத்தியுள்ள குற்றங்களோடு சாட்சியங்கள் தொடர்பு கொண்டிருக்க வேண்டும். அரசுத்தரப்புக் கூற்றினை மக்கள் சாட்சிகள் ஏற்கவில்லை. குற்றம் சுமத்தப்பட்டவர்களை அவர்கள் அடையாளம் காணவும் இல்லை.'

எனக்கும் ஷகீலுக்கும் எதிராக பொய்சாட்சி அளிக்கும்படி போலீஸ் சித்ரவதை செய்தும் சில அரசுத்தரப்பு சாட்சிகள் எங்களுக்கு எதிராகப் பொய்சாட்சி அளிக்க மறுத்தனர். இந்த சாட்சிகள் விரோதசாட்சிகள் (அல்லது எதிரிசாட்சிகள்) என அறிவிக்கப்பட்டு குறுக்கு விசாரணை செய்யும் நிலை அரசுத்தரப்புக்கு ஏற்பட்டது. குறுக்கு விசாரணையின்போது, நானும் ஷகீலும் தனது கடையில் சோலா பட்டூரி சாப்பிடுவதுபோல பாசாங்கு செய்துகொண்டிருந்ததைப் பார்த்ததாகக் கூற வேண்டுமென போலீஸ் மிரட்டியுள்ளனர். ஆனால், அதற்கு ஒப்புக்கொள்ள சுனில் ஷர்மா திட்டவட்டமாக மறுத்தார். அவ்வாறு யாரையும் பார்க்கவில்லை என்று சாட்சியமளித்தார்.

நான்காவது விடுவிப்பு 15 பிப்ரவரி 2001 அன்று வந்தது. இதன்படி, ஷாவ்ரி பஜார், கலி மத்கெவாலியில் நான் குண்டு வைத்திருக்கவேண்டும். இந்த வழக்கில் ஷகீல் 1999 பிப்ரவரியிலேயே விடுவிக்கப்பட்டு விட்டார். அரசுத்தரப்பு நாற்பது சாட்சிகளை உருவாக்கியது. ஆனால், எனக்கு எதிரான பொய்க் குற்றச்சாட்டுகள் நிரூபிக்கப்படவில்லை.

அடுத்த விடுவிப்பு, 2001 மார்ச் 15 அன்று வந்தது. இந்த வழக்கிலும் என்னுடன் ஷகீல் இணைக்கப்பட்டிருந்தார். அவரும் விடுவிக்கப்பட்டார். அரசுத்தரப்பு சாட்சிகள் 37பேர். முதல் அரசுத்தரப்பு சாட்சி திலக் ராம்சிங். குண்டு வெடிப்பில் படுகாயமடைந்த நபர். குற்றச்சாட்டிலிருந்து என்னை விடுவித்த நீதிமன்ற உத்தரவு, '10/10/97 அன்று தண்ணீர் சந்திப்பு[6] அருகில் ஒரு பையன் குண்டு வைத்ததாக காவல்துறையிடம் சாட்சி வாக்குமூலம் எதுவும் தான் அளிக்கவில்லை' என்று திலக் ராம்சிங் தம்முன் கூறியதாகப் பதிவு செய்தது. மேலும், இரவு 8 மணிக்கு அவர் பாரா ஹிந்துராவ் காவல் நிலையத்துக்கு அழைக்கப்பட்டு தண்ணீர் சந்திப்பு அருகில் கையில் குண்டுடன் நின்ற அந்தப் பையனை அவருக்கு அடையாளம் காட்டியதாக அரசுத்தரப்பு கூறியதையும் நீதிபதி நிராகரித்தார்.

இந்த வழக்கில்தான் நான் குற்றங்களிலிருந்து விடுவிக்கப்படுவதற்கு முன் 2001 மார்ச் 23 அன்று பிரிவு 313ன்கீழ்[7] எனது வாக்குமூலத்தையும் பதிவுசெய்ய நீதிபதி முடிவு செய்தார். நீதிமன்றத்தின்முன் என்தரப்பு உண்மைகளையும் பேச எனக்கு வழங்கப்பட்ட முதல்வாய்ப்பு இதுதான்.

விசாரணைகள் தொடங்கும்முன்பே நீதிபதி முன்பாக எனது கதையைக்கூற நான் விரும்பினேன். ஆனால், விசாரணை முடியும் முன்னதாக எனக்கு அந்த வாய்ப்பு வழங்கப்படும் என்று எனது வழக்கறிஞர் கூறித் தடுத்து விட்டார். ஆனால், விசாரணைகள் முடிந்தன. ஆனாலும், எனக்கு அந்த வாய்ப்பு வழங்கப்படவில்லை. எனது வழக்கறிஞருக்குமே சிறையில் என்னைச் சந்தித்து என்னதான் நடந்தது என்று என்னிடம்கேட்க நேரம் கிடைக்கவில்லை. அந்த வாய்ப்பு கிடைத்திருந்தால் எனது கதையைச் சொல்லி அழுதுதீர்க்க வாய்ப்புக் கிடைத்திருக்கும்.

நான் நடுஇரவுகளில் தூக்கத்தில் விழித்துக்கொண்டு அலறுவேன். திஹார் சிறை வளாகத்தின் சோதனைக்கோபுர விளக்கின் வெளிச்சம் முகத்தில் அறையும். காவலர்கள் ஓடிவரும் பூட்ஸ் காலடிகளின் ஓசை கேட்கும். எனது வாழ்க்கை சிறைக்கொட்டடியின் சுவர்களுக்குள்ளேயே முடிந்துவிடும் என்று நினைத்தேன்.

உனது வாழ்க்கை சிறைக்குள்தான் முடியும் என்று யாரோ ஒருவன் என்னிடம் சொல்லியிருக்கிறான். சிறையிலேயே பைத்தியமான ஒருவன் இருக்கிறான். தனது உடைகளைக் கலையாமலேயே குளித்து

உடைகள் மேலேயே சோப்பு போட்டுக்கொள்வான். ஒரு சாக்கடை அருகில் உட்கார்ந்துதான் சாப்பிடுவான். அவனைப்போலவே நீயும் பைத்தியமாகி விடுவாய் என்பான்.

ஆனால், அப்போதெல்லாம் எனது பெற்றோர் எனது விடுதலைக்காகக் கடுமையாகப் பாடுபடுவதையும், எனக்கு எதிராக சாட்சிகள் இல்லாததாலும், எனக்கு எதிரான குற்றச் சாட்டுகள் பலவீனமாக இருப்பதாலும் நிச்சயம் விடுதலையாகி விடுவேன் என்று எனது வழக்கறிஞர் உறுதி கூறியுள்ளதையும் நினைத்து எனக்கு நானே தைரியம் சொல்லிக்கொள்வேன். எப்படியிருந்தாலும், இப்போதாவது எனது கதையை நீதிபதியிடம் கூற எனக்கு ஒரு வாய்ப்பு கிடைத்ததில் மகிழ்ச்சிதான்.

குப்தாஜி அறிமுகமானதிலிருந்து அவன் எனக்குக் கொடுத்த பணிகளை நான் நிறைவேற்றாததால் இந்த வழக்குகள் அனைத்திலும் புனையப்பட்டது வரை அனைத்தையும் ஒன்று விடாமல் நீதிபதியிடம் கூறினேன். 'உளவுத்துறையைச் சேர்ந்த குப்தாஜி என்பவர் தூண்டுதலால் பொய் வழக்குகளில் சேர்க்கப் பட்டதாக' நீதிபதி தனது தீர்ப்பில் எழுதினார்.

1997 பிப்ரவரி 25 அன்றுநடந்த குண்டுவெடிப்பு வழக்கில் இருந்து 2001 மார்ச் 30 அன்று நான் விடுவிக்கப்பட்டேன். இந்த வழக்கில், ஒரு பேருந்தில் ஒரு பையை (தைல) நான் வைக்கும் போது தான் நேரில்பார்த்ததாக ஒருவர் சாட்சி கூறினார். ஆனால், குறுக்கு விசாரணையின்போது முதல்முறையாக என்னை காவல்நிலையத்தில் வைத்துதான் பார்த்ததாக ஒப்புக் கொண்டார். மேலும், அவரது சாட்சியம் இந்த நிகழ்வு நடந்து அதிக காலம் கழித்து பதிவு செய்யப்பட்டுள்ளது. அதனால், அவரது சாட்சியத்தில் நம்பகத்தன்மை இல்லை என்று நிராகரிக்கப்பட்டது.

2001 ஏப்ரல் 1 அன்று சிறை எண் 1க்கு மாற்றப்பட்டேன். இங்கு வைத்து எந்தவிதக் காரணமுமில்லாமல் மோசமாகத் தாக்கப்பட்டேன். ஒரு கம்பியில் கட்டிவைத்து எனது பாதத்தின் அடியிலேயே அடித்தார்கள். இந்த வகை சித்ரவதையில் வெளிக்காயங்கள் ஏற்படாது. ஆனால், கடுமையானவலி இருக்கும். சிறைச் சொல்லாடல்களில் இந்த சித்ரவதைக்குப் பெயர் 'லட்சுமணன் கட்டில் (ஜூலா)'. சிறையில் இதுபோன்ற வன்முறைகள் ரொம்பச் சாதாரணம். இதேபோல, பிளேடு—

பாஜ் என்ற சித்ரவதைக்கான வாய்ப்பும் எப்போதும் உண்டு. பிளேடால் ஒருவர் தொண்டையை வெட்டுவது ஆகும். இது, பெரும்பாலும் தங்களுக்கு அணுகூலமான அரசியல் கைதிகளைக் கொண்டு நடத்தப்படும். ஒருமுறை இதற்கு எதிராக சிறையில் உண்ணாவிரதப்போராட்டம் நடத்தினோம்.[8]

2001 ஏப்ரல் முதல் ஜூலை மாதங்களில் மேலும் ஐந்து வழக்கு களில் விடுவிக்கப்பட்டேன். இவையெல்லாம், மிக விரைவில் நான் விடுதலையாவேன்; சிறையில் அடைபட்டுக்கிடக்கும் தனது மகனைப் பார்த்துப் பார்த்து உடல் தளர்ந்துபோயுள்ள எனது அப்பு, ஆம்மியைக் காப்பாற்றுவேன் என்ற நம்பிக்கையைக் கொடுத்தது. நீதி (அதிக விலையுள்ளது என்பதால், அதைப்) பெற, ஒருவரின் கைகள் தங்கத்தாலும், (ஓடிக்கொண்டே இருக்க வேண்டுமென்பதால்) கால்கள் இரும்பாலும் செய்யப்பட்டிருக்க வேண்டும் என்று அப்பு கூறுவார்.

நீதிபதியும் என்மீது அனுதாபம் கொண்டவரானார். குறைந்த துன்பமளிப்பதாக சூழ்நிலை மாறியது. ஆனால், விசாரணை என்னை அழுத்துவதாக இருந்தது. குறிப்பாக, ஒவ்வொரு சாட்சி யும் என்னை ஏறிட்டு, அழுத்தமாகப் பார்க்கும்போது, 'நீயா குண்டு வைத்தது?' என்று கேட்பது போலவே இருக்கும்.

ஒரு இளம்பெண்ணை நினைவு கூர்கிறேன். அவர் சாட்சி. அவர் பெயர் வீணா. சாய்ந்து, சாய்ந்து நடந்துவந்து கூண்டில் ஏறினார். 1997 அக்டோபர் 18 அன்று ராணி பாக் சந்தியில் நடந்த குண்டு வெடிப்புகளில் சிக்கிப் படுகாயமடைந்தவர். இந்த வழக்கில் மட்டும் 58 அரசுத்தரப்புச் சாட்சிகள். வீணா, அரசுத்தரப்பு சாட்சி எண் 4. அவர் மெதுவாக என்னை நோக்கித் திரும்பினார். இருவரும் கண்களால் சந்தித்தோம். எனது கண்களில் முழுவதும் பயம், அச்சம். அவளது கண்களில் கேள்விக்குறி மட்டுமே தெரிந்தது. இந்தப் பாதகச் செயலைச் செய்தது நீதானா என்று அவரது கண்கள் கேட்பதுபோல இருந்தது. உடனே, நான் அப்பாவி, குற்றமற்றவன், இந்த வழக்கில் நான் புனையப்பட்டுள்ளேன் என்று கத்தக்கூட விரும்பினேன். என்னை உற்று நோக்கியவர் மெதுவாக நீதிபதியை நோக்கித் திரும்பி 'இல்லை, இவரை இதற்குமுன் நான் பார்த்ததே இல்லை' என்று கூறினார்.

அன்றைய இரவில் நான் தூங்கவே முடியவில்லை. குண்டு

வெடிப்புகளில் பாதிக்கப்பட்டவர்களின் முகங்கள் அலை, அலையாக என் முன்னே வந்து சென்றன. விடுதலையடைந்த பின்னர், இவர்கள் ஒவ்வொருவரையும் சந்தித்து, போலீஸ் எப்படி என்னைக் கடத்திச்சென்று வழக்குகளில் எப்படிச் சிக்க வைத்தார்கள் என்ற உண்மைக்கதையைச் சொல்ல வேண்டும் என்று முடிவு செய்தேன்.

ராணிபாக் குண்டு வெடிப்புகள் வழக்கில் 2001 ஆகஸ்ட் 17 அன்று விடுவிக்கப்பட்டேன். 'பதிவு செய்யப்பட்டுள்ள ஆவணங்களும் இந்த வழக்கில் ஆமிர்கான் ஈடுபட்டதற்கான எந்த சாட்சியத்தையும் அளிக்கவில்லை' என்று நீதிபதி தனது தீர்ப்பில் எழுதினார்.

இந்தத் தீர்ப்பை வழங்கிய நீதிபதி, நீதிமன்றத்தில் அப்பு இல்லாததைக் கவனித்தார். அவரெங்கே? என்று நீதிபதி கேட்டார். எனது வழக்கறிஞர் பெரோஸ்கான் சாஹேப், அப்பு மருத்துவமனையில் அனுமதிக்கப்பட்டுள்ளதாகக் கூறினார். மருத்துவமனையில் அப்புவை ஒரு மணி நேரம் சந்திக்க நீதிபதி எனக்கு அனுமதி வழங்கினார்.

போலீஸ் பாதுகாப்புடன் ஹிந்துராவ் மருத்துவமனையை அடைந்தேன். ஒரு படுக்கையில் அப்பு படுத்திருந்தார். அப்புவுக்கு ஒரு அறுவை சிகிச்சை அவசியம் என்று மருத்துவர்கள் கூறினர். அதெல்லாம் வேண்டாம் என்று அப்பு கூறினாலும் கட்டாயம் அறுவை சிகிச்சை செய்துகொள்ள வேண்டும் என்று அப்பு விடம் கெஞ்சிக் கேட்டுக்கொண்டேன்.

திரும்பும்போது அவர் கூறிய சொற்கள் இன்னமும் என் காதுகளில் ஒலிக்கின்றன: 'பேட்டா, மை தும்ஹாரி தரீக் பய் ஆ நஹி சகா.' (உனது வழக்குகளின்போது என்னால் நீதிமன்றத்தில் இருக்க முடியாது, மகனே.)

மருத்துவமனை படுக்கையில் படுத்துக்கொண்டு அவர் என்னைப் பற்றியே கவலைப்பட்டுக் கொண்டிருந்தார். அவரது கண்களின் ஆழத்துக்குள் சென்று பார்த்துக்கொண்டிருந்தேன். போலீஸ் சுற்றி நின்றுகொண்டிருந்ததால் அதிகம் பேசமுடிய வில்லை. பேசாமொழியே அப்போது எங்கள் மொழி. ஆம்மி எனது நெற்றியில் முத்தமிட்டார். கன்னங்களில் வழிந்த கண்ணீர் நிற்கவில்லை. ஒருமணிநேரம் முடிந்தது. போலீஸார் சிறைக்குக் கொண்டுவந்துவிட்டனர்.

அப்போது நீதிமன்றத்தில் இருந்தது நினைவிருக்கிறது. ஆனால் என்ன வழக்கு என்ற நினைவில்லை. நீதிமன்ற நடைமுறைகள் முடிந்த பிறகு, அப்பு மவுத்தாகி விட்ட தகவலை பெரோஸ் சாஹேப் என் காதுகளில் கிசுகிசுத்தார். என் உடலில் இயங்கிய ஜீவன் வெளியேறியது, உணர்ச்சியற்றவனானேன்.

ஏதோ ஒன்று குறைவதைக் கவனித்த நீதிபதி என்ன நடந்தது என்றார். விஷயம் அவருக்குச் சொல்லப்பட்டது. 'கவலைப் படாதீர்கள். கடவுள் அனைத்தையும் கவனித்துக்கொள்வார்.' நான் எப்படித்தான் சிறைக்கு வந்து சேர்ந்தேன் என்பது தெரியவில்லை. ஆனால், அதன்பிறகு நிலைகுலைந்து விழுந்தேன். என்னை அமைதி சூழ்ந்துகொண்டது. அன்று மாலையில்தான் நான் சுயநினைவுக்கு வந்தேன். எனது சக சிறைவாசிகள் என்னருகில் வந்தனர். 'என்ன ஆச்சு' என்று விசாரித்தனர். முதலில் என்னை அணைத்தவர் சுஷில் சர்மா என்ற கைதி. தந்தூரி வழக்கில் கைதாகியுள்ளவர். அவர் என்னருகில் சிறிது நேரம் ஆறுதகாக அமர்ந்திருந்தார். அடுத்து மற்றொரு சக கைதி வந்தார். அவர் அடுத்த கொட்டடியில் அடைக்கப்பட்டிருப்பவர். நான் அவரைப் பார்த்த அடுத்த கணமே தரையில் விழுந்து இரைஞ்சத் தொடங்கினார். என் பொருட்டு அனைத்து கடவுள் களையும் திட்டினார். அவர்கள் அனைவரும் இந்து கடவுள்கள். அவரைப் பார்த்தால் ஹனுமன் ஜி போலவே இருந்தார். அவர் என்னைச் சுட்டி, எனக்கு ஏன் இவ்வளவு கஷ்டங்கள் தருகிறீர்கள் என தனது இந்து கடவுள்களைக் கேட்டார். தனது பெயில் நிராகரிக்கப்பட்டிருப்பதால் இங்கு அடைக்கப்பட்டிருப்பவர். அவர் என்னோடு சிறிது நேரம் அமைதியாக உட்கார்ந்து ஆசுவாசப்படுத்தினார்.

அன்று மாலை எதுவும் சாப்பிடவில்லை. சிறைக் கொட்டடியில் விழித்துக்கொண்டே படுத்திருந்தேன். இரவு கவிழ்ந்தது. அதற்கு மேலும் அமைதியை அடைகாக்க முடியவில்லை. உடைந்து கதறத் தொடங்கினேன். எனது நினைவெல்லாம் அப்புதான். அவரது முகம், அவரது அன்பு ததும்பும் பாவனை, அவரது அக்கறைகள், மருத்துவமனையில் கடைசியில் அவரைப் பார்த்துத் திரும்பும்போது எனது காதுகளில் ஒலித்த அவரது கடைசி சொற்கள்.

அடுத்து யார் நீதிமன்றத்துக்கு வரப்போவது? எனது வழக்கு களைப் பின்தொடரப் போவது யார்? இதுதான் எனக்குள் எழுந்த கேள்வி. ஆம்மி, அப்புவுடன் நீதிமன்றம் வந்துள்ளார்.

ஆனால், இந்த நீதிமன்ற நடைமுறைகள் அவருக்குப் பிடிபடாது. எப்படியிருந்தாலும் இத்தா காலம் மூன்று மாதங்களுக்கு அவர் துக்கம் அனுஷ்டிக்க வேண்டும். அதனால் அவர் முலாகாட் கேட்க முடியாது. அதாவது என்னைப்பார்க்க வரமுடியாது. எனது வாழ்க்கையில் இந்த அளவுக்கு நான் அன்னியமாக உணர்ந்ததேயில்லை. 12வழக்குகளில் நான் விடுவிக்கப்பட்டு விட்டாலும் இன்னமும் ஏழு வழக்குகள் உள்ளன. இருந்த பண மெல்லாம் ஏற்கனவே கரைந்து விட்டது.

குறிப்புகள்

1. இந்தி மூலத்தில் இருந்து ஆங்கிலத்துக்கு மொழிபெயர்க்கப்பட்டது.
2. இந்திய குற்றவியல் சட்டப்படி, எப்.ஐ.ஆர் பதிவு செய்ததிலிருந்து 90 நாட்களுக்குள் குற்றப்பத்திரிகை தாக்கல் செய்யவேண்டும். அதன்பின்னர் குற்றச்சாட்டுகள் அடிப்படையில் விசாரணைக்கான நாட்களை நீதிமன்றம் அறிவிக்கும். அச் சமயத்தில் குற்றம் சுமத்தப்பட்டவர்கள் தாங்கள் குற்றத்தில் ஈடுபட்டது அல்லது ஈடுபடாதது பற்றி முறையிடலாம். சட்டத்தில் விசாரணையை முடிப்பதற்கான கால வரம்பு கிடையாது. ஆனால், நியாயமான, விரைவான விசாரணை கோருவதற்கு குற்றம்சாட்டப்பட்டவருக்கு உரிமை உள்ளது. குற்றச்சாட்டுகள் மீதான விசாரணையைத் தாமதப்படுத்தியதன் மூலம், விரைவான விசாரணை கோரும் ஆமிர் உரிமை மீறப்பட்டது.
3. ஆமிருக்கு எதிராக சிறை அதிகாரிகள் தொடர்ந்த இந்த வழக்கு உண்மையில் தோல்வியடைந்தது. ஆனால், விஜய் குமார் மற்றும் சிறை அதிகாரிகளுக்கு எதிராக ஆமிர் கொடுத்த புகார் இன்னமும் நிலுவையில் உள்ளது. மேலும், ஆமிரால் கூடுதலாக வழக்கறிஞருக்கு பணம் செலவளிக்க இயலாத நிலைமையாலும் கிடப்பில் உள்ளது.
4. கசூரி என்பதை மேலோட்டமாக தவறான நடவடிக்கையாளர் என மொழிபெயர்க்கலாம். திஹார் சிறை எண் 3ன் வார்டு எண் 2 கசூரி வார்டு என அழைக்கப்படுகிறது. சிறை விதிகளைமீறும் குற்றவாளிகளுக்காக சிறை மருத்துவமனையில் இருபது அறைகள் உள்ளன. மனநலம் பாதிப்பு உள்ளவர்களும் இங்கு வைக்கப்படுவார்கள்.
5. 2001 ஜனவரி குஜராத் பூகம்பத்தில் 20,000 பேர் கொல்லப்பட்டனர். 400,000 பேர் வீடுகளை இழந்தனர். இப்பூகம்ப நிவாரணத்துக்கு திஹார் சிறைக்கைதிகளிடம் வசூலிக்கப்பட்ட ரூ.5,11,000 உள்துறை அமைச்சர் எல். கே. அத்வானி அவர்களிடம் திஹார் சிறை டிஜிபி மூலம் வழங்கப்பட்டது.
6. அநேகமாக தண்ணீர் வினியோகிக்கும் கை வண்டியாக இருக்கலாம்.
7. அரசுத்தரப்பு தமது சாட்சியங்களை தாக்கல் செய்தபின்னர், ஒவ்வொரு குற்றம் தொடர்பாகவும் பதிலளிக்கவும் தமது விளக்கமளிக்கவும் கேள்விகள் எழுப்பவும் குற்றம் சுமத்தப்பட்டவர்கள் அனுமதிக்கப்படுவார்கள்.
8. பிளேட்—பாஜ் என்பது, சவரக்கத்தியைக் கொண்டு கொலை செய்வதில் வல்லுனர்களைக் கொண்டு மேற்கொள்ளப்படுகிறது.

6
வெறுப்பு அரசியல்

'நாடாளுமன்றத் தாக்குதல் என்னை மிகவும் அதிர்ச்சிக்குள்ளாக்கியது; அதேபோல, எல்லா இசுலாமியர்களும் தாக்குதலுக்கு ஆளாவதைப் பார்த்தும் அதிர்ச்சியடைந்தேன். அரசியலில் எனக்கு எப்போதுமே ஆர்வம் ஏற்பட்டதில்லை. இப்போது இந்தியாவில் இசுலாமிய மக்களின் எதிர்காலம் குறித்த கேள்வி மனதில் எழுகிறது. நாங்கள் எப்போதுமே சந்தேகக் கண்ணோடுதான் பார்க்கப்படப் போகிறோமா?'

அப்பு மறைவைத் தொடர்ந்து ஆம்மிக்கு ஆதரவாக இருக்க விரும்பினேன். இதற்காகவே சிறையில் இருந்து வெளியேற விரும்பினேன். மற்ற வழக்குகளிலும் விரைவில் விடுவிக்கப்படுவேன் என்றுதான் நினைத்தேன். ஆனால், 2001 இறுதியில் நடந்த இரு நிகழ்வுகள் நான் விரைவில் விடுதலையாவதற்கான வாய்ப்புகளைப் பாதித்தன. இந்த இரண்டு நிகழ்வுகளும் எனது விடுதலையை எந்த அளவுக்குப் பாதிக்கும் என்பதை நான் அப்போது அறியவில்லை.

அந்த இரண்டு நிகழ்வுகள், 2001 செப்டம்பர் 11 அன்று நியூயார்க் நகர இரட்டைக் கோபுரங்கள் தகர்க்கப்பட்டதும், டிசம்பர் 13 அன்று இந்திய நாடாளுமன்றம் தாக்கப்பட்டதும் ஆகும். இந்த இரு நிகழ்வுகள், இந்திய இசுலாமியக் கைதிகள் குறிப்பாக பயங்கரவாத வழக்குகளில் சிக்கிய இசுலாமியர்கள் மீதான சிறை அதிகாரிகளின் அணுகுமுறையில் மாற்றத்தை உருவாக்கின. அதுமட்டுமல்லாமல், இசுலாமிய கைதிகள் மீது இதர சமுதாய கைதிகளின்

அணுகுமுறையையும் மாற்றியது.

முன்பும், மதப்பாகுபாட்டினை நான் எதிர்கொண்டிருந்த போதிலும் சககைதிகளைவிட சிறை அதிகாரிகளே இதனை அதிக மாகக் கடைபிடித்தனர். வார்டு கூடாரங்களில், கைதிகளைப் பொறுத்தவரை, ஒருவர் மதநம்பிக்கைகளுக்கு ஒருவர் அதிக மரியாதையைக் காட்டினர். சிறையில் தொடக்க நாள்களை, முண்டகானாவில்[1] கழித்தபோது இந்துக்கள், சீக்கியர்கள், கிறித்து வர்கள் அனைவரோடும் தொடர்பில் இருந்தேன்.

சிறையின் தொடக்கநாட்களில் மூன்று சககைதிகளுடன் உணவையும் உரையாடல்களையும் பகிர்ந்து கொண்டேன். ஒருவர் ஜேம்ஸ். தெற்குடெல்லியில் ஒரு கொள்ளை வழக்கில் குற்றம்சுமத்தப்பட்டிருந்தார். சுரேந்திரா ஆக்ராவில் இருந்து வந்திருந்தார். ஆனால், என்ன வழக்கு என்பது நினைவில் இல்லை. அவரால் ஜப்பான்மொழி பேச முடிந்தது என்பது நினைவில் இருக்கிறது. சுரேந்திரா 19 வயது இளைஞன். அவனுடன் சிறை அதிகாரிகள்கூட பரிவுடன் பேசினர். கைதி ஒருவரிடம் சிறை அதிகாரி பேசுகிறார் என்றால் அது அக்கைதிக்குக் கிடைக்கும் பெரும் மரியாதையாகக் கருதப்பட்டது. சுரேந்திரா ஜப்பானில் வாழ்ந்திருக்கிறார். ஆனால், இதில் எவ்வளவு உண்மை இருக்கிறது என்பது எனக்குத் தெரியாது. ஆனால், ஜப்பானியப் பெண்கள் அவரைப் பார்க்க வந்தார்கள். இந்த ஜப்பானியப் பெண்களை எனக்கு அறிமுகம் செய்துவைக்கவும் சுரேந்திரா பொதுவாக விரும்பினார். ஆனால், நான் மறுத்து விட்டேன். அப்போதெல்லாம் பெண்களுடன் பேசுவது என்றாலே எனக்கு அதிகக் கூச்சமாக இருக்கும். ஆனால், சிறை அதிகாரிகளில் ஒருவர் தனக்கு ஜப்பானிய பெண்களை அறிமுகம் செய்துவைக்க விரும்பினார்.

இவர்கள் தவிர மனோஜ் என்ற கைதி இருந்தார். இவர் நம்பர்தார்களுக்கு உதவி வந்தார். என்மீது ஒரு கண் வைத்துக் கண்காணிக்குமாறு ஜேம்ஸும் மனோஜும் கேட்டுக் கொள்ளப்பட்டிருந்தனர் என்பது பிறகு தெரிந்தது. ஆனால் இதனால் எங்கள் நட்பு பாதிக்கவில்லை. நான் சட்ட விரோதமான நடவடிக்கைகள் எதிலும் ஈடுபடவில்லை. என்னிடம் மறைப்பதற்கும் ஒன்றுமில்லை. சுரேந்திரா, மனோஜ் இருவரும்தான் என வயதையொத்தவர்களில் நான் முதலில் நெருங்கிப் பழகிய இந்துக்கள். சாதர் பஜாரில் வாழ்ந்த காலத்தில்

என்ஜோட்டு இந்துப் பையன்களின் நட்பு உருவாவதற்கான வாய்ப்பு உருவாகவில்லை.

அப்போது சிறையில் ஆரிப் என்ற இசுலாமியக் கைதி இருந்தார். இசுலாமிய விசாரணைக் கைதிகளான நாங்கள், நமாஸ் செய்வதற்கு நாங்களாகவே ஒரு மூலையைத் தேர்வு செய்திருந்தோம். எப்போதெல்லாம் நமாஸ் செய்தோமோ அப்போதெல்லாம் இந்து கைதிகள் தொலைக்காட்சியை அணைத்துவிட்டு, பேசும்போதும் மெல்லிய குரலில் பேசியதைக் கவனித்திருக்கிறேன். அதேபோல, இந்துக்கள் பிரார்த்தனையில் ஈடுபடும்போதும், சீக்கியர்கள் அதிகாலை அர்தஸில் ஈடுபடும் போதும் கிறித்துவ, இசுலாமிய கைதிகள் அமைதிகாத்தோம்.

தீபாவளி, ரக்ஷ பந்தன், நாட்டு விடுதலை நாள் ஆகிய கொண்டாட்டங்களின்போது எங்களுக்கு சற்று நல்ல உணவு கிடைக்கும். கொஞ்சம் காரசாரமாக நாக்குக்கு உரைப்பது போன்ற உணவை அப்போது சாப்பிடுவோம். பருப்பில் தண்ணீர் ஓடுவது குறைந்திருக்கும். காய்கறிகள் நன்றாகச் சமைக்கப்பட்டி ருக்கும். அதோடு ஆளுக்கு ஒரு லட்டும் தருவார்கள்.

சிறையில் அசைவ உணவு அனுமதிக்கப்படுவதில்லை.[2]

திஹார் சிறை ஒரு ஆசிரமம் என்று சொல்லப்பட்டிருந்தோம். இருந்தாலும், முட்டை ஆம்லேட் போன்றவற்றை காண்டீனில் வாங்கிக்கொள்ளலாம். இதுபோல பல சிற்றுண்டிகள் இருந்தன: பிரட் பக்கோடா ரூ.5; தேனீர் இரண்டு கோப்பைகள் ரூ.2; சோலா பட்டூரி ரூ.20; மாலை நேரங்களில் சமோசாக்கள், ஜிலேபிகள் கிடைக்கும். இதல்லாமல் மற்றொரு கேண்டீனும் இருந்தது. அங்கு உப்பு பிஸ்கெட், பன், ஊறுகாய், வெண்ணெய், தபால் கார்டுகள், குளியலறை பொருட்கள் போன்றவற்றை வாங்கிக்கொள்ளலாம்.

சுரேந்திரா, ஜேம்ஸ், சூரஜ், மனோஜ் மற்றும் நான் ஆகிய ஐவரும் எங்களுக்கு வரும் பணங்களை மொத்தமாகவே செல வளித்தோம். ஆளாளுக்கு ஊறுகாய் பாட்டில்கள், பிஸ்கட்டுகள் வாங்காமல் பொதுப்பணத்தில் ஒரே பாட்டிலாக வாங்கிப் பகிர்ந்து கொண்டோம்.

முண்டகானாவிலிருந்து பாரக்குக்கு உணவுப்பொருட்களை எடுத்துவந்து சாப்பிட அனுமதிக்கப்பட்டோம். அதனால் ஆம்மி

எனக்கு உணவு கொண்டுவரும்போது மேலும் மூன்று, நான்கு பேர்கள் சாப்பிடும் அளவு எடுத்துவருமாறு கேட்டுக்கொள்வேன். எனது உணவை மற்றவர்கள் பகிர்ந்து கொள்வார்கள். சுரேந்திரா வீட்டிலிருந்து வரும் புரோட்டாக்கள் முக்கோண வடிவில் இருப்பதைப் பார்த்து அதிசயமடைந்துள்ளேன். அதுவரை வட்ட வடிவ புரோட்டாக்களையே பார்த்துள்ளேன்.

எங்களில் மூன்று அல்லது நான்கு பேர் சேர்ந்து எங்கள் பணத்தைப் போட்டு சினிமா டிக்கெட்டுகள் வாங்குவோம். அப்போது சினிமா டிக்கெட் வாங்க வசதியில்லாத சிலருக்கும் எங்கள் பணத்தில் டிக்கெட்டுகள் வாங்கிக்கொடுப்போம். சிறையில் வாரத்துக்கு ஒருநாள் சினிமா போடுவார்கள். அவற்றைப் பார்ப்போம். தொடக்கத்தில் சில பொருட்களை கேண்டீனில் வாங்கிக்கொண்டிருந்தேன். ஆனால், அப்பு மவுத் ஆனபின்னர் இத்தகைய ஆடம்பரங்களுக்காகப் பணத்தை விரயம் செய்வதில்லை.

பின்னர், நான் சினிமாவுக்குப் போவதற்கு சிறை அதிகாரிகள் தடை விதித்தனர். வெளியேசென்று விளையாடுவதற்குக்கூட அனுமதிக்கவில்லை. ஏனென்றால், நான் அபாயகரமான கிரி— மினலாம். எனக்கு சிறை விதிகள் தெரியாது என்பதால், இத்தண்டனைகளையும் எதிர்ப்பு இல்லாமல் ஏற்றுக்கொண்டேன்.

அங்கு சில குற்றவாளிகள் சுரேந்திராவை பாலியல் ரீதியாக துன்புறுத்தி வந்ததை நான் தடுத்தேன். இதன் பின்னர் அவர் என்னுடன் மேலும் நெருக்கமாகப் பழகத் தொடங்கினார். அங்கு இளைஞர்கள் பாலியல் வல்லுறவுக்கு ஆளாவது சகஜமாக இருந்தது. அவர்களில் பலரை கிரிமினல்களிடமிருந்து காப்பாற்றியுள்ளேன். நிர்வாகத்துக்கும் காவலர்களுக்கும் ஊழியம் செய்யும் குற்றவாளிகள் தாங்கள் விரும்பும் குற்றவாளிகளைத் தூக்கிக்கொண்டுபோய் வல்லுறவுக்கு உட்படுத்துவார்கள். இத்தகைய பாலியல் வக்கிரங்களில் சில நேரங்களில் கான்ஸ்டபிள்களும் ஈடுபடுவதுண்டு.

ஜாம்ஷெட்பூரில் இருந்து வந்திருந்த இளைஞர் தாரிக் என்பவர் நினைவுவருகிறது. அவர் பெண்மைத் தன்மை கொண்டவர் என்பதால் குற்றவாளிகளின் பாலியல் சுரண்டல் பாதிப்புக்குள்ளானார். ஒரு சந்தர்ப்பத்தில் நான் அவரைக் காப்பாற்றியிருக்கிறேன். அதன்பிறகு அவர் என்னருகில் தூங்கத்

தொடங்கினார். முதலில் இதனை நான் பெரிதாக எடுக்கவில்லை. அப்புறம் கொஞ்சம் தள்ளியே இருக்குமாறு கடுமையான குரலில் கூறவேண்டியிருந்தது. ஆனால், சககைதிகள் என்னைக் கேலிசெய்யத் தொடங்கினர்.

இந்த இளைஞர்களை என்னால் மீட்க முடிந்ததற்கான காரணம் என்னவென்றால் அங்கிருந்த கிரிமினல்கள் என்னைக் கண்டு கொஞ்சம் பயந்தார்கள். காரணம் நான் அபாயகரமான பயங்கரவாதி என்று நினைத்தார்கள். அதனால் எனக்கு மரியாதை அளித்தார்கள். உயர் — பாதுகாப்பு வார்டில் இருந்து கைவிலங்கிட்டு போலீஸ் பாதுகாப்புடன் தடா வேன்[3] என்று அப்போது அழைக்கப்பட்ட வேனில் என்னை நீதிமன்றத்துக்கு அழைத்துப்போகும் போதெல்லாம் கவனித்திருக்கிறார்கள். திஹார் சிறையின் தொடக்க நாட்களில், அங்கிருந்த இசுலாமியர் அனைவரும் சக்கர் பகுதியில் ஒன்றாக நமாஸ் செய்ய அனுமதிக்கப்பட்டோம். அச்சமயத்தில் கிழக்கு உ.பி அரசியல் கைதி முக்தார் அன்சாரி என்பவர் அங்கு இருந்தார். தரையில் மிகப்பெரிய தஸ்டார்கான் விரித்து இந்து, இசுலாமியர் என அனைவரையும் அழைத்து தனது சொந்தச் செலவில் ஈத் பெருநாள் விருந்து அளித்தார். தாவூத் கூட்டத்தைச் சேர்ந்தவர் என்று கூறப்பட்ட சுபாஷ் தாகூர் என்ற கைதி இப்தார் விருந்துக்கு நிதி அளித்தார்.

2001 டிசம்பர் 13 நாடாளுமன்றத் தாக்குதலுக்குப் பிறகு இந்த நடைமுறைகள் நின்றன. நாங்கள் ஒன்றாக இப்தார்நோன்பு திறக்க அனுமதிக்கப்படவில்லை. இதற்காக சிறை எண் 3ல் இருந்த மேடை உடைத்து நொறுக்கப்பட்டது. ஆனால், வார்டுகளின் உள்ளே இந்துக் கோயில்கள் கட்ட அனுமதிக்கப்பட்டன.

மிக முக்கிய அம்சம் சிறையில் நாளைக்கடத்துவது மிகவும் கடினமானது. யார் முகத்தையும் பார்க்காமல் அடைந்து கிடப்பது கொடூரமானது. ஒவ்வொரு நாளும் நீண்டுகொண்டே சென்றது. பொழுதைக்கழிக்க ஒன்றும் இல்லை. முன்பெல்லாம் பத்து, பதினைந்து நாட்கள் கலாச்சார நிகழ்ச்சிகள் நடக்கும். இவையெல்லாம் கிரண் பேடி கொண்டுவந்த சீர்திருத்தங்களின் ஒரு பகுதி என்பதை சொல்லக் கேட்டிருக்கிறேன்.[4]

சில சமயங்களில் ராம்லீலா பார்த்ததுதவிர வேறு நேரடி நிகழ்ச்சிகளைப் பார்த்ததில்லை. என்னைப் பொருத்தவரை

மேடையில் காட்சிகள் பார்ப்பது பெரும் கண்திறப்பு. சில நேரங்களில் கைதிகளையே நடிக்கவைத்து நாடகங்கள் நடத்தப்படும். சிலநேரங்களில் வெளியில் இருந்து நடிகர்கள் அழைத்துவரப்படுவர். இசைக்குழுக்களை அழைத்துவந்து இசைக்கச்சேரிகள் நிகழ்த்தப் பட்டன. இந்த நிகழ்ச்சிகளைக் கண்டுகளித்த சமயங்களில் நன்றாக இருந்தது. குடும்பம், நண்பர்களைப் பிரிந்து சிறையில் இருப்பதால் ஏற்படும் மன அழுத்தங்களை வெல்ல உதவியாக இருந்தது.

திஹார் சிறையில் கழிந்த எனது வாழ்க்கையில் மறக்கமுடியாத கலாச்சார நிகழ்வு பிப்ரவரி 1999ல் நிகழ்ந்தது. புகழ்பெற்ற பஞ்சாபி நகைச்சுவை நாயகன் ஜஷ்பால் பத்தி[5] தனது புதிய நகைச்சுவை படத்தை திஹார் சிறையில் வெளியிட முடிவுசெய்துள்ளதாக எங்களுக்குக் கூறப்பட்டது. திஹார் சிறையில் தனது படத்தை வெளியிட்ட முதல் இயக்குனர் அவர்தான். எங்களில் பெரும் பாலானோர் அவரைத் தொலைக்காட்சியில் பார்த்திருந்தோம். ஆனால், அவரை நேரிலேயே பார்க்கும் வாய்ப்பு எங்களுக்குக் கிடைக்கப் போகிறது என்பதை அறிய நேர்ந்தபோது கிளர்ச்சி யுற்றோம். ஜஷ்பால் பத்தி மற்றும் அவரது படத்தைப் பார்க்கப் போகிறோம் என்பதைவிட அப்படத்தில் நடித்த கதாநாயகன் நாயகி இருவருமே நேரில் தோன்றப்போகிறார்கள் என்பதையும் அறிய நேர்ந்து மேலும் கிளர்ச்சியுற்றோம்.

சிறையில் தனது புதிய படத்தின் முதல் காட்சியை வெளியிட முன்வந்த ஜஷ்பால் பத்தியின் காருண்யத்தால் நான் மிகவும் உணர்ச்சிவசப் பட்டிருந்தேன். எந்தவொரு புதிய படத்தின் முதல் காட்சியையும் இதுவரை நான் பார்த்ததில்லை என்றாலும் அது திரைப்படத் தயாரிப்பாளர்களுக்கு மிகவும் முக்கியமானது என்பது எனக்குத் தெரியும். தனது புதிய படத்தின் முதல் காட்சியை சிறையில்தான் வெளியிடப் போகிறேன் என்று அவர் முடிவு எடுத்ததன் மூலம் அவர் எங்களையும் மனிதர்களாகக் கருதுகிறார் என்ற உண்மை புரிந்தது. ஏதோ மிருகங்கள் கூண்டில் அடைக்கப்பட்டுள்ளன என்று அவர் கருதவில்லை.

சிறையின் மொத்த சூழலுமே இந்த வாய்ப்பின் எதிர்பார்ப்பால் ஆர்வமூட்டப்பட்டிருந்தது. கடைசியில் அந்த நாளும் வந்தது; ஆர்வம் மேலிட மாலைவரை காத்திருந்தோம். நேரம் வந்ததும், அனைவரும் கொட்டடிகளைவிட்டு வெளியேவந்து திரையை நோக்கி ஓடினோம்.

நான் கைது செய்யப்பட்டதிலிருந்து இரவு வானத்தை நான் பார்த்ததேயில்லை. நட்சத்திரங்களும் நிலவும் மின்னும் அந்த இரவு வானத்தை மறந்தேவிட்டேன். நாங்கள் தரையில் அமர்ந்தோம். நாற்காலிகளில் விருந்தினர்கள், சிறை அதிகாரிகள் மற்றும் அவர்களது குடும்பத்தினர் அமர்ந்தனர். படத்தின் தலைப்பு மஹெளல் தீக் ஹை. திரைப்படம் போடுவதற்கு முன்பாக கதாநாயகனும் கதாநாயகியும் அறிமுகப்படுத்தப்பட்டனர். அவர்களது பளிச்சிடும் முகங்களும் பளபளத்த ஆடைகளும் எங்களுக்கு மகிழ்ச்சியளித்தன. அதைவிட, சிறை அதிகாரிகள் மற்றும் அவர்கள் குடும்பத்தினருடன் நாங்களும் ஒன்றாகக் கூடியிருந்த தருணத்தால் நான் மேம்பட்ட மனிதனாக உணர்ந்தேன். ஒரு பெரிய குடும்பத்தோடு உள்ளிணைக்கப்பட்டவனாக உணர்ந்தேன்.

குறைந்தபட்சம் அச்சிறிய நேரத்திலாவது சுதந்திரமானவனாக உணர்ந்தேன். ஆனாலும், யாராவது கிரிமினல்கள் பிரச்சனை செய்துவிடுவார்களோ என்ற பயமும் இருந்துகொண்டே இருந்தது. இந்த நினைப்பே பதற்றத்தைக் கொடுத்தது. இத்தகைய கிரிமினல்கள் சிறைக்குள்ளும் பிரச்சனைகள் செய்து வந்தனர். இதனால் நாங்கள் அனைவரும் பாதிக்கப்பட்டோம். உதாரண மாக, ஊசி மூலம் போதைமருந்து செலுத்தப்பட்ட பப்பாளி, வாழைப்பழம் ஆகியற்றை உள்ளே கடத்தினர். இதனால் எங்கள் யாருக்குமே வெளியில் இருந்து பழங்கள் வருவதைத் தடைசெய்து விட்டனர். இவ்வாறு சூழ்நிலையைக் கெடுப்பது வெறும் 10 சதவீதத்தினர்தான். ஆனால், ஒரு சிலரின் நடவடிக்கைகளுக்காக நாங்கள் அனைவரும் ஏன் தண்டிக்கப்பட வேண்டும்?

படம் தொடங்கியதும் அதன் கதையால் ஈர்க்கப்பட்டேன். பயங்கரவாதிகளையும் கிரிமினல்களையும் விரட்டும் பஞ்சாப் போலீஸாரைப் பகடி செய்வதுதான் அதன் கதை. படம் முடியும் வரை, அதிர்ஷ்டவசமாக ஒரு பிரச்சனையும் நடக்கவில்லை. படம் முடிந்தபிறகும் சிறிதுநேரம் உட்கார்ந்து வானத்தையும் நட்சத்திரங்களையும் பார்த்து சுதந்திரமாக அனுபவித்தேன். அப்புறம் எனது சிறைக்கு விரைந்தேன்.

சிறை எண் 5ல் நீண்டகாலம் இருக்கவில்லை, சிறை எண் 3க்கு மாற்றப்பட்டேன். இரவில் மாற்றப்பட்டு கொட்டடியில் அடைக்கப்பட்டேன். ஒரே ஒரு சிவப்பு விளக்கு மட்டும். நான்கு எட்டுக்கு மூன்று எட்டு கொண்ட குறுகலான அறை. வலது பக்கம் மேலே ஒரு வெண்டிலேட்டர் இருந்தது. ஒரு செங்கல்

சுவருக்குப்பின் கழிப்பறை இருந்தது. சிறைக்கம்பிகள் ஊடாக நான் அடுத்த கதவையும் தரையையும் பார்க்க முடிந்தது.

மறுநாள் காலையில் செல்கள் திறந்ததும் என்னைப்பற்றித் தெரிந்து கொள்வதற்காக மற்ற கைதிகள் கூடிவிட்டனர். என்மீது பத்தொன்பது வழக்குகள் உள்ளன என்றும் இங்கிலீஷ் துப்பாக்கி வைத்திருந்தேன் என்றும் கேள்விப்பட்டுத்தான் என்மீது அதிக ஈடுபாடு ஏற்பட்டிருக்கிறது. அனைத்தும் பொய்வழக்குகள், ரிவால் வருக்கும் பிஸ்டலுக்கும்கூட எனக்கு வித்தியாசம் தெரியாது என்று சொன்னாலும் நம்பியிருக்க மாட்டார்கள்.

திஹார் சிறை, கிரண் பேடி அவர்களால் உருவாக்கப்பட்ட மாதிரி சிறைச்சாலை ஆகும். சிறைக்கைதிகள் அனைவருக்கும் பிரம்மாண்டமான சமையலறை ஒன்றில்தான் உணவு தயாரிக்கப் படுகிறது என்பதைக் கேள்விப்பட்டிருக்கிறேன். இன்னும் ஏராள மான தகவல்கள் கேள்விப்பட்டிருக்கிறேன். அங்கு தினூ என்ற குற்றவாளி இருந்தார். அவர் ஒரு இந்துதான்; ஆனால், நமாஸில் இசுலாமியர்களோடு கலந்துகொள்வார். ரோஸா[6] நோன்பில்கூட இணைந்துகொண்டார். திஹார் சிறை சமையலறையை நான் காண அவர் ஏற்பாடு செய்தார்.

மிகப் பிரம்மாண்டமான அந்தச் சமையலறையில் நான் நுழைந்ததுமே அங்கு நிலவிய அமைதி மற்றும் ஒழுங்கு என்னை ஈர்த்தது. அவர்கள் அனைவரும் குற்றவாளிகள்.[7] அவர்கள் மரியாதைக்குரிய உணர்ச்சியை வெளிப்படுத்தினர். ஒருவரும் புன்னகைக்கவில்லை. வெப்பமும் புழுக்கமும் நிறைந்த அச்சூழலில் ஒவ்வொருவருக்கும் ஒவ்வொரு பணி அளிக்கப் பட்டிருந்தது.

அங்கிருந்த அண்டாக்களைப் போல் இதற்குமுன் நான் பார்த்ததேயில்லை. நல்ல திடமான உடல்வாகு கொண்ட ஐந்து அல்லது ஆறுபேர் சேர்ந்துதான் அதைத் தூக்கி கேஸ் அடுப்பில் வைக்கமுடியும். கேஸ் அடுப்பு வரும்முன் விறகு அல்லது கரி அடுப்புகள்தன் இருந்தது என்றும் அதன் தீயைக் கட்டுப்படுத்துவது கடினம் என்றும் பல நேரங்களில் உடலில் தீக்காயங்கள் ஏற்படும் என்றும் கூறினர்.

பெரிய, பெரிய பாத்திரங்களில் பலர் கோதுமை மாவைப் பிசைந்து கொண்டிருந்ததைப் பார்த்தேன். அவ்வாறு பிசையும்போது அவர்கள் விரல் இடுக்குகளில் ஏற்பட்ட வெடிப்புகளிலிருந்து

ரத்தம் கசிந்து, மாவுடன் கலந்தது. ஒரு மிகப்பெரிய மேசையில் ரொட்டி தட்டப்பட்டது. சுற்றிலும் கைதிகள் நின்றனர். ஒருவர் கோதுமை மாவை பந்துகளாக உருட்டிக்கொடுத்தார். மற்றவர் அதை ரொட்டியாகத் தட்டினர். மற்றவர் அதனை மிகப்பெரிய இரும்புக் கடாயில் போட்டார். அந்த ரொட்டி களைப் பிரட்டிப்போடும் வேலையை ஒருவர் செய்தார். ரொட்டி தயாரானதும் அதை அப்படியே தீயின் மீது ஒரு கம்பிவலையில் தூக்கிப்போட்டனர். சிறையில் மொத்தம் இருந்த 2,500 கைதிகளுக்கும் ரொட்டி தயாரித்தனர். தலைக்கு ஐந்து ரொட்டிகள் வீதம் நாளொன்றுக்கு 25,000 ரொட்டிகள் தயாரித்தனர். சில ரொட்டிகள் கருகியும் சில ரொட்டிகள் வேகாமலும் இருப்பது ஏன் என்பது இப்போது புரிந்தது.

அங்கிருந்த வெப்பத்தைத் தாக்குப்பிடித்து சில நிமிடங்களுக்கு மேல் நிற்கமுடியவில்லை. ஆனால், இந்த குற்றவாளிகள் பகல் இரவு பார்க்காமல் இங்கு வேலைபார்க்கிறார்கள். விசாரணைக் கைதிகளாகிய நாங்கள் அடிக்கடி நீதிமன்றங்களுக்கு கொண்டு செல்லப்படுகிறோம், குடும்பத்தினர், வழக்கறிஞர்களைச் சந்திக் கிறோம். ஆனால், இவர்களுக்கு அதிக பார்வையாளர்கள் வருவதில்லை. சிலர் ஆயுள்தண்டனை கைதிகள்.

ஆண்டுக்கு மூன்று மாதங்கள் ரெமிசன் கிடைக்கும் என்ற நம்பிக்கையில் கடுமையாக உழைக்கிறார்கள். அவர்கள் உழைப் புக்கு ஓரளவுக்காவது ஊதியம் கொடுக்கப்படுகிறது. ஆனால், பலரும் அப் பணத்தைச் சேமித்து வெளியே கஷ்டப்படும் தங்கள் குடும்பத்தினருக்கு அனுப்புகிறார்கள். ரவி என்ற மரண தண்டனைக் கைதி இங்கு வேலை பார்க்க விரும்புவதாகவும் அதன் மூலம் தனது குடும்பத்துக்கு உதவமுடியும் என்றும் கூறினார். ஆனால், மரண தண்டனைக் கைதிகள் வேலை பார்க்க அனுமதிக்கப்படுவதில்லை.

ஒரு வழக்கில் நான் தண்டனை விதிக்கப்பட்டதைத் தொடர்ந்து, இங்கு வேலைபார்த்து, வழக்குச் செலவுகளைச் சமாளிக்க விரும்பினேன். ஆனால், சிறை அதிகாரிகள் எனக்கு அனுமதிதர மறுத்தனர்.

நான் வெளியே வரும்போது ஒரு வார்டைக்கடந்து சென் றேன். அங்கு ஒரு முதியவர் அமர்ந்து குரான் வாசித்துக் கொண்டிருந்தார். அவரது பெயர் குரேஷி. ஆனால், அவரை

அனைவரும் பாபாஜி என்றும் சச்சாஜி என்றும் அழைத்தனர். அவர் மும்பையைச் சேர்ந்தவர். அவர் செய்த குற்றம், பாபர் மசூதி இடிப்பில் ஈடுபட்டவர்களை கொலைசெய்ய முயற்சித்தது.[8] வெளியே சென்றாலும் மீண்டும் முயல்வேன் என்று நீதிமன்றத்திலேயே கூறினாராம்.

அவர் என்னை அழைத்து அருகில் உட்காரச்சொல்லி, அறிவுரைகள் வழங்கினார். உண்மையிலே அவர் ஒருவரை கொலை செய்ய முயற்சித்திருப்பாரா அல்லது கற்பனையில் செய்யமுயன்றதை உண்மை என நம்பிவிட்டாரா என்று ஆச்சரியப்பட்டேன். அவரைப் பார்த்தால் யாருக்கும் தீங்கு செய்யக்கூடியவராகத் தெரியவில்லை.

தடா வேனில் ஷகாபுதின் காவ்ரி[9] என்ற கைதியைச் சந்தித்தேன். அவர், ஜவஹர்லால் நேரு பல்கலைக்கழக மாணவர். ஹவாலா வழக்கில் சிறையில் இருக்கிறார். அவர்தான் இக்னோவ் (இந்திரா காந்தி தேசிய திறந்தநிலைப் பல்கலைக்கழகம்) பல்கலையில் பதிவு செய்துகொள்ளும்படி கூறினார். மேலும், இங்கேயே ஒரு நூலகம் இருப்பதாகவும் அங்கிருந்து புத்தகங்கள் எடுப்பதாகவும் கூறினார்.

இக்னோவ் குறித்து தலைமை வார்டனிடம் விசாரித்தேன். ஆனால், நுழைவுக்கான விண்ணப்ப நடைமுறைகள் சிக்கலானது என்று அவர் கூறினார். தவிர, என்னைப் பொறுத்தவரை அந்த வார்டு செல்வதற்கே நான் தனிஅனுமதி பெறவேண்டியிருக்கும் என்றார்.

ஒருநாள் எப்படியோ சமாளித்துக்கொண்டு இக்னோவ் வார்டு என்று அழைக்கப்படும் வார்டு எண் 7 சென்றுவிட்டேன். அங்கு கண்ட சூழல் உண்மையிலேயே என்னைக் கவர்ந்தது. அங்கு மிகவும் சுத்தமாக இருந்தது; மக்கள் மிகவும் நாகரீகமாகக் காணப்பட்டனர். பாரக்குகளும் மிகவும் ஒழுங்காக அமைக்கப்பட்டிருந்தன. அதற்குமேலும் எதையும் பார்ப்பதற்குள் அங்கிருந்த காவலர் என்னைப் பிடித்துஇழுத்து வெளியே கொண்டுவந்து விட்டார்.

இக்னோவில் சேருவதற்கு நீதிமன்றத்தில் அனுமதி கோருவது குறித்து எனது வழக்கறிஞரிடம் கேட்கும் எண்ணமே வந்ததில்லை. நீதிமன்றத்தில் எனது சிந்தனை முழுவதும் வழக்கு நடைமுறைகள் மீது மட்டும் கவிந்திருக்கும். தவிரவும், அப்படிக்

கேட்டிருந்தால் அதற்காகத் தனியாக வழக்கறிஞர் கட்டணம்தர வேண்டியிருந்திருக்கும்.

எப்படியோ சில அதிகாரிகள் உதவியை என்னால் பெற முடிந்து இக்னோவிலும் மாணவராக என்னைப் பதிவு செய்து கொண்டேன். முதலில் பிபிபி என்ற சிறப்பு வகுப்பில் சேர்ந்து தேறிய பின்னர்தான் பிஏ சேர அனுமதி பெறமுடியும்.

நூலகத்துக்குள் நுழைந்த முதல் நாள் இன்னமும் நன்றாக நினைவிருக்கிறது. நீளமான மேசையைச் சுற்றி நாற்காலிகள் போடப்பட்டிருந்தன. முதல் தடவையாக கைதிகள் நாற்காலியில் உட்கார்ந்திருப்பதைப் பார்க்கிறேன். நான் எப்போதும் தரையிலேயே அமர வேண்டும். ஸ்டூலில் உட்காரக்கூட நாங்கள் தகுதியற்றவர்கள். அதிகாரிகள் மட்டுமே நாற்காலிகளில் உட்கார்கிறார்கள். அந்த அமைதியான சூழலுக்குள் சென்று ஒரு நாற்காலியில் உட்கார்ந்தேன். சாதாரணமாக ஒரு நாற்காலியில் அமர்தல் என்ற ஒருநிலையை எட்டிய அதேநொடியில் எனக்குள் சுய மரியாதையையும் கவுரவத்தையும் கொண்டுவந்ததை உணர்ந்தேன். சிறையில் இருந்து வெளியே வந்ததும் நான் செய்த முதல் காரியம் வீட்டில் நான்கு நாற்காலிகளை வாங்கிப் போட்டு அதில் உட்கார்ந்து கொண்டுதான் எனது பார்வை யாளர்களுடன் பேசினேன்.

இக்னோவ் மாணவனாகச் சேர்ந்தது மிகவும் அருமையான விஷயம். எனது இக்னோவ் அடையாள அட்டையை இன்னமும் பாதுகாக்கிறேன். எனது வகுப்புகளுக்குச் சென்றேன். நூலகங்களைப் பயன்படுத்தினேன். அங்குதான் மென்மையாகப் பேசும் தன்மைகொண்ட என் வயதையொத்த ஒரு இளைஞரை சந்தித்தேன். அவன் என் அருகே உட்கார்ந்துகொண்டு தன்னை ஷாகித் அஜ்மி[10] என்று அறிமுகம் செய்துகொண்டார். தாடா வழக்கின்கீழ் கைது செய்யப்பட்டுள்ளதாகவும் தானும் இக்னோவ் மாணவனாகப் பதிவு செய்துகொண்டிருப்பதாகவும் கூறினார். தானும் கடத்தப்பட்டு, பொய் வழக்குகள் புனையப் பட்டிருப்பதாகக் கூறினார்.

நாங்கள் தொடர்ந்து விவாதித்துக் கொண்டோம். சட்டத்தின் எல்லா பிரிவுகளின்கீழும் இசுலாமியர்களும் சீக்கியர்களுமே அதிகமாக சிறையில் இருப்பது ஏன் என்று அவரிடம் கேட் டேன். சக கைதிகளுக்கான விண்ணப்பங்களை ஷாகித் எழுதிக்

கொடுப்பதைப் பார்த்தேன். எழுதப்படிக்கத் தெரியாத கைதிகள் ஒரு சாதாரண விண்ணப்பம் எழுதித்தருவதற்கே ரூ.500 வரை கொடுத்தனர்.

ஷாகித் மற்றும் என்னை உள்ளடக்கிய ஒரு சிறுகுழுவாக இருந்தோம். எங்கள் பணங்களை மொத்தமாக்கி அதில் இருந்து புதிய கைதிகளுக்கு உதவி வந்தோம். ஒரு சமயம், ஏராள மான ஆர்டிஎக்ஸ் வெடிபொருட்களுடன் ஒருவர் கைது செய்யப்பட்டது நினைவு வருகிறது. அதுகுறித்து நாளிதழ்களில் வாசித்திருந்தோம். அவரும் இப்போது திஹார் சிறையில் அடைக்கப்பட்டுள்ளதாக செய்தி கூறியது.

சோப், பற்பசை போன்ற அடிப்படைப் பொருட்கள்கூட அவரிடம் இருக்காது என்பது எங்களுக்குத் தெரியும். அதனால் எங்களிடமிருந்த பணத்தைச் சேர்த்து புதிய கைதிக்குத் தேவையான பொருட்களை வாங்கிக்கொண்டு அவரைக்காண, அனுமதி பெற்று, புதிய கைதிகளுக்கான முலாஹிஜா சென் றோம். இப்போது அவர் ஒரு ஆப்கன் கைதி. மெவாட் என்ற கிராமத்திலிருந்து வந்திருந்தார். மிகவும் கொச்சையான கிராம மொழி பேசினார். ஏன் கைது செய்யப்பட்டிருக்கிறீர்கள் என்று கேட்டோம். 'அதென்னமோ ரெண்டு, மூணு கிலோ ஐயோடக்ஸ் என்னிடமிருந்து எடுத்தாங்களாம்' என்றார். அவருக்கு ஆர்.டி.எக்ஸ் என்றால் என்ன என்றேகூட தெரிந்திருக்கவில்லை. குற்றப்பத்திரிகை 90நாட்களுக்குள் தாக்கல் செய்யப்பட வேண்டும் என்றும், ஒரு நல்ல வழக்கறிஞரை ஏற்பாடு செய்ய முயற்சிக்கும்படியும் கூறிவிட்டு, சோப்பு, பிரஷ், பேஸ்ட் எல்லாம் கொடுத்துவிட்டுத் திரும்பினோம்.

மார்ச் 2001ல் உயர் பாதுகாப்பு வார்டான வார்டு எண் 8க்கு மாற்றப்பட்டேன். பயங்கரவாத குற்றம்சுமத்தப்பட்டவர்கள் இங்கு அடைக்கப்பட்டனர். இப்போது எனது நடமாட்டங்கள் தீவிரமாகக் கட்டுப்படுத்தப்பட்டன. நான் எங்குமே வெளியே செல்ல முடியாது. நான் மாற்றப்படுவதற்கு முன்னமேயே எனது நடமாட்டங்களை சிறை அதிகாரிகள் கட்டுப்படுத்தி எனது உரிமைகளில் தலையிட்டு வந்தனர்.

உயர் அபாய வார்டு அல்லது சிறையில் அழைக்கப்படுவதுபோல் 'ஹைலைட்' வார்டில் நான் இருந்தபோது எனது அறையை மற்றொரு கைதிக்கும் பகிர்ந்துகொள்ள வேண்டியிருந்தது.

ஒரு சமயம் எனது அறை சகாவாக ஒரு சீக்கியர் இருந்தார். அவர் அமிர்தசரசிலிருந்து வந்திருந்த சீக்கியர். அவரது பெயர் குல்வீந்தர் சிங். அவரும் அவரது மூத்த சகோதரரும் தடா சட்டத்தின்கீழ் கைது செய்யப்பட்டிருந்தனர். ஆனால், அவர்கள் இருவரும் ஒன்றாக இருக்க விரும்பவில்லை. குல்வீந்தர் சிங்கின் அண்ணன் வேறொரு செல்லில் இருந்தார்.

குல்வீந்தர் சிங் மிகவும் மதச் சிந்தனை கொண்டவர். அதிகாலை எழுந்து அர்தாஸில் ஈடுபடுவார். தனது பொருட்கள், தண்ணீர் பாத்திரம் ஆகியவற்றைத் தனியாக வைத்துக்கொள்வார். அவரது பொருட்களை மற்றவர் தொடக்கூட அனுமதிப்பதில்லை. அவரது அண்ணன் புகையிலை வைத்திருந்தார். தனது உணவு, சாப்பாட்டுத் தட்டினைக்கூட பகிர்ந்துகொண்டார். மூத்தவருக்கு அனைத்து சமுதாயங்களிலும் நண்பர்கள் இருந்தனர். ஆனால், குல்வீந்தர் சிங்குக்கு சில நண்பர்களே இருந்தனர்.

குல்வீந்தர் சிங் தன்னுடன் எப்போதும் பிந்தரன்வாலே புகைப்படம் வைத்திருந்தார். ஆபரேசன் புளூஸ்டார்[11] குறித்து எனக்கு விளக்கினார். தாங்கள் புனிதமாகக் கருதும் ஹர்மிந்தர் சிங் குருத்வாரா குளத்தில் இந்திய ராணுவம் இறங்கி களங்கப்படுத்திவிட்டது என்றார். பஞ்சாபில் உள்ள அனைத்துச் சிறைகளும் தடா கைதிகளால் நிரம்பிவழிவதாகவும், பலர் போலி என்கவுண்டர்களில் கொல்லப்படுவதாகவும், சீக்கிய இளைஞர்கள் சிறைகளுக்குள்ளும் கொல்லப்படுவதாகவும் நீதிமன்றத்துக்கு அழைத்துச்செல்லும்போதுகூட கொல்லப்படுகிறார்கள் என்றும் அவர்தான் விளக்கமாகக் கூறினார்.

தனது மனைவியின் புகைப்படத்தை குல்வீந்தர் சிங் என்னிடம் காட்டினார். திருமணம் முடிந்து இரண்டு நாட்களுக்குள் கைது செய்யப்பட்டுள்ளார்.

அவரது முலாகாட் வந்தபோது, அவருக்கு ஏராளமான பொருட்கள் வந்திருந்தன. கிராமத்து நெய், டர்பன்கள், கமீஷ்—பைஜாமா, பழங்கள். உணவினை என்னுடன் பகிர்ந்து கொண்டார். தனது கணக்கில் பணம் வைத்திருந்தார். ஸ்ரீ குருத்வாரா பிரபந்த கமிட்டி சீக்கியக் கைதிகளைக் கவனித்துக் கொள்வதாகக் கூறினார்.

காஷ்மிரி கைதிகளையும் சந்தித்தேன். அவர்களில் பலரும் என்னைப் போல் புனையப்பட்ட வழக்குகளில்

சிக்கவைக்கப்பட்டவர்கள். பொதுவாக ஆகஸ்ட் 15, ஜனவரி 26 ஆகிய தேதிகளில் காஷ்மிரிகள் கைது செய்யப்படுகிறார்கள். ஆசாத்புர் சந்தையில் தங்கள் பழங்களை விற்பதற்காக வரும்போது கைது செய்யப்படுகிறார்கள். பிறகு சித்ரவதை செய்யப்பட்டு, பயங்கரவாத செயலில் ஈடுபட்டதாக வாக்குமூலம் வாங்கிக் கொண்டு, ஏராளமான வெற்றுத்தாள்களில் கையெழுத்தும் வாங்கிக்கொண்டு சிறையில் தள்ளப்படுகிறார்கள்.

காஷ்மிரிகள் மென்மையாகப் பேசும் தன்மை கொண்டவர்கள். அவர்களை அடிப்படைவாதிகளாக நான் பார்த்ததில்லை. அனேகமாக அனைவருமே கல்வி கற்றவர்கள். அவர்களால் ஆங்கிலத்தில் உரையாட முடியும். இந்திய இசுலாமியர்கள் ஏன் அதிகம் கற்பதில்லை என்று நான் யோசிப்பதுண்டு. அவர்கள் புத்தகங்கள் வாசிக்க விரும்பினார்கள். அவர்கள் கைவேலை அற்புதமானது. நன்றாக வரைய முடியும். தாளில் ரோஜா உருவாக்குவார்கள். துணிகளில் டார்னிங் செய்வார்கள்.

இங்குள்ள உணவை காஷ்மிரிகள் வெறுத்தனர். அவர்கள் புலால் உணவுக்காக ஏங்கினார்கள். திஹார் சிறையில் புலால் உணவை கிரண்பேடி தடை விதித்திருந்தார். வெளியில் இருந்துகூட புலால் உணவு கொண்டுவரத் தடை. பெரும்பாலான காஷ்மிரி கைதிகள் புறாக்களைக் கொன்று ரகசியமாக சுட்டுத் தின்றனர். கோடை மாதங்கள் உண்மையிலேயே காஷ்மிரிகளுக்கு மோசமானவை. வியர்க்குருகளால் அவதிப்பட்டனர். கோடை மாதங்களில் காஷ்மிரி கைதிகளைப் பார்க்க பார்வையாளர்கள் வருவதில்லை. ஏனெனில் வெப்பம் காரணமாக யாருமே டெல்லிக்கே வர விரும்புவதில்லை. ஆனால், அக்டோபர் முதல் பார்வையாளர்கள் வந்துகொண்டே இருப்பார்கள். அப்போது காஷ்மிரி உணவை ருசி பார்க்கும் வாய்ப்புகள் உருவானது. தக்காளி கிரேவியில் சமைக்கப்பட்ட பன்னீர், தாமரைத் தண்டுகள், காரமான வால்னட் சட்னி ஆகியவை நினைவில் இருக்கின்றன. காஷ்மிரிகளுக்கு குறிப்பாக என் வீட்டிலிருந்து வரும் உணவு பிடிக்காது. அதனால் அவர்கள் சாப்பிட்டிராத கஸ்டர்டு ஆப்பிள், சிக்கூ, லிட்சிஸ் ஆகிய பழங்களைத் தருவேன்.

காஷ்மிரிகள் அன்பும் ஈகையும் கொண்டவர்கள். எனக்கு அவர்களிடம் பிடிக்காத ஒரே விஷயம் இரண்டு காஷ்மிரிகள் சந்தித்துக்கொண்டால் உடனேயே, என்னைக் கழட்டிவிட்டு விட்டு காஷ்மிரி மொழியில் பேசத் தொடங்கிவிடுவார்க்கள். ஒரு

சமயம் இரண்டு காஷ்மிரிகளுடன் ஒரே செல்லில் இருந்தேன். உருதுவில் பேசுங்கள் என்று கேட்டுக்கொண்டாலும்கூட காஷ்மிரியில்தான் பேசுவார்கள். வெளியே நிறுத்தப்படும் உணர்வுதான் எற்படும்.

காஷ்மிரி இசுலாமியர்கள் இந்திய இசுலாமியரைக் கீழானவர்களாகப் பார்த்தனர். ஏனென்றால் நாங்கள் ஏழைகள்; கல்வி கற்காதவர்கள். காஷ்மிரில் உள்ள நாவிதர்கள் அனைவரும் உத்தரப்பிரதேசம் அல்லது பீகாரைச் சேர்ந்த இசுலாமியர்கள்தான் என்றனர். டெல்லி இசுலாமியரைவிட மும்பை இசுலாமியர் மேலானவர்கள் என்றனர். எங்கள் மீது பரிதாபப்பட்டனர். ஆனால், நாங்கள் காஷ்மிர் வந்தால் ஏற்றுக்கொள்வீர்களா என்று நான் கேட்டால், மாட்டோம், எங்களுக்கே அங்கு ஏராளமான பிரச்சனைகள் இருக்கின்றன என்பார்கள்.

செஞ்சிலுவைச் சங்கக் குழுவினர் காஷ்மிரி, பாகிஸ்தான் கைதிகளை அடிக்கடி சந்திப்பதைப் பார்த்திருக்கிறேன். எங்களைப் போன்ற இந்தியர்களாகத் தோன்றும் காஷ்மிரி கைதிகளை[12] மட்டும் வெளிநாட்டவர்கள் வந்து பார்த்து உதவி செய்வது ஏன் என்பது எனக்குப் புரியவில்லை. இந்தியக் கைதிகளை ஏன் யாரும் வந்து பார்ப்பதில்லை என்பது எனக்கு ஆச்சரியமாக இருக்கும். செஞ்சிலுவைக் குழு வரும்போதெல்லாம் அவர்கள் காஷ்மிரிகளுடன் தனியாகப் பேச வசதியாக நான் மட்டும் வெளியே அனுப்பப்படுவேன்.

அவர்கள் சில நேரங்களில் தங்களுடன் சொந்த மருத்துவரையும் அழைத்து வருவார்கள். எனது உடல்நிலையையும் அவர்கள் பரிசோதித்திருக்க வேண்டும் என்று எவ்வளவு விரும்பினேன். அதெல்லாம் வேண்டாம், அவர்கள் காஷ்மிரி கைதிகளின் குடும்பங்களைச் சந்தித்ததுபோல என் குடும்பத்தையும் சந்தித்து உதவ வேண்டும் என்று விரும்பினேன். சிறை அதிகாரிகளும் சிறையில் உள்ள கிரிமினல்களும் காஷ்மிரி கைதிகளை மரியாதையாக நடத்தவும் தாக்காமல் இருக்கவும்[12] செஞ்சிலுவைச் சங்கத்தினர் நெருக்குதல் அளித்தனர். இருந்தாலும் காஷ்மிரிகள் மீது கடும் தாக்குதல்கள் அவ்வபோது நடக்கத்தான் செய்தன.

தொடக்கத்தில் தடா வேனில் நான் நீதிமன்றம் கொண்டு செல்லப்பட்டபோது, சீக்கியர்களும் காஷ்மிரிகளும் பேசிக் கொள்வதைக் கேட்க ஆவலாக இருப்பேன். எதிரிகளை

எவ்வாறு கொன்றோம்; ஆனால் காஷ்மிரிகள் மென்மையான இலக்குகளையே அழித்தனர் என சீக்கியர்கள் மார்தட்டு வார்கள். பதிலுக்கு, சீக்கியர்களுக்கு ஏராளமான வளங்கள் இருப்பதாகவும், அமெரிக்கா, கனடா போன்ற நாடுகளில் இருந்து பணம் வருவதாகவும் காஷ்மிரிகள் கூறுவார்கள். நாங்கள் சமவெளியில் போராடுகிறோம், உங்களுக்கு மலைகள் பாதுகாப்பு அளிக்கின்றன என்று சீக்கியர்கள் கூறுவார்கள். இந்த விவாதம் மென்மையாகத்தான் நடக்கும். ஆனால் இதுபோன்ற விவாதங்கள் எனக்கு தர்மசங்கடமாகத்தான் இருக்கும்.

1999ல் சில ஹுரியத் தலைவர்கள் ஜோத்புர் சிறையில் இருந்து திஹார் சிறைக்கு மாற்றப்பட்டார்கள். நான் அவர்களைச் சந்தித்ததில்லை. ஆனால், அவர்களோடு தங்கியிருந்த அகமது என்ற கைதி நாங்கள் ஒற்றுமையாக இருக்கவில்லை என்றும் ஒன்றாக அமர்ந்து சாப்பிட்டதுகூட இல்லை என்றும் என்னிடம் கூறினார். அகமது பேசிய குறிப்புரை இன்னமும் நினைவில் இருக் கிறது: காஷ்மிரி தலைவர்கள் தங்கள் உணவுத்தட்டுகளைக்கூட பகிர்ந்துகொள்ளவில்லையென்றால் அவர்கள் எப்படி காஷ்மிர் பிரச்சனையைத் தீர்ப்பார்கள். அகமது சார்லஸ் சோப்ராஜுடன் இருந்திருக்கிறார்.[14]

ஒரு பகல் பொழுதில் நமது நாடாளுமன்றக் கட்டிடம் தாக்கப்பட்டது குறித்த அதிர்ச்சியான செய்தியைக் கேட்டோம். நான் அதிர்ச்சியில் நிலை குலைந்தேன். செய்தி சிறை முழுவதும் காட்டுத் தீ போல பரவியது. நாடாளுமன்றத் தாக்குதலுக்குச் சதித்திட்டம் தீட்டியதாக நான்குபேர் கைது செய்யப்பட்டு திஹார் சிறைக்கு கொண்டுவரப்பட்டனர்.

உடனடியாக வார்டன், தலைமை வார்டன், தமிழ்நாடு சிறப்பு காவல்படை அனைவரின் அணுகுமுறைகளும் மாறின. அனைத்து இசுலாமியர்களையும் ஒன்றாகப்பார்க்கத் தொடங்கினர். தாக்கு தலில் நாங்கள் ஒவ்வொருவரும் ஈடுபட்டதுபோல பார்த்தனர்.

சிறை அதிகாரிகள் அதிகமாக எங்கள் சிறைகளை சோதனை யிட்டனர். அது கடுமையானதாக இருந்தது. சோதனையைவிட எங்களை அவமானப்படுத்தவே அவர்கள் அதிகம் விரும்பினர். உதாரணமாக, சிறை கேண்டீனில் வாங்கிய டிடர்ஜண்ட் சோப்புத்தூள் பாக்கெட்டை எடுத்து, அதிலும் எதையோ மறைத்துள்ளதைப்போல அதனைக் கிழித்து தரை முழுவதும்

தூவுவார்கள். தலைக்குத் தேய்க்கும் எண்ணெய்கேனில் ஏதோ போதைப்பொருள் மறைத்து வைத்திருப்பதுபோலத் தரையில் கொட்டுவார்கள்.

கேண்டீனில் எந்த உணவும் பொருளும் வாங்கக்கூடாது என்றும் கூறினார்கள். உலர் சிற்றுண்டியகத்துக்குச் செல்ல மட்டும் அனுமதித்தனர். இங்கு நாங்கள் தேனீர்கூட வாங்க முடியாது.

நாடாளுமன்றத் தாக்குதல் என்னை மிகவும் அதிர்ச்சிக் குள்ளாக்கியது; அதேபோல, எல்லா இசுலாமியர்களும் தாக்குதலுக்கு ஆளாவதைப் பார்த்தும் அதிர்ச்சியடைந்தேன். அரசியலில் எனக்கு எப்போதுமே ஆர்வம் ஏற்பட்டதில்லை. இப்போது இந்தியாவில் இசுலாமிய மக்களின் எதிர்காலம் குறித்த கேள்வி மனதில் எழுகிறது. நாங்கள் எப்போதுமே சந்தேகக் கண்ணோடுதான் பார்க்கப்படப் போகிறோமா?

சிறைக்குள் ஏராளமான இசுலாமிய இளைஞர்கள் வந்து கொண்டிருப்பதைப் பார்த்தேன் அவர்களில் பலர் சிமி[15] என்ற அமைப்பின் உறுப்பினர்கள், அதுபற்றி நான் கேள்விப்பட்டதே யில்லை. சிமி மூத்த தலைவர்களில் ஒருவரான அப்துல் அஜிஜ் என்பவரைச் சந்தித்தேன். அவர் மிக அமைதியானவர். மிக நன்றாகப் பழகினார்.

சிமி உறுப்பினர்களில் ஒருவர்கூட வன்முறை குறித்துப் பேசி நான் கேட்டதேயில்லை. ஆனால், அவர்களிடமிருந்துதான் ஏராளமாகக் கற்றுக்கொண்டேன். பாபர் மசூதி எப்படி இடிக்கப்பட்டது, இசுலாமியர்கள் மீது நடந்த வன்முறைகள், இது குறித்து ஸ்ரீகிருஷ்ணா கமிஷன் அறிக்கை[16] என்ன கூறியது, அரசுப் பதவிகள் வழங்குவதில் இசுலாமியர்கள் பாகுபாட்டுடன் பழிவாங்கப்படுகிறார்கள், நாங்கள் ஏன் ஏழைகளாகவே இருக்கிறோம் என்பன குறித்தெல்லாம் அவர்களிடமிருந்துதான் கற்றுக்கொண்டேன். பின்னர், அவர்கள் கூறிய அனைத்தும் சச்சார் குழு அறிக்கையில்[17] ஆவணப்படுத்தப்பட்டிருப்பதைக் கண்டேன். சிறுபான்மை மக்களுக்கும் பெரும்பான்மை மக்கள் போல் சம வாய்ப்புகள் வழங்காத ஒரு நாடு எப்படி முன்னேறும் என்று அப்துல் அஜிஜ் கேட்டார்.

ஈத் பண்டிகையில் இந்துக்களும் எங்களுடன் இணைந்து கொண்டனர். சிமி உறுப்பினர்கள் எதிர்க்கவில்லை. ஹோலி பண்டிகை அன்று இந்துக்களுக்கு வாழ்த்து தெரிவித்தனர்.

ஆனால், வண்ணப்பொடிகளோடு விளையாடவில்லை. ஹோலி கொண்டாட எனக்கு விருப்பம். அதிகாரிகள் மீது வண்ணப் பொடிகளை வீசினேன். ஆனால், தனது வீட்டில் துக்கம் நடந்திருப்பதால் வண்ணப்பொடி வீசவேண்டாம் என ஒரு இந்து கேட்டுக்கொண்டதால் அவர்மீது வீசவில்லை.

இந்த இசுலாமியத் தலைவர்கள் பேசியதைக் கேட்கையில் எனது இதயத் துடிப்புகள் குறைந்தன. இசுலாமிய மக்கள் மீது வளர்ந்துவரும் குரோதத்தால் நானும் பாதிக்கப்படுவேன் என்பதை ஒருவாறு அறிந்தேன். நீதிமன்றத்தில் நீதிபதியின் அணுகுமுறைகூட மாறியிருப்பதை என்னால் உணர முடிந்தது. ஒருமுறை அப்பு நீதிமன்றத்துக்கு வராததை நீதிபதியே கவனித்து, கேட்டு, இரங்கலைத் தெரிவித்தார். அதே நீதிபதி இப்போது தனது அணுகுமுறையைக் கடுமையாக்கி இருக்கிறார்.

இத்தகைய கடுமையான மாற்றங்கள் இருந்தபோதும், என்றோ ஒருநாள் நான் குற்றமற்றவன் என்பதை நிரூபிப்பேன் என்ற நம்பிக்கையை முழுவதுமாக நான் இழக்கவில்லை.

குறிப்புகள்

1. 18 —20 வயதுக்குட்பட்டவர்களுக்கான சிறை.
2. கிரண்பேடி அறிமுகம் செய்த 'சீர்திருத்தத்தில்' இது ஒரு அம்சம். குறிப்பாக காஷ்மிரி இசுலாமியக் கைதிகளுக்கு இது ஒரு ஆசிரமம் போல் இருக்க வேண்டுமென்பதால் 'ஆசிரமம்' என்றார்.
3. பயங்கரவாத சீர்குலைவு நடவடிக்கைகள் தடுப்பு சட்டம் (தடா) 1985ல் கொண்டுவரப்பட்டு 1995ல் விலக்கிக்கொள்ளப்பட்டது. இருந்தாலும், தடா சட்டத்தின்கீழ் கைது செய்யப்பட்டவர்கள் அச் சட்டப்பிரிவுகளின் கீழ் மட்டுமே விசாரிக்கப்பட வேண்டும். ஆமிர் கைது செய்யப்பட்டபோது தடா விலக்கிக்கொள்ளப்பட்டிருந்தது. ஆமிர் 2000 மார்ச் வரை உயர்—பாதுகாப்பு வார்டில் அடைக்கப்படவில்லை.
4. சிறைகள் பிரிவின் ஐஜி ஆக கிரண்பேடி 1993—1995 காலகட்டத்தில் பதவி வகித்தார். அப்போது திஹார் சிறையில் சீர்திருத்தங்கள் கொண்டு வந்தார். இதற்காக அவருக்கு மகசாசே விருது 1994ம் ஆண்டு வழங்கப்பட்டது.
5. ஜஷ்பால் பத்தி (1955—2012) இந்திய தொலைக்காட்சி ஆளுமை. பிளாப் ஷோ போன்ற நகைச்சுவை தொடர்களுக்காக பிரபலமானவர். பின்னர் திரைப் படங்களிலும் நடித்து பிரபலமானார். நகைச்சுவை நடிகர்களுக்கு பயிற்சி அளிப்பதற்காக ஜோக் பேக்டரி என்ற பள்ளியைத் தொடங்கினார்.
6. இந்துகள் ரோஸா நோன்பில் பங்கெடுப்பதும் இசுலாமியர்கள் நவராத்திரி விரதத்தில் பங்கெடுப்பதும் சிறைகளில் மேற்கொள்ளப்படும் வளமையான நடவடிக்கைகள்தான்.
7. விசாரணைக் கைதிகள், சிறையில் பணிகளில் ஈடுபட அனுமதிப்பதில்லை. குற்றவாளிகள் மட்டும் தண்டனைக்காலம் அறிவிக்கப்பட்ட பின்னர்

பணிகள் வழங்கப்படுவர்.

8. 17ம் நூற்றாண்டு மசூதியான அயோத்தி பாபர் மசூதி ராமர் பிறந்த இடமென்று இந்துத்துவா வலதுசாரிகள் உரிமைகோரினர். இதற்கான பேச்சு வார்த்தை, நீதிமன்றவிசாரணைகள் நடந்துகொண்டிருந்தபோதே 1992 டிசம்பர் 6 அன்று பாபர் மசூதியை இந்துத்துவா சங்கப் பரிவாரங்கள் இடித்துத் தரைமட்டமாக்கினர். இதனால் நாடு முழுவதும் வாழ்ந்த இசுலாமிய மக்கள் அதிர்ச்சியும் கொந்தளிப்பும் அடைந்தனர். இசுலாமிய இளைஞர்கள் மத்தியில் தீவிரவாதம் முளைவிட இந்நிகழ்ச்சி மூலகாரணமாக அமைந்தது.

9. இளம் கைதிகள் தங்கள் கல்வியைத் தொடர, ஷகாபுதின் காவ்ரி மேற்கொண்ட முயற்சிகள் கிரண்பேடி உள்ளிட்ட பலரால் சுட்டிக்காட்டப்பட்டுள்ளது. அவர் ஒரு மாதிரி கைதியாக முன்னிறுத்தப்பட்டார். விடுதலைக்குப்பிறகு ராம்புர் மாவட்டத்தில் தனது சொந்தக் கிராமத்தில் தனது சேவைகளைத் தொடர்கிறார்.

10. 1992 டிசம்பர் 6 அன்று பாபர்மசூதி இடிக்கப்பட்டதையடுத்து மும்பையில் வெடித்த கலவரத்தில் ஷாகித் அஜ்மி கைது செய்யப்பட்டார். தொடர்ந்து, பாகிஸ்தான் ஆக்கிரமிப்பு காஷ்மிருக்குள் ஊடுருவி சிறுதுகாலம் ஆயுதப் பயிற்சி எடுத்தார். விரைவில் இந்தியா திரும்பினார். சிவசேனை தலைவர் பால் தாக்கரேவைக் கொலைசெய்ய சதி செய்தார் என்ற குற்றச்சாட்டின்கீழ் தடா சட்டத்தின் கீழ் 1994 டிசம்பரில் கைது செய்யப்பட்டார். கடைசியில் உச்சநீதிமன்றம் இவர் மீதான குற்றச்சாட்டுகளை ரத்து செய்தது. ஏழு ஆண்டுகள் சிறையில் இருந்தார். அப்போது சிறையில் இருந்தபடியே சட்டம் படித்தார். விடுதலைக்குப் பின்னர் வழக்கறிஞராகப் புணியாற்றினார். அப்போது, பயங்கரவாதி என்று புனையப்பட்டு சிறைக்குள் தள்ளப்பட்ட வர்கள் வழக்குகளை எடுத்து நடத்தினார். 2012ல் கொலை செய்யப்பட்டார். இவரது வாழ்க்கை வரலாறு ஷாகித் என்ற பெயரில் திரைப்படமாக எடுக்கப்பட்டது.

11. ஜர்னெயில் சிங் பிந்தரன்வாலே (1947 — 84) அரசியல் — மதத் தலைவர். சீக்கிய மதத்தினை பழைய தூய்மை நிலைக்குக் கொண்டு செல்ல விரும் பினார். அவர் பொற்கோயிலில் இருந்தார். இந்திரா காந்தி உத்தரவில் இந்திய ராணுவம் பொற்கோவிலுக்குள் புகுந்தது. பிந்தரன்வாலேயைக் கொன்றது. சீக்கியமத அமைப்பு அகல் தகத் அவரை தியாகி என்றது. இந்திய அரசு அவரை தீவிரவாதி என்றது.

12. காஷ்மிரிகளை இந்தியர்களாக ஆமிர் பார்க்கிறார். அவர்கள் பிரச்சனைக்குரிய நிலப்பகுதியில் வாழ்பவர்களாக ஐநா பார்ப்பதால் செஞ்சிலுவை அமைப்பு அவர்களைப் பார்வையிடுகிறது.

13. காஷ்மிரி கைதிகளை செஞ்சிலுவைச் சங்கத்தினர் பார்வையிடுவதற்கு எதிர்ப்பு தெரிவிக்கப்பட்டு விரைவில் நிறுத்தப்பட்டது.

14. சார்லஸ் சோப்ராஜ் 1976 முதல் 1997 வரை திஹார் சிறையில் இருந்த சங்கிலித் தொடர் கொலைகாரர்.

15. இந்திய இசுலாமிய மாணவர் அமைப்பு (சிமி) 1977 ஏப்ரலில் தொடங்கப்பட்டது. நாடாளுமன்றத் தாக்குதலுக்குப் பின்னர் தடை செய்யப்பட்டது. இந்து தேசிய கருத்தியல் வளர்ந்து பாபர் மசூதி இடிப்புக்கு இட்டுச்சென்றதைத் தொடர்ந்து ஜிகாத் மற்றும் காலிபட்டுக்கு சிமி அழைப்பு விடுத்தது.

16. மும்பையில் இந்து — இசுலாமியர் இடையே டிசம்பர் 1992 முதல் ஜனவரி 1993 வரை நிகழ்ந்த வன்முறைகள் குறித்து நீதிபதி ஸ்ரீகிருஷ்ணா கமிஷன் விசாரணை நடத்தியது. அதன் அறிக்கையில் சிவசேனை— காவல்துறை இணைந்தே வன்முறையைத் தூண்டியது தெரியவந்தது. பாபர் மசூதி

இடிப்பே வன்முறை வெடிக்கக்காரணம் என்றது. ஸ்ரீகிருஷ்ணா கமிஷன் பரிந்துரைகளை அமல்படுத்த மதச்சார்பற்ற அமைப்புகளும் இசுலாமிய அமைப்புகளும் வலியுறுத்தியபோதும் அமல்படுத்தப்படவில்லை.

17. சச்சார் கமிட்டி என்பது நீதிபதி ராஜேந்தர் சச்சார் தலைமையிலான குழு ஆகும். இது பிரதமர் உயிர்நிலைக் குழு, 2006 ஆகும். இதன் அறிக்கை: இந்தியாவில் இசுலாமிய சமுதாயத்தின் சமூக, பொருளாதார, கல்வி நிலை: ஓர் அறிக்கை என்று அழைக்கப்படுகிறது.

7

கூண்டில் அடைபட்ட கைதிகள்

‘அமைதி, தனிமை — அச்சமூட்டுவதாக இருந்தது. எங்கள் வார்டுக்குக்கு வெளியே தெரிந்த தோட்டத்தில், பூத்துக்குலுங்கிய மலர்கள்தான் எனக்கு வாழ்க்கையின் இனிமையை நினைவூட்டிய ஒரே விஷயம். ஒரு பெரிய ஜாமூன் மரத்தையும், ஒரு சின்ன கொய்யா மரத்தையும் என்னால் காண முடிந்தது.’

ஆம்மி நீதிமன்றத்துக்கு வரத் தொடங்கினார். சிறையிலும் என்னைச் சந்தித்தார். கவலை தோய்ந்த அவரது முகத்தைப் பார்ப்பது வலி மிகுந்ததாக இருந்தது. உடல்மெலிந்து எப்போதுமே பலவீனமாகக் காணப்பட்டார்.

இன்னும் ஆறு குண்டு வெடிப்பு வழக்குகள் பாக்கியுள்ளன. இவையெல்லாம்விட முதன்மை வழக்கு ஒன்று இருக்கிறது. இதில்தான் நான் ரிவால்வர் வைத்திருந்ததற்காக கைது செய்யப் பட்டிருக்கிறேன். இப்புனைவை உடைப்பது பெரும் பணி.

எனது வழக்கறிஞர் சிறையில் என்னைச் சந்திக்க வரமுடியாது. ஆகையால் என் தாயார் மூலமாக சில செய்திகளை அவருக்கு சொல்லி அனுப்புவேன். சட்ட நுணுக்கம் கொண்ட அதனை ஆம்மியால் புரிந்துகொள்ள இயலாது. குறிப்புகளாக எழுதிக்கொடுத்தாலும் வாசிக்க முடியாது. ஒன்றுவிட்ட சகோதரர் ஒருவர் ஆம்மி நீதிமன்றத்துக்கும் சிறைக்கும்

வரும்போது துணைக்கு வந்து சென்றார். ஆனால், வழக்கறிஞர் கூறியதையெல்லாம் தாளில் எழுதிக்கொடுத்து உதவியவர் ஆலியாதான்.

ஆலியா என்னை மறக்கவில்லை. அவரது இனிய முகத்தை திஸ் ஹாஜரி நீதிமன்றத்தில் பார்த்தேன். சிறைக்குள் என்னைத் தாக்கிவிட்டு எனக்கு எதிராகவே ஒரு காவலர் தொடர்ந்த வழக்கு விசாரணையின்போதுதான் அவரை நீதிமன்றத்தில் பார்த்தேன். அந்த ஒரு வழக்குதான் வெளிப்படையாக விசாரிக்கப்பட்ட வழக்கு. ஆலியா எனக்காக சில சாக்லேட்டுகள் வாங்கி வந்திருந்தார். அவர் அதனை வெட்கத்தோடு எனக்குக் கொடுக்க முயன்றபோது ஒரு தடித்தகுரல் 'கைதிக்கு எதுவும் கொடுக்கக் கூடாது' என்று கூறித்தடுத்தது.

ஆலியா தொடர்ந்து தன்னைச் சந்தித்துவருவதாகவும், அதிலும் வீட்டுக்கு அருகே உள்ள ஒரு பள்ளியில் வேலைக்குச் சேர்ந்தபிறகு அடிக்கடி வந்து பார்ப்பதாகவும் ஆம்மி கூறினார். எனது கடிதங்களை ஆம்மிக்கு வாசித்துக்காட்டுவதும், முக்கியக் காரியங்களை ஆம்மிக்கு நினைவூட்டிக்கொண்டிருப்பதும் ஆலியா தான்.

ஆலியாவுக்கு நன்றி தெரிவித்து அவருக்கு நேரடியாகவே ஒரு கடிதம் எழுதினேன். அதற்கு அவரும் பதில்கடிதம் எழுதினார். எனக்கு ஆலியா ஒரு கடிதம் எழுதுகிறார் என்பதை நினைத்தாலே எனக்கு ஆறுதலாக இருந்தது. அந்த நாட்களில் எனக்கு ஆறுதல் தருவதற்கான ஆதரமாக ஆலியாவின் நினைப்பு இருந்தது. அவரது கடிதத்தை மீண்டும், மீண்டும் வாசித்தேன். கடிதத்தைப் பிரித்ததுமே, ஹிந்தி சினிமாக்களில் நீங்கள் பார்ப்பதுபோல, எனக்கு ஆலியா முகம்தான் தெரியும். உண்மையில் நீங்கள் நினைப்பதுபோல அக்கடிதங்களில் தனிப்பட்ட முறையில் எதுவும் இருக்காது. ஆம்மி என்ன சொன்னாரோ அதைத்தான் எழுதியிருப்பார்.

ரக்ஷு பந்தன் சமயத்தில் ஆம்மியுடன் அவரும் என்னைக் காண வந்திருந்தார். அன்று மட்டும்தான் நாங்கள் முகத்துக்கு முகம் பார்த்துக்கொண்டது. அன்றுதான் ஆம்மியின் அணைப்பையும் நெற்றி முத்தத்தையும் மிகவும் கதகதபாக உணர்ந்த நாள். ஆலியா எதுவும் பேசவில்லை. எங்கள் காதல் பழையபாணி காதல், என்று உங்களுக்குச் சொல்லியிருக்கிறேன். ஆலியாவின்

இருப்பு மட்டுமே எனக்கு சொல்லவொன்னா மகிழ்ச்சியைத் தந்தது.

நீதிமன்ற விசாரணைகள் தொடர்ந்து கொண்டிருந்தன. ஆனால், நீதிபதி விலகியும் கடுங்குணத்துடனும் நடந்துகொண்டார். 2003 ஏப்ரல் 13 அன்று இரண்டு குண்டு வெடிப்பு வழக்குகளில் அவர் தீர்ப்பினை வாசித்தார். 1997 அக்டோபர் 26 அன்று கரோல் பாக்கில் குண்டுகள் வைத்ததாக என்மீது வழக்கு.

தண்டனை வாசிப்புக்காகக் காத்திருந்தேன். காப்தர் சந்தையில் குண்டுவைத்ததற்காக 10 ஆண்டுகள் கடுந்தண்டனையும், ரோஷான் டி குல்ஃபி குண்டு வழக்கில் ஆயுள் தண்டனையும் எனக்கு விதிக்கப்பட்டது.

இதற்குமுன்பாக, 12 வழக்குகளில் என்னை, என்மீது சுமத்தப் பட்ட குற்றங்களில் இருந்து விடுவித்த அதே நீதிபதிதான் இப்போது என்னை குற்றவாளியாகக் காண்கிறார். இப்போது எது மாறியுள்ளது? அரசுத்தரப்பு சாட்சிகள் என்னை குற்றம் நடந்த இடத்தில் பார்த்ததாகச் சாட்சியம் அளித்தனர். அவர்கள் பாதிக்கப்பட்டவர்கள் என்பதால் அவர்கள் ஆர்வமுள்ள சாட்சிகள் என்று எனது வழக்கறிஞர் வாதிட்டார்.

அவர்கள் தவறான சாட்சியங்கள் அளித்ததற்குத் தனிப்பட்ட விரோதம் காரணமல்ல, தற்போது அதிகரித்துவரும் இந்து — முஸ்லீம் பகைமையும், இசுலாம் இளைஞர்கள் அனைவரையும் அவர்கள் சந்தேகக் கண்கொண்டு பார்ப்பதும்தான் காரணம் என் பதை நான் உணர்கிறேன். ஆனால், இதை எப்படி நீதிமன்றத்தில் எடுத்துரைப்பது என்பது எனக்குத் தெரிந்திருக்கவில்லை. ஆனால், உறுதியாக நான் நம்பும் உண்மையான காரணம் அதுதான்.

இதுதவிர, குப்தாஜி கொடுத்த பையை வாகா எல்லையில் தூக்கி வீசியதாக நான் கூறும் கூற்றுக்கான கூடுதல் ஆதாரங்கள், சாட்சியங்களை சமர்பிக்க நான் தவறியிருப்பதாகவும் நீதிபதி தனது தீர்ப்பில் கூறினார். இதற்கு முன்னான எந்த வழக்கிலும் அவர் இத்தகைய அவதானிப்பை முன் வைக்கவில்லை. ஆம்மியை எனது தரப்பு சாட்சியாக எனது வழக்கறிஞர் நிறுத்தியிருந்தால்...

நான் சீராய்வு மனுசெய்ய விரும்பினேன். ஆனால், உயர்நீதி மன்றத்தில் எனக்காக மேல்முறையீடு செய்யும் ஒரு வழக்கறிஞரை எவ்வாறு பெறுவேன்? அவருக்கான கட்டணம் மிக அதிகம்

என்பது எனக்குத் தெரியும். ஆம்மியும் அவ்வளவு தொகையை ஏற்பாடு செய்ய இயலாது.

ஆனால், எனது சக கைதிகள் இலவச சட்ட உதவிகோர எனக்கு உரிமை உள்ளது என்றும் இலவசச் சட்ட உதவிகோரி விண்ணப்பிக்குமாறும் ஆலோசனை கூறினர். அவர்கள் மூன்று பெயர்களைப் பரிந்துரைத்தனர்: டி.சி. மாத்தூர், ராஜீவ் தவான், ராஜேஷ் மகாஜன். சிறைவளாகத்தில் இருந்த இலவச சட்ட உதவிக்குழு அலுவகம் மூலம் 2004 மார்ச் 5 அன்று ஒரு விண்ணப்பம் அளித்தேன். 2004 மார்ச் 24 அன்று எனக்குப் பதிலும் வந்தது. எனக்கு விரைந்து நீதி வழங்குமாறு உயர்நீதி மன்றத்தில் மற்றொரு விண்ணப்பமும் அளித்தேன்.

இந்த விண்ணப்பங்களை எழுத எனக்கு உதவியவர் ஷில்லாங்கில் இருந்து வந்திருந்த ஜான். எனது விண்ணப்பங்களைச் சரியாக எழுதுவதற்கும், அவை தட்டச்சு செய்யப்படுவதற்கும், சரியான வழக்கறிஞர்களைத் தொடர்பு கொள்வதற்கும் அவர் உதவினார். அவர் பலருக்கு உதவிகள் செய்தவர்.

பழைய டெல்லியில் ஒரு வங்கியில் மேலாளராக ஜான் இருந்திருக்கிறார். இதனால் பழைய டெல்லியின் பாரம்பரிய உணவுக்குப் படிப்படியாக அடிமையாகியவர். ஷம்மி கபாப், ஷீர்மல் ஆகியவற்றை வெளியில் இருந்து தருவித்துக்கொண்டார். அவருக்கு டியோதியில் பணி வழங்கப்பட்டிருந்ததால் பாது காப்பான உணவுகளைச் சாப்பிட முடிந்தது.

ஜான் மிகவும் கன்னியமானவர். அந்தக் கன்னியத்தின் காரண மாகவே சிக்கலில் மாட்டிக்கொண்டார். ஒருவருக்குக் கடனும் கொடுத்து, உத்தரவாதக் கையொப்பமும் போட்டுள்ளார். ஆனால், அந்த வியாபாரி ஒழுங்காகத் திருப்பிச் செலுத்தவில்லை. தனது தவறை ஜான் ஒப்புக்கொண்டதாலேயே விலங்கிடப்பட்டு இங்கிருக்கிறார். அவருக்கு மூன்று ஆண்டுகள் கடுங்காவல் தண்டனை.

எவ்வளவு மோசமான காலத்திலும்கூட சிறையில் இருந்து விடுதலையாகி என் ஆம்மியை நான் கவனித்துக்கொள்வேன் என்ற நம்பிக்கையை என்னால் இழக்க முடிந்ததில்லை. இதற்கு என்ன காரணமென்பது தெரியாது. ஆம்மி உடையத் தொடங்கி யிருந்தார்.

எனது விண்ணப்பம் ஏற்கப்பட்டு, உயர்நீதிமன்ற நீதிபதிகள் ஆர். எஸ். சோதி மற்றும் பி.கே. பாஷின் முன் விசாரணைக்கு வந்தது. எனது வழக்கறிஞர் ராஜேஷ் மகாஜன் என்னைச் சந்திக்க சிறைக்கு வராததால் ஆம்மியும் ஆபியும் ராஜேஷ்ஜியை சந்தித்து வழக்கு விவரங்களை விளக்கி, உண்மைக்கதையையும் விரிவாகக் கூறினர். உயர்நீதிமன்ற விசாரணைகளின்போது குற்றம் சுமத்தப்பட்டவர் ஆஜராகவேண்டிய தேவை இல்லை என்பதால் நான் அவரைப் பார்த்ததுமில்லை; அவர் எனது வழக்கை எவ்வாறு எடுத்துரைத்தார் என்பதும் தெரியாது.

2006 ஜனவரி 18 அன்று, கூடுதல் செசன்ஸ் நீதிபதி ராஜீவ் மெஹ்ரா, எனது முதன்மை வழக்கில் தீர்ப்பளித்தார். இந்த வழக்கில் இருபதுபேர் மீது குற்றம் சுமத்தப்பட்டது. இவர்களில் ஐந்து பேர் ஏற்கனவே விடுதலைசெய்யப்பட்டுள்ளனர். முன்பே கூறியபடி, அவர்கள் தொடக்கம் முதலே வழக்கறிஞர்கள் வைத்துப் போராடி வருபவர்கள். குற்றம் சுமத்தப்பட்டவர்களையே சில குற்றங்களை ஒப்புக்கொள்ளச் செய்யும் நடைமுறைமூலம் சிலரது தண்டனைகள் குறைக்கப்பட்டன.

இந்த வழக்கில்தான், நான் மசூதி முன் கைதுசெய்யப்பட்டதாக போலீஸார் கூறியிருந்தனர். ஆம்மியை மட்டும் சாட்சிக்கூண்டில் எனது வழக்கறிஞர் நிறுத்தியிருப்பாரானால், நான் எவ்வாறு காணாமல் போனேன் என்பதை கூறுவதோடு நான் அவருக்கு எழுதிய கடிதத்தையும் நீதிமன்றத்தில் தாக்கல் செய்திருப்பார். அக்கடிதத்தின் அடிப்படையில்தான் எனது அனைத்து ஆவணங் களையும் ஆம்மி போலீஸிடம் கொடுத்திருந்தார்.

ஆனால் அந்த நேரத்தில் இந்த சிந்தனை எனக்கு வரவில்லை. இவ்வழக்கில் எனக்கு பத்து ஆண்டுகள் கடுங்காவல் தண்டனை விதிக்கப்பட்டது. இப்போது உயர்நீதிமன்றத்தில் மேல் முறையீடு செய்வதற்கான வழியினையும் நான் தேடவேண்டும்.

அதே ஆண்டு ஆகஸ்ட் மாதத்தில் எனக்கு ஒரு நல்ல செய்தி வந்தது. தியோதியில் இருந்து ஒருநாள் எனக்கு அழைப்பு வந்தது. அங்குபோனால் வார்ண்ட் ரூம் செல்லச் சொன்னார்கள். அங்கு ஒரு ஹவால்தர் என்னைப் பார்த்து புன்னகைத்தபடி நிற்பது தெரிந்தது. நிறைய மிட்டாய்களுக்கு ஆர்டர் பண்ணு. உனக்கு ஒரு நல்ல செய்தி இருக்கிறது. ஆயுள் தண்டனை விதிக்கப்பட்ட வழக்கிலிருந்து உயர்நீதிமன்றம் உன்னை விடுவித்துவிட்டது

என்றார்.[1]

நான் துள்ளிக்குதித்தேன். என் கண்களில் ஆனந்தக் கண்ணீர் வழிந்தது. தீர்ப்பின் நகல் கிடைக்குமா என்று கேட்டேன். அவர் பணம் கேட்டார். எனது சந்தோசத்தை சக கைதிகளிடம் பகிர்ந்து கொண்டேன். கேண்டீனில் லட்டுகளுக்கு ஆர்டர் செய்தேன்.

உயர் நீதிஅமைப்பின் மீதான எனது நம்பிக்கை அதிகமானது.

நான் மகிழ்ச்சியாக இருந்தாலும், நான் விடுதலையாகி ஆம்மியைக் கவனிப்பதற்கு முன் பல தடைகளைக் கடக்க வேண்டியுள்ளது என்பதையும் அறிவேன். ஹரியானா மாநிலம் சோனாபேட்டில் உள்ள பாபா திரையரங்கில் நான் குண்டுவைத்ததாகப் புனையப் பட்ட வழக்கு விசாரணை தொடங்கப்படாமலே இருக்கிறது. 1996 டிசம்பர் 28 அன்று அங்கு குண்டு வெடிப்பு நிகழ்ந்தது. போலிஸ் தரப்புப்படி, 1998 பிப்ரவரியில் என்னைக் கைதுசெய்து விசாரித்தபோது இந்தக் குற்றத்தை ஒப்புக்கொண்டுள்ளேன்.

இதன் இணை குற்றவாளி, மொகமது ஆலம் செப்டம்பர் 2002லேயே விடுவிக்கப்பட்டு விட்டார். ஆனால் என் மீதான விசாரணையே இன்னமும் தொடங்கவில்லை. இந்த வழக்கு சோனா பேட் நீதிமன்றத்தில் நிலுவையில் உள்ளது.

இறுதியாக, எனது வழக்கை விரைந்து நடத்தி முடிக்கும்படி சோனாபேட் செசன்ஸ் நீதிமன்றத்துக்கு சண்டிகார் உயர்நீதி மன்றம்[2] உத்தரவிட்டதைத் தொடர்ந்து நான் விசாரணையில் நிறுத்தப்பட்டேன். முதல் நாளிலேயே நீதிபதி என்னைப் பார்த்து நீங்கள் வழக்கறிஞர் வைத்திருக்கிறீரா என்று கேட்டார். இல்லை என்று பதிலளித்தேன். அதிர்ஷ்டவசமாக, எனக்கு வழக்கறிஞர் எஸ். கே. தியாகி அமைந்தார். என்னால் உங்களுக்கு கட்டணம் தரமுடியாது என்று அவரிடம் கூறினேன். அதற்கு, அதைப் பற்றி அப்புறம் பேசிக்கொள்வோம். முதலில், வக்காலத்து போடலாம் என்றார்.

விதிகளின்படி, நான் இந்த வழக்கு விசாரணை முடியும்வரை சோனாபேட் சிறைக்கு மாற்றப்பட வேண்டும். மாறாக, ஒவ் வொரு முறையும் திஹாரிலிருந்து வாகனம் மூலம் கொண்டு வரப்பட்டேன். இந்த பயணங்களை உண்மையில் அனுபவித்து மகிழ்ந்தேன். வெளி உலகைப் பார்ப்பதற்கான வாய்ப்பாக இது அமைந்தது. என்னைப் பொறுத்தவரை அது ஒரு சிற்றுலா.

இறுதியில், 2006 மார்ச் 16 அன்று இவ்வழக்கில் விடுவிக்கப் பட்டேன். நீதிபதி இவ்வாறு உத்தரவிட்டார்: குற்றம்சுமத்தப் பட்டவர் காவல்துறையிடம் அளிக்கும் வாக்குமூலங்களால் அரசுத் தரப்புக்கு எந்த லாபமும் இல்லை. இந்திய சாட்சிகள் சட்டம், பிரிவு 27 இதையேதான் சொல்கிறது. அரசுத்தரப்பால் தமது வழக்கை நிரூபிக்க முடியவில்லை.'

எனக்கு எதிரான அனைத்து 19 வழக்குகளிலும் அரசுத் தரப்பு சாட்சிகளாக அதே பொது மக்கள்தான் நிறுத்தப்பட்டனர். இரண்டு முக்கிய சாட்சிகள் சந்தர் பான் மற்றும் அப்துல் சத்தார். சந்தரைப் பொறுத்தவரை, தொழிற்சாலையைச் சோதனையிடச் சென்றபோது தங்களுடன் வந்ததாக போலீஸ் கூறியது. அங்கு ஷகீல் போர்வையில் அச்சிட்டுக் கொண்டிருந்ததாகவும் அங்கே வெடிகுண்டுகள் காணப்பட்டதாகவும் போலிஸ் தரப்பு கூறியது.

ஷகீலுக்கு அந்த இடத்தை வாடகைக்கு விட்டுள்ள உரிமை யாளர் சத்தார்.

ஒவ்வொரு வழக்கிலும் இந்த இரு சாட்சிகளும் ஆஜர் படுத்தப்பட்டனர். அவர்கள் அரசுத் தரப்பு சாட்சிகளாக ஆஜர்படுத்தப்பட்டாலும் பொய் சாட்சி அளிக்க அவர்கள் மறுத்தனர். தான் பில்குவா சென்றதில்லை என்று ஒவ்வொரு முறையும் சந்தர் கூறினார். ஷகீலுக்கு தனது இடத்தை வாடகைக்கு விட்டதை ஒப்புக்கொண்ட சத்தார் தனது குடித்தனக்காரர் குண்டு செய்ததைப் பார்த்ததாகப் பொய்சாட்சிகூற ஒவ்வொரு முறையும் மறுத்தார். அதேபோல என்னை அங்கு கண்டதாகக் கூறவும் மறுத்துவிட்டார்.

ஆனால், போலீஸார் அவர்கள் மீது கடுமையான மிரட்டல் களையும் நெருக்குதல்களையும் கொடுத்தபோதும் இந்த இருவரும் மற்றவர்களும் பொய்சாட்சி அளிக்க மறுத்தது மிக, மிக குறிப்பிடத்தக்க அம்சமாகும். நான் விடுதலை அடைந்ததைத் தொடர்ந்து என்னை நேர்காணல் செய்த ஒரு பத்திரிகை யாளரிடம் இந்த அம்சத்தைக் குறிப்பிட்டுக் கூறியிருக்கிறேன். உடனே அந்த பத்திரிகையாளர் சந்தர் பானைத் தேடிக் கண்டு பிடித்து அவர் அரசு தரப்பு சாட்சியானது எப்படி என்று கேட்டுள்ளார்.

சாந்தினி சவுக் பகுதியில் ஒரு தேனீர் கடை நடத்தி வந்ததாகவும் அப்போது போலீஸார் சிலர் வந்து சாணக்கியபுரி காவல் நிலையம்

வரை வரமுடியுமா என அழைத்துச் சென்றதாகவும் சந்தர் பான் அந்த பத்திரிகையாளரிடம் கூறியுள்ளார். காவல் நிலையத்தில் சில வெள்ளைத்தாள்களில் கையெழுத்து வாங்கியுள்ளனர். அடுத்து நீதிமன்றம் சம்மன் விடுக்கும்போது நீதிமன்றம் வர வேண்டும் என்று கூறப்பட்டுள்ளார். நீதிமன்றத்தில் அவரிடம் வழக்கறிஞர் விசாரணை நடத்தியபோது வெடிகுண்டுகள் கைப்பற்றப்பட்டதை நீங்கள் பார்த்தீர்களா என்று கேட்டுள்ளார். அதற்கு இல்லை என்று சந்தர் பான் மறுத்துள்ளார். மேலும், தாம் பில்குவா சென்றதேயில்லை என்றும் சாட்சிக்கூண்டில் கூறியுள்ளார்.[3]

சோனாபேட் குண்டுவெடிப்பு வழக்கில் இருந்து விடுவிக்கப்பட்டு விட்டாலும், இன்னும் மூன்று வழக்குகள் இன்னமும் விசாரணையே தொடங்கப்படாமல் தூங்கிக் கொண்டிருக்கின்றன. சிறை அதிகாரிகள் கவனத்துக்கு இதை மீண்டும் மீண்டும் கொண்டுசென்ற போதும் விசாரணை தொடங்குவதற்குரிய எந்த நடவடிக்கைகளும் எடுக்கப்படவில்லை.

அலகாபாத் உயர்நீதிமன்றத்துக்கே எழுதி எனது வழக்குகள் 1997 முதல் எடுத்துக் கொள்ளப்படாமல் இருப்பது குறித்து உயர்நீதிமன்றத்தின் கவனத்துக்குக் கொண்டுசெல்ல முடிவு செய்தேன். அலகாபாத் உயர்நீதிமன்ற நீதிபதி பர்கத் அலி ஜெய்டி அவர்களால் எனது கடிதம் படிக்கப்பட்டது. 26 பிப்ரவரி 2007 அன்று அவர் வெளியிட்ட உத்தரவில் மாவட்ட செசன்ஸ் நீதிபதி உடனடியாக விசாரணையை தொடங்கி தினசரி விசாரணை நடத்துவதை உறுதிப்படுத்தி, அவ்வாறு விசாரணை நடப்பதை தமது மேற்பார்வையிட்டு, அதன் விவரங்களை அலகாபாத் உயர்நீதிமன்றத்துக்கு தெரிவிக்க வேண்டும் என்று கூறியிருந்தார். இப்போதெல்லாம் குற்றவியல் சட்ட அமைப்பு குறித்து ஓரளவுக்கு அறிந்திருந்தேன்.

இறுதியாக, 2007 ஏப்ரலில் காஜியாபாத்தில் உள்ள டஸ்னா சிறைக்கு மாற்றப்பட்டேன்.

டஸ்னா சிறை ஓரளவுக்குப் புதிய சிறை. அது இரண்டு மாடியில் கட்டப்பட்டிருந்ததை முதல் முறையாகப் பார்த்தேன். நான் நுழையும்போது மாலையாகி விட்டிருந்தது. 'சக்கரில்' அனைத்து கைதிகளும் சாப்பிட்டுக் கொண்டிருந்ததைப் பார்த்தேன். 'சக்கர்' அங்கு 'குந்தி' என்று அழைக்கப்பட்டது. நம்பர்தார்கள் எரியும்

ஆரஞ்சு சீருடையும் சிவப்பு தொப்பிகளும் அணிந்திருந்தனர். முன்ஷிகள் வெள்ளைச் சீருடை அணிந்திருந்தனர். இச்சிறையில்தான் டியோதியின் மையப்பகுதி அதிகாரிகள் வந்து செல்வதற்கானது என்றும் கைதிகள் இடது அல்லது வலது ஓரப் பாதைகளில்தான் நடக்க வேண்டும் என்றும் சொல்லப்பட்டேன்.

சிறை நடைமுறைகளைப் பூர்த்தி செய்யும்போதுதான் ஷகீலும் இந்த சிறையில்தான் அடைக்கப்பட்டிருக்கிறார் என்ற தகவலை அறிந்தேன். நான் அவரைச் சந்திக்க வேண்டும் என்று நினைத்துக்கொண்டேன். ஏனென்றால், நான் இங்குள்ள நடைமுறைகளை அறிந்து எனது இருப்பை கூடுமானவரைக்கும் மேம்படுத்த அவர் உதவுவார் என நினைத்தேன். என்னென்ன பிரிவுகளின்கீழ் குற்றம் சுமத்தப்பட்டுள்ளேன் என்ற கேள்விக்கு கொலை, ஆழமான காயம் ஏற்படுத்துதல் தொடர்பான ஐபிசி பிரிவுகளை மட்டும் கூறினேன். வெடிமருந்துகள் சட்டப்பிரிவுகள் பற்றிக் கூறவில்லை. ஏனென்றால், உயர் பாதுகாப்புப் பிரிவுக்கோ தனிமைச் சிறைக்கோ அனுப்பப்பட விரும்பவில்லை. மற்ற கைதிகளில் இருந்து தனிமைப்பட்டு இருக்கவும் விரும்பவில்லை. மேலும் இதன் மூலம் பாகுபாடாக நடத்தப்படுவது, சந்தேகக் கண்கொண்டு பார்ப்பது ஆகியவையும் குறையும்.

அதிகாரிகள், நம்பர்தார்களுடன் எவ்வாறு பேசுவது என்பதை இப்போது நன்றாக அறிந்துவிட்டேன். கைகளை முன்னால் கட்டிக்கொண்டு கன்னியமாகப் பேசினேன். கேள்விகளுக்கெல்லாம் டக்—டக் என்றும் விரைவாகவும் பதிலளித்தேன். இப்போதெல்லாம் சிறை அதிகாரிகளை எதிர்கொள்ளும்போது துணிச்சலாக எதிர்கொண்டேன்.

சிறைச் சமுதாயத்தின் பழக்க வழக்க நடைமுறை கன்னியங்களையும் அறிவேன். சிறை அதிகாரவர்க்க அடுக்கினை எவ்வாறு கையாள வேண்டும் என்பதும் புரிந்திருந்தது. எனக்கான பொறுப்பினை எடுத்துக்கொண்டிருந்த நம்பர்தார் ஐந்து ஆண்டு சிறை அனுபவமே கொண்டிருந்தார். எனக்கோ பத்து ஆண்டு சிறை அனுபவம், இதனால் நான் மூத்த அனுபவம் கொண்டவனாக இருந்தேன்.

புதிய கைதிகளுக்கான முலாஹிஜா சிறைக்குக் கொண்டு செல்லப்பட்டேன். எனது தாலி உணவு, ரொட்டி, சப்ஜி ஆகிய வற்றை எடுத்துக் கொண்டேன். திஹார் சிறையில்

வழங்கப்பட்டதைவிட இங்கு கேவலமாக இருந்தது உணவு. திஹார் உணவை இழந்துவிட்டோமே என்று நினைக்கு மளவுக்கு ஒரு நாளும் வரும் என்று நான் நினைத்துப் பார்த்ததில்லை.

மறுநாள் காலையில் விளக்குமாறினை எடுத்துக்கொண்டு பார்க்குகளை பெருக்கி, மைதானத்தை சுத்தம் செய்யக்கூறினார் கள். நான் மறுத்தேன். நான் விசாரணைக் கைதி என்பதால் இதுபோன்ற வேலைகளை நான் செய்யவேண்டியதில்லை என் றேன். இப்போது எனக்கு எனது உரிமைகள் தெரியும், அங்குள்ள முன்ஷிக்கு இதெல்லாம் தெரியாது போல் தோன்றியது.

திஹார் சிறையில் இருந்தபோது மனித உரிமைகள் மற்றும் சட்டம் குறித்து இந்தியில் எழுதப்பட்ட பல புத்தகங்களை வாசித்திருக்கிறேன். அப்பு இருந்த காலத்தில் கிரிமினல் சட்டம் குறித்தும் இந்திய அரசமைப்புச் சட்டம் குறித்தும் புத்தகங்கள் வாங்கிவந்து எனக்கு கொடுத்துள்ளார். அந்த அறிவெல்லாம் இப்போது பயன்பட்டது.

‘பைஃவ் ஹண்டிரட் ருபீஸ்கி கி கிந்தி கத்னி பரேகி’ என சக கைதிகள் கூறினர். அதாவது ஐநூறு ரூபாய் லஞ்சம் கொடுத்தால் இந்த வேலைகள் செய்ய வேண்டியதில்லை என்றார்கள்.

விக்ரம் சிங் என்ற துணை ஜெயிலரிடம் என்னை அழைத்துச் சென்றனர். *‘து சஃபாய் நஹி கரேகா?’* என்று அவர் கேட்டார். நான் எனது இடத்தைச் சுத்தம்செய்து கொள்வேன், சட்டத்துக்கு எதிராக எதுவும் செய்யமாட்டேன் என்றேன். அவர் கூறினார்: *‘வகீல் பான் கயா ஹெய்ன்? யே உபி ஹை கிட்னி கட்வானே கோஃபே ஹெய்ன்.’* (நீ வக்கீலாகப் போறியா? இது உத்தர பிரதேசம். இங்கு நீ லஞ்சம் கொடுக்க வேண்டும்.) அவர் இவ்வாறு கூறினாலும் நான் உறுதியாக நின்றேன். இதனால் சக கைதிகளின் மரியாதையைச் சம்பாதித்தேன். அவர்கள் என்னை கான் சாஹேப் என்று அழைக்கத் தொடங்கினர்.

டஸ்னா சிறையில் எனது வாழ்க்கை லேசாக ஆனது. ஏனென்றால் அகில் இருந்தார். அகில் ஆயுள் தண்டனைக் கைதி. அவரும் திஹார் சிறையிலிருந்து இங்கு மாற்றப்பட்டிருந்தார். அவர் அங்கு இருந்தது எனக்கும் நினைவிலிருந்தது. நான் குண்டு வெடிப்பு வழக்கில் கைதானது குறித்து இங்கு யாரிடமும் சொல்ல வேண்டாம் என்று அவரின் காதில் கிசுகிசுத்தேன். சிறையில் அவருக்கு செல்வாக்கு இருந்தது. தனது சிறகுகளின்

கீழ் அவர் என்னைப் பாதுகாத்தார். அவர்தான் எனக்கு குல்புஷன் ராவலை அறிமுகம் செய்து வைத்தார். அவர் கல்வி கற்றவர். எனது வழக்குகள் குறித்து அவரிடம் ஆலோசிப்பேன்.

பலதரப்பட்ட மனிதர்களுடன் பாரக்கில் இருப்பதை அனுபவித்தேன். உயர்— அபாய வார்டில் அரசியல் பற்றி மட்டுமே பேசிக்கொண்டிருப்பார்கள். இதனால் சலிப்பாக உணர்வேன். அரசியல் பிரச்சனைகள் குறித்த அவர்கள் பேச்சை என்னால் புரிந்துகொள்ள முடியாது. அதேநேரத்தில் சொந்தக் குடும்பத்தினர் விஷயங்களில் ஏன் இவ்வளவு பின் தங்கியுள்ளனர் என்பதும் புரியாது. ஆம்மியின் உடல்நிலை மோசமாவது குறித்த கவலை எனக்கு அதிகமாக இருக்கிறது. அப்புவின் கல்லறையை எப்போது பார்ப்பேன் என்று துடிக்கிறேன். அவர்களுக்கு அதெல்லாம் இல்லை. ஆனால், உலகை சீர்திருத்த துடிக்கிறார்கள்.

இங்கே பாரக்கில் சககைதிகள் மூலம் வெளி உலகை அறிந்தேன். இணையம் என்ற ஒன்று வந்திருப்பதாகவும் அது இருந்தால் ஒட்டுமொத்த உலகம் குறித்தும் தெரிந்து கொள்ளமுடியுமாம் என்று ஒருவர் என்னிடம் கூறினார். மொபைல் போன் குறித்தும் அறிந்தேன். திஹார் சிறையில் கேங் தலைவர்கள் மொபைல் வைத்திருப்பதாகக் கேள்விப்பட்டிருக்கிறேன். ஆனால், கையில் வைத்துப் பார்த்ததில்லை. கிரிமினல்களில் ஒருவன் தனது மொபைல் மூலம் ஆம்மியிடம் பேசுகிறாயா என்றான். உடனேயே பேசத்துடித்தேன். ஆனால், நான் திடீரென்று போன் செய்தால் அம்மா பயந்துவிடுவார் என்று எனக்குத் தெரியும். ஏதோ புதியவழக்கில் சிக்கிய செய்தி சொல்லத்தான் போன் செய்கிறேன் என்று நினைத்துக் கொள்வார். மேலும், எனது மரியாதையையும் நான் காப்பாற்ற வேண்டும். தொலைக்காட்சியில் பல சேனல்கள் வந்துவிட்டதைப் பார்த்து அதிசயமடைந்தேன். எனக்குத் தெரிந்து தொலைக்காட்சியில் தூர்தர்ஷன் மட்டும்தான் வரும். வெளி உலக வாழ்க்கை ரொம்பவும்தான் மாறியிருக்கிறது.

சிறை நூலகம் சென்றேன். நூலக பொருப்பாளர் விஜய் சிங்கைச் சந்தித்தேன். அவர் குற்றம் நிரூபிக்கப்பட்ட கைதி. கோபத்தில் யாரையோ கொலை செய்துவிட்டார். மற்றபடி மிகவும் அமைதியானவர். நல்ல அறிவாளி. அவரிடம்தான் யோகா கற்றேன். நாங்கள் இருவரும் அதை சிறையில் அறிமுகப்படுத்தினோம். அதிகம் பேருடன் பேசமாட்டார். அவர் மிகவும்

ஒழுக்கமானவர். சிறை சட்டதிட்டங்களை உணமையாகவே கடைபிடிப்பார். சிறை அதிகாரிகளே அவரை நம்புவர்.

விஜய் சிங் பாபாஜி என்று அழைக்கப்பட்டார். டஸ்னா சிறையில் இக்னோவ் ஒரு மையம் திறந்திருப்பதாக அவர் கூறினார். உண்மையிலேயே எனக்கு மகிழ்ச்சியாக இருந்தது. எனது கல்வியை மீண்டும் தொடரப்போகிறேன். திஹார் சிறையில் எனது பள்ளிச்சான்றிதழை வெற்றிகரமாக முடித்திருந்தேன். இப்போது பிஏ பட்டப்பிரிவில் சேர்ந்தேன்.

நூலகத்துக்கு மட்டுமல்லாமல் சினிமா பார்ப்பதற்கும் கொண்டு செல்லப்பட்டோம். ஊடக நடவடிக்கைகளை அம்பலப்படுத்திய *பீப்லி லிவ்* எனக்கு ரொம்பப் பிடித்திருந்தது. *டேரே பின் லேடன்* ரொம்பப் பிடித்தது. கேபிள் சேனல்களிலும் படம் பார்த்தோம்.

டஸ்னாவில் இருந்தபோது ஒரு நாளின் உற்சாகமான தருணம், அன்று விடுதலையாகப் போகிறவர்களின் பெயர்களை முன்ஷி அறிவிக்கும் தருணமாகும். இப்படி ஒரு பழக்கம் திஹாரில் இல்லை. இங்கு இருந்தது. நம்பர்தார் பட்டியலை வாசிப்பார். அதற்குப் பெயர் ‘ரிஹய்’. ஒவ்வொரு நாளும் அந்த நேரத்தில் அனைத்து கைதிகளும்கூடி பட்டியல் வாசிக்கப் படுவதற்காகக் காத்திருப்போம். பட்டியலில் நமது பெயர் இப்போது வராது என்று தெரிந்தாலும் கூடுவோம். காரணம் விடுதலையாகப் போகிறவர்களுக்கு வாழ்த்து தெரிவிக்கவும் கொண்டாடவும்தான். யார் பெயர் வாசிக்கப்படுகிறதோ அவரைச் சூழ்ந்துகொண்டு வாழ்த்துவோம். விடுதலையாகிப் போகிறவர் முகத்தில் காணப்படும் மகிழ்ச்சியைக் காண்பதும் ஒரு மகிழ்ச்சிதான். நாளை நாம் விடுதலையாகும்போது இப்படித்தானே மகிழ்வோம் என நினைப்பேன்.

நீதிமன்றத்தில்தான் ஷகீலைச் சந்தித்தேன். நீதிமன்ற லாக்—அப் மிகவும் அழுக்காக இருந்தது. சுவரில் துப்பப்பட்ட காவி எச்சில்கள். கழிவறைகள் மகாக் கேவலம், சுத்தமான தண்ணீர் கிடையாது. அளவுக்கதிமான கைதிகள் ஒரே அறையில் அடைத்து வைக்கப்பட்டதால் காற்றோட்டமே இல்லை. யார் அதிகப்பணம் லஞ்சமாகத் தருகிறார்களோ அவர்கள் வழக்கை முதலில் எடுப்பது என்ற முறை அங்கு உள்ளது. அதனால் சீக்கிரம் திரும்ப வேண்டும் என்ற எண்ணத்தை கைதிகளிடம் உருவாக்க இதுபோன்ற எற்பாடு. நீதிமன்றம்

செல்லும் முன், காலை உணவு, மதிய உணவு ஆகியவற்றைச் சேர்ந்தே சாப்பிட்டோம். எங்கள் வழக்குவரும்வரை நாள் முழுவதும் காத்திருந்தாலும் குடிப்பதற்கோ சாப்பிடுவதற்கோ அங்கு எதுவும் கொடுக்கவில்லை. திஹார் சிறை நிலைமையை மீண்டும் ஒருமுறை மெச்சினேன்.

நீதிமன்றத்தின் உள்ளே இருந்தபோதுதான் ஷகீல் குடும்பத்தினரை முதல் முறையாகப் பார்த்தேன். அவரது சகோதரர். மனைவி மற்றும் மூன்று குழந்தைகள் (இரண்டு மகள்கள் — ஒருவருக்கு 18 வயது, மற்றவருக்கு 16 வயது, ஒரு மகன் 12 வயது). தன்னைக் கைது செய்தபோது தனது மகன் கைக்குழந்தை. இப்போது அவன் வளர்ந்து இளைஞனாகி விட்டான். ‘எப்போதான் வீட்டுக்கு வருவீங்க?’ என்று குடும்பம் கேட்கத் தொடங்கி விட்டது என்று ஷகீல் கூறினார்.

ஒருகைதி சிறைக்குள் வரும்போது நாள்தோறும்கூட தனது குடும்பத்தினரைக் காண ஆவலாக இருப்பதை நான் கவனித்திருக்கிறேன். அப்போதெல்லாம் சீக்கிரம் திரும்பி விடுவோம் என்ற நம்பிக்கையில் இருப்பார்கள். ஆனால், ஆண்டுகள் செல்லச் செல்ல, அவர்கள் நம்பிக்கை இழக்கிறார்கள். கடன்சுமை அதிகரிக்கிறது. குடும்பத்தினருக்கு வாழ்க்கை மேலும் மேலும் கடுமையாகிறது. அவர்கள் அவரிடம் தங்கள் பிரச்சனைகளை ஒப்பிக்கிறார்கள்; இப்போது அக்கைதி கையாலாகாமல் நிற்பார். இப்போதெல்லாம் குடும்பத்தினருடனான சந்திப்புகள் கடினமாகின்றன. ஆறுதலைவிட மனஉலைச்சல் கொள்கிறார்கள். தங்கள் கையறுநிலையை எண்ணி மனதுக்குள் குமைகிறார்கள். ஷகீலுக்கு இதுதான் நேர்ந்துள்ளது. திருமணவயதை எட்டிவிட்ட தனது மகளைக் காணும்போது, இவளுக்கு யார் மெஹர் தருவார் என்று நினைத்து கையறுநிலை அடைகிறார்.

ஒரு வகையில் எனக்கும் இதுதான் நடந்து கொண்டிருக்கிறது. இப்போது ஆம்மி தனியாளாகி விட்டார். அவரது சுமையை மாற்றிக்கொள்ள ஒருவரும் இல்லை. தனது பிரச்சனைகளை என்னிடம்தான் பகிர்ந்துகொள்ள முடியும். ஆனால், அது எனது இதயத்தைப் பிளந்தது. கையாலாகாதவனாக உணர்ந்தேன். அவரது நிலைமை நாளுக்கு நாள் மோசமாகிவருவதை என்னால் பார்க்க முடிகிறது. அவர் எல்லாவற்றையும் எளிதில் மறந்து விடுகிறார். எதையும் தாங்கும் இதயம் கொண்டவராகிவிட்டார். அவர் இவ்வளவு தூரம் பயணம் செய்து காஜியாபாத் வருவதை

நான் விரும்பவில்லை. ஆனால், எனக்கு ஒரு வழக்கறிஞர் இருந்தால் போதும். காஜ்ஜி சாஹேப் என்னை 12 வழக்குகளில் விடுவித்தார். அது சின்ன விஷயமில்லை. ஆனால் அவர் காஜியாபாத் வரமுடியாது.

சககைதிகள் மூலம் என். டி. பஞ்சோலி என்ற வழக்கறிஞரைக் குறித்துக் கேள்விப்பட்டேன். அவர் மிகவும் அன்பானவர், அதிகக் கட்டணம் வாங்க மாட்டார் என்றனர். அவரைத் தொடர்பு கொள்ளும்படி ஆம்மியிடம் கூறினேன். பஞ்சோலி அன்பே உருவானவர். உடனடியாக எனது வழக்கை எடுத்துக்கொள்ள ஒப்புக்கொண்டார். இப்போது வேறு பிரச்சனையை எதிர் கொண்டேன். அலகாபாத் உயர் நீதிமன்றத் தீர்ப்பு, ஆணை இருந்தபோதும்கூட நீதிபதி வழக்கை விரைந்து முடிக்க நடவடிக்கை எடுக்கவில்லை.

நீதிபதி உமேஷ்சந்த் பண்டே உயர்நீதிமன்ற உத்தரவை லஜ்ஜை செய்யவில்லை. விசாரணைக்கான தேதி குறிப்பிடுவதற்கே தாமதப்படுத்தினார். 43 சாட்சிகளின் பெயர் பட்டியலைத் தாக்கல் செய்வதில் அரசுத்தரப்பு தாமதம் செய்தது. இதுவரை யாரும் ஆஜர்படுத்தப்படவில்லை.

அதோடு வழக்கறிஞர்கள் வேலைநிறுத்தங்களாலும் நீதிமன்றம் முடங்கியது. சின்ன விசயங்களுக்கெல்லாம் வேலை நிறுத்தங் களுக்கு பார்கவுன்சில் அழைப்பு விடுத்தது. சிலநேரங்களில் யாரோ ஒரு வழக்கறிஞர் இறந்திருப்பார் அல்லது இரண்டு வழக் கறிஞர்களுக்கு இடையே அல்ப சண்டையாக இருக்கும். உடனே நீதிமன்றப் புறக்கணிப்பு. அப்போது பார்கவுன்சில் தேர்தல்கள் வேறு நடந்தது. அதுபோக மீரட்டில் உயர்நீதிமன்றக்கிளை தொடங்கக்கோரி நீண்டு நெடிய பல வேலை நிறுத்தங்கள் நடந்தவாறு இருந்தன.

இச்சூழ்நிலையை மாற்ற ஏதாவது ஒன்றைச் செய்ய நானும் குல்புஷனும் முடிவு செய்தோம். இந்த விசாரணை தாமதம் குறித்து ஏராளமான தரவுகள், புள்ளிவிவரங்களை அவர் சேகரித்தார். பின்னர் பார்கவுன்சில் தலைவருக்கு ஒரு கடிதம் எழுதினேன். அதில் பல கைதிகள் கையொப்பமிட்டனர். அதை தபாலில் சேர்த்தோம். எங்கள் போராட்டம் குறித்து அறிந்த உள்ளூர் செய்தித்தாள் ஒன்று, எங்கள் குறைகள் குறித்து செய்தி வெளியிட்டது.

தொடர்ந்து, நீதிமன்ற லாக்—அப்பில் குடிதண்ணீர், மின்விசிறி போன்ற அடிப்படை வசதிகள் இல்லாதது குறித்தும் தொடர் மனுக்கள் அளித்தோம். லாக்—அப் மற்றும் அதன் சுற்றுச்சூழல் சுத்தமாகப் பராமரிக்கப்பட வேண்டும் என்று கோரினோம்.

எங்கள் தலையீடுகளால் சில சீர்திருத்தங்கள் நடந்தன. வழக்கை விரைவில் எடுக்க லஞ்சம் வாங்குவதுகூட நின்றது. ஆனால், இதனால் இதுவரை ஆதாயமடைந்து வந்த கிரிமினல்கள் எங்கள்மீது ஆத்திரமடைந்தனர். நாங்கள் கோரிக்கைகள் வைக்கும்போது கவனமாக இருக்க வேண்டியிருந்தது.

2007 நவம்பரில் உத்தர பிரதேசத்தில் குண்டு வெடிப்புகள் நிகழ்ந்தன.⁴ அப்போதுதான் உள்ளூர் உளவுத் துறை (எல்.ஐ.யு) அதிகாரிகள் என்னைவந்து சந்திக்கத் தொடங்கினர். அவர்களில் ஒருவன் விஜய் சிங். சாதாரண உடையில் நீதிமன்றம் வந்த அவன், இந்த குண்டு வெடிப்புகள் குறித்து எனக்கு எதுவும் தெரியுமா என்று கேட்டான். குண்டு வெடிப்புகள் குறித்து எனக்கு எதுவும் தெரியாது என்றேன். புதிய குண்டுவெடிப்பு வழக்குகளிலும் என்னைச் சேர்த்துவிடுவேன் என்று மிரட்டினான். உடனடியாக என்னைப் பயம் தொற்றியது. எனது வழக்குக்காக ஆம்மி வெளியே காத்திருந்தபோதும் சில கேள்விகள் கேட்டிருக்கிறான்.

நான் தண்டிக்கப்படுவேன் என்று உறுதியாகக் கூறினான். இது டெல்லி கிடையாது. உ.பி. இங்கு அவர்கள் என்ன வேண்டுமானாலும் செய்வார்கள், நான் பதினான்கு வழக்குகளில் விடுவிக்கப்பட்டிருக்கிறேன் என்று நான் சொன்னதற்குத்தான் இப்படி எச்சரித்திருக்கிறான்.

நான் நீதிமன்றத்துக்குக் கொண்டுபோகப்படாமல் நீதிமன்ற லாக்—அப்பில் இருந்தபோதும் விஜய் சிங் என்னைப் பார்க்க வந்தான். கோப்புகள் உள்ளே எடுத்துச் செல்லப்பட்டதால், எனது இருப்பைக்காட்டிக் கொள்வதற்காக வெளியே தெரியும்படி என்னைக் காட்டிக் கொண்டிருக்க வேண்டியிருந்தது. அடுத்தநாள் டைனிக் ஜகாரன் நாளிதழில் நான் ஒரு பாகிஸ்தான் பயங்கரவாதி என்று செய்தி வந்தது.

எல்.ஐ.யு அதிகாரி என்னை மிரட்டியதைப் பதிவுசெய்யுமாறு குல்புஷன் அறிவுரை கூறினார். மேலும், நீதிமன்றத்துக்கு நான் அழைத்துவரப்படும்போது கைவிலங்கிட்டு அழைத்து

வரப்படுவதாகவும் பதிவு செய்யுமாறும் கூறினார்.

அவ்வாறு பதிவு செய்தால் நான் கைவிலங்கிடப்படுவேன் என்றும் கை விலங்கிடப்படும்போது நான் தப்பியோட முயன்றதால் சுட்டோம் என்று போலி என்கவுண்டர் செய்ய வாய்ப்பு இருக்காது என்றும் அவர் கூறினார்.

எல்.ஐ.யு அதிகாரிகளின் வருகையால் நான் வெடிகுண்டு வழக்குகளில் கைது செய்யப்பட்டிருப்பதை அறிந்து சிறை அதிகாரிகள் எச்சரிக்கை அடைந்தனர். அதை அவர்களிடம் நான் சொல்லாததால் என்னிடம் கோபம் கொண்டனர். பொதுவார்டிலிருந்து என்னைப்பிரித்து தனிமைச் சிறையில் அடைத்தனர். அதனை அங்கு டன்ஹா என்று அழைத்தனர்.

அங்கு ஏற்கனவே ஷகீல் இருந்தார். அவரும் நானும் வேறு செல்கள். எங்கள் இருவர் செல்களுக்கு இடையே இரண்டு செல்கள் மட்டுமே. அவற்றிலும் யாரும் இருக்கவில்லை. இதுவும் திஹார் சிறையைவிட மோசமாக இருந்தது. தினசரி 22 மணி நேரம் செல்லுக்குள் அடைக்கப்பட்டிருந்தோம். காலையில் 7 முதல் 8 மணிவரை ஒருமணி நேரம், மாலையில் 5 மணி முதல் 6 மணிவரை ஒருமணி நேரம் மட்டும் வெளியே அனுமதிக்கப்பட்டோம். சாப்பாடும் செல்லுக்குள் வீசப்பட்டது. கழிப்பறையும் செல்லுக்குள் இருந்தது.

அமைதி, தனிமை — அச்சமூட்டுவதாக இருந்தது. எங்கள் வார்டுக்கு வெளியே தெரிந்த தோட்டத்தில், பூத்துக்குலுங்கிய மலர்கள்தான் எனக்கு வாழ்க்கையின் இனிமையை நினைவூட்டிய ஒரே விஷயம். ஒரு பெரிய ஜாமூன் மரத்தையும், ஒரு சின்ன கொய்யா மரத்தையும் என்னால் காணமுடிந்தது. சிறு வயதில் என்னை அலகாபாத் அருகேயுள்ள தனது கிராமத்துக்கு அப்பு அழைத்துச் சென்றபோது அங்கு பார்த்திருக்கிறேன். அதன்பிறகு, என் கண்கள் இப்போதுதான் ஒரு கொய்யா மரத்தைப் பார்க்கின்றன.

எனது விசாரணையை மாவட்ட நீதிபதி தள்ளிவைத்துக் கொண்டே இருந்தார். ஒரு சாட்சியை விசாரிப்பதற்கும் அடுத்த சாட்சியை விசாரிப்பதற்குமான இடைவெளி அதிகமாக இருந்தது. விசாரணை நடந்தாலும் மெதுவாக நடந்தது. ஆம்மி மருத்துவமனையில் அனுமதிக்கப்பட்டார். அவரைப் பார்க்க அனுமதிகோரி ஜனவரி, 2009ல் எனது வழக்கறிஞர் மனு

அளித்தார். ஆனால் நீதிபதி அனுமதி மறுத்தார். அப்போது தான் நான் ஒரு இசுலாமியர் என்பதால் பாகுபாடாக நடத்தப் படுகிறேன் என்பதை உணர்ந்தேன். அணுகுமுறைகள் கடுமை யாயின; அதிகாரிகள் கொஞ்சமும் மனிதநேயமின்றி நடந்து கொண்டனர்.

பாகுபாடு எந்தெந்த வடிவங்களிலெல்லாம் இருக்கிறது என்பதை இப்போது என்னால் காணமுடியும். திஹார் சிறையில் இருந்தபோது, 2005ல் கோட்லா மைதானத்தில் நடக்கவிருந்த இந்தியா — பாகிஸ்தான் ஒருநாள் சர்வதேச கிரிக்கெட் போட்டி நடைபெறாமல் தடுக்க மைதானத்தின் கிரிக்கெட் பிட்சை சேதப்படுத்தியதற்காக கைதுசெய்யப்பட்ட சிவசேனை ஆட்களுக்கு அங்கே தனிமரியாதை வழங்கப்பட்டது. அவர்கள் கிரிமினல்களைப் போல நடத்தப்படவில்லை. ராஜ மரியாதை யுடன் நடத்தினார்கள்.

1980களின் மீரட் கலவரங்களில் பல இசுலாமியர்களை படுகொலை செய்த பி.ஏ.சி உறுப்பினர்கள் தண்டனைக்குள்ளா காமல் சுதந்திரமாக நடமாட அனுதிக்கப்பட்டார்கள்.[5] அவர் கள் நாற்பது இசுலாமிய இளைஞர்களை பட்டப்பகலில் கொலைசெய்து கங்கை வாய்க்காலில் மூழ்கடித்தார்கள்.

நான் ஏற்கனவே பதினான்கு வழக்குகளில் விடுவிக்கப் பட்டுள்ளேன்; அத்தனையும் புனையப்பட்டவை. எப்படியாயினும் நான் பத்தாண்டுகளுக்கு மேலாக சிறையில் இருக்கிறேன். கடும் நோய்வாய்ப்பட்டு மருத்துவமனையில் அனுமதிக்கப்பட்டுள்ள என் விதவைத் தாயைக் காண அனுமதி மறுக்கிறார்கள்.

நான் பிணை மறுக்கப்பட்டேன். ஆம்மியின் நிலைமை மேலும் மோசமடைந்ததும் மீண்டும் முயற்சி செய்தேன். அப்போதும் நிராகரிக்கப்பட்டது.

ஷகீலும் தன் பங்குக்கு துயரங்களை அனுபவித்தார். அவரது இரு மகள்களும் திருமணவயதை எட்டிவிட்டார்கள். தனது குடும்பத்தைப் பற்றிய கவலையில் மூழ்கினார். பத்தாண்டுகளாக சிறையில் அடைக்கப்பட்டுள்ளார். விடுதலையாவதற்கு முன் கிழவனாகி விடுவோமோ என்று அச்சப்படுகிறார். நாங்கள் ஒருவருக்கொருவர் எங்களை ஆறுதல்படுத்திக் கொண்டோம். இத்தனைக்கும் பல வழக்குகளில் நாங்கள் விடுவிக்கப்பட்டுள் ளோம். ஆனால், நீதிபதியின் போக்குதான் அவரை மிகவும்

மன அழுத்தத்தில் தள்ளியது. அவர் நம்பிக்கை இழந்து காணப் பட்டார்.

அவரது மரணத்துக்கு நான்கு ஐந்து நாட்களுக்குமுன் அவரில் ஒரு மாற்றத்தைக் கண்டேன். மிகவும் கடுகடுப்பானவராக இருந்தார். யாரிடமும் பேசவில்லை. தனக்குத்தானே பேசிக் கொண்டிருந்தார். அவர் என்னிடம்கூட பேசவில்லை. தனக்குத் தானே அவர் பேசிக் கொண்டிருப்பதற்கான சைகைகளைக் காணமுடிந்தது. மனரீதியாக கடும் அழுத்தத்தில் இருந்தார். சிறை வார்டனும் இதைக் கவனித்திருக்கிறார். கடந்த பத்தாண்டு களாக நன்றாக இருந்துவிட்டு இப்போது ஏன் இதுபோல் நடந்துகொள்கிறார் என்று என்னிடம் கேட்டார்.

2009ஜூனின் வெப்பம் மிகுந்த பகல் பொழுது என் நினைவில் நிழலாடுகிறது. நானும் ஷகீலும் அவரவரது செல்களில் கிடந்தோம். அவரது செல் எண் 5; எனது செல் எண் 8. இரண்டுக்கும் இடையே இரு காலி செல்கள் இருந்தன. பகல் இரண்டு, மூன்று மணி இருக்கும். வழக்கம்போல் குட்டித்தூக்கத்தில் இருந்தேன். ஏதோ வித்தியாசமான சத்தம் கேட்டு திடீரென கண் விழித்தேன். பேச்சுச்சத்தம் கேட்டது. ஒருவர் எனது செல்லைக் கடந்துசென்றார். என்ன நடக்கிறது என்று அவரிடம் கேட்டேன். ஷகீல் தூக்கிட்டுக்கொண்டுவிட்டார் என்று அவர் சொன்னார்.

இதயம் வேகமாக படபடத்தது. சிறை அதிகாரிகள் நட மாட்டத்தைக் காண முடிந்தது. ஷகீல் என்னிடம் ஏதும் சொன்னாரா என்று தலைமை வார்டன் என்னிடம் கேட்டார். அங்கு அச்சமூட்டும் அமைதி நிலவியது. என்னால் எதையும் தெளிவாகக் காண முடியவில்லை. ஷகீலின் உடலை மீட்டபோது அவரது காலை மட்டும் என்னால் காண முடிந்தது. அவரை மருத்துவமனைக்கு எடுத்துச் செல்வதாக வார்டன் கூறினார். அவர் உயிர்பிழைத்திருப்பார் என்ற நம்பிக்கை எனக்கு இல்லை.

அன்று மாலை வழக்கமான ஒரு மணிநேரத்துக்குக்கூட நான் வெளியேசெல்ல அனுமதிக்கவில்லை. அதிகாரிகள் திரும்பி வந்தனர். ஆனால் அவர்களும் ஷகீல் இறந்துவிட்டார் என்பதைச் சொல்லவில்லை. அவர் மருத்துவமனையில் இருப்ப தாகவே சொல்லப்பட்டேன். தனது போர்வையைச் சுருக்கிட்டு மின்விசிறியில் கட்டித் தூக்கிட்டுக்கொண்டதாக ஒரு நம்பர்தார் என்னிடம் கூறினார். மேலும், அவரது காலில் ஒரு துண்டுச்சீட்டு

கட்டப்பட்டிருந்ததாகவும் அவர் தெரிவித்தார். அந்தத் தாளில் என்ன எழுதப்பட்டுள்ளது என்பதை அறிய விரும்பினேன்.

எனது ரத்த அழுத்தம் அதிகரித்தது, நான் மருத்துவமனையில் அனுமதிக்கப்பட வேண்டிய நிலை. ஷகீலின் காலில் கட்டப் பட்ட துண்டுச்சீட்டைக் காட்ட வேண்டும் என்று கைதிகள் கோரினோம். அது ஒரு தற்கொலைக் குறிப்பு. சிறை கண்காணிப் பாளர் வி. கே. சிங் அதை எங்களுக்குக் காட்டினார். வழக்குகள் தாமதமாவதாலும், நீதிபதியின் போக்கு அவர் எனக்கு நீதி அளிக்கமாட்டார் என்பதைக் காட்டுவதாலும் தற்கொலை செய்துகொள்வதாகவும் ஷகீல் எழுதியிருந்தார்.

நீதித்துறை செயல்பாடு காரணமாக தற்கொலை செய்வதாக ஷகீல் எழுதியுள்ளதால் அந்த உண்மை வெளிவருவதை நீதிபதி விரும்பவில்லை. அதனால் ஷகீல் தற்கொலைக்கான காரணம் சிறைதான் என்று குற்றம் சாட்டப்பட்டது. ஷகீலின் சகோதரர் சிறை அதிகாரிகள் மீது வழக்கு தொடர்ந்தார். ஷகீல் விஷம் சாப்பிட்டதால் மரணம் ஏற்பட்டதாக உடல் பரிசோதனை அறிக்கை கூறியது. இதன் காரணமாக கண்காணிப்பாளர் வி. கே. சிங் கொலைக்குற்றம் சுமத்தப்பட்டு கைது செய்யப்பட்டார்,

ஷகீல் மரணம் குறித்த செய்தி அனைத்து செய்தித்தாள்களிலும் பரபரப்பாக வெளியானது. மொகமது அலி என்ற நிருபர் இச்செய்தியின் பின்னணியைப் புலனாய்வு செய்து டூ சர்க்கிள் நெட் என்ற இணையதளத்தில் விரிவாக எழுதி அம்பலப் படுத்தினார். அதில் எனது கதையும் நான் எவ்வாறு வழக்குகளில் சிக்கவைக்கப்பட்டேன் என்ற பின்னணியும் எழுதப்பட்டிருந்தது. *சஹாரா* (உருது) இதழின் அஜிஜ் பர்னே சாஹேப்பும் எழுதினார். இதனால் எங்கள் கதைகள் வெளியுலகுக்குத் தெரிந்தன.

மாவட்ட நீதிபதி மாற்றப்பட்டார். அவரது இடத்துக்கு வந்தவரும் ஒன்றும் செய்யவில்லை. விசாரணைகள் ஒரு அங்குலம்கூட நகரவில்லை. மூன்றாவதாக ஒரு நீதிபதி வந்தார். அவரது மேற்பார்வையில் விசாரணை வேகம் கண்டது.

அதேசமயம், மே 2011ல் எனது இக்னோவ் தேர்வுகளும் நெருங்கின. காந்திஜி சிறைவைக்கப்பட்ட மீரட் சிறைக்கு மாற்றப்பட்டேன். அங்குதான் இக்னோவ் தேர்வு மையம் இருந்தது. டஸ்னாவிலிருந்து தற்காலிகமாக தப்பித்தது ஆசுவாசமாக இருந்தது. அச்சமயத்தில் தான் டஸ்னா சிறை வார்டன் சிறைகளுக்கு இடையில் நடத்தப்

படும் கட்டுரைப் போட்டியில் கலந்து கொள்ளுமாறு என்னைக் கேட்டார். அது காந்தி பிறந்தநாளையொட்டி நடத்தப்படும் போட்டியாகும். ஒரு பயங்கரவாதி என கண்டிக்கப்பட்டிருக்கும் நான், காந்தியைப் பற்றி என்ன கோணத்தில் எழுதுவது? என்று சிந்தித்தேன். நான் அவரது கொள்கைகளால் கவரப்பட்டவன், சிறையில் அவரது புத்தகங்களை வாசித்துள்ளேன் என்பதை யார் நம்புவார்கள்? குல்புஷன் அழுத்தத்தால் அக்கட்டுரையை எழுதி அனுப்பினேன்.

அக்கட்டுரைக்காக எனக்கு முதல் பரிசு கிடைத்திருக்கிறது என்பதை அறிந்தபோது ஆச்சரியமாக இருந்தது. கராகர் பந்தி ஜீவன் இதழில் 2011 ஏப்ரல் — ஜூன் இதழில் அக்கட்டுரை வெளியிடப்பட்டது.

ஷகீல் தற்கொலைக்குப் பிறகும் நான் எவ்வாறு ஜீவித்திருந்தேன்?

அதற்குக் காரணம் என் அன்புக்குரிய ஆலியாதான். இப்போது நாங்கள் நேரடியாகவே கடிதத்தொடர்பு வைத்திருந்தோம். இதற்கான தபால்காரராக இருந்தது எனது வழக்கறிஞர் பஞ்சோலி தவிர யாருமில்லை. நான் ஆலியாவுக்கு ஏதாவது பரிசளிக்க விரும்பினேன். ஆனால் சிறையில் இருந்துகொண்டு என்ன மாதிரி பரிசளிக்க முடியும்? தோட்டத்தில் சில மலர்ந்த மலர்களைப் பறித்தேன். குறிப்பாக ரோஜாக்கள். அதை எனது புத்தகத்தின் பக்கங்களுக்குள் வைத்து உலரச் செய்தேன். இந்த ரோஜா இதழ்களை எனது ஆலியாவுக்கான கடிதங்களில் இணைத்து அனுப்பினேன்.

வழக்கினை விசாரித்த நீதிபதி, எனது அம்மாவை பிரதிவாதி தரப்பு சாட்சியாக ஆஜர்படுத்தலாம் என்று பஞ்சோலிக்கு பரிந்துரைத்தார். அவரை தனது காரில் பஞ்சோலி அழைத்து வந்தார். அவரை அழகாகத் தூக்கி ஒரு சக்கர நாற்காலியில் வைத்து சாட்சிக் கூண்டுக்கு கொண்டு வந்தார். அவரால் சரளமாகப் பேச முடியவில்லை. ஆனாலும் 1998 பிப்ரவரியில் நான் எவ்வாறு காணாமல் போனேன் என்பதை நீதிபதியிடம் கூறினார். அவர்தான் எனது முதல் பிரதிவாதி சாட்சி.

ஜூலை 18ல் நீதிபதி சஞ்சீவ் யாதவால் நான் இவ்வழக்கிலிருந்து விடுவிக்கப்பட்டேன். பிரதிவாதி தரப்புச் சாட்சியை கவனமாகக் கேட்டிருக்கிறார் என்பதை நன்றியுடன் உணர்ந்தேன்.

குறிப்புகள்

1. *Mohd Amir Khan (sic) v state 138 (2007), Delhi Law Times 759 (DB) See Apendix I*
2. சண்டிகார் பஞ்சாப், ஹரியானா இரு மாநிலங்களுக்குமான தலைநகரம்.
3. *Indrani Basu, "Witness" who doen't cave in, gave Aamir Freedom back, Sunday Times, 26, Febraury 2012.*
4. 2007 நவம்பர் 24 அன்று லக்னோ, வாரனாசி, பரிஜாபாத் ஆகிய மூன்று நகரங்களின் நீதிமன்ற வளாகங்களில் உள்ள லா சேம்பர்களுக்கு வெளியே ஒரேமாதிரி குண்டுகள் வெடித்தன. பயங்கரவாதிகள் சார்பில் வாதிட வழக்கறிஞர்கள் மறுப்பதற்கு எதிராக குண்டு வெடிப்புகள் நடத்தப்பட்டதாக அய்யம் கொள்ளப்பட்டது.
5. புரோவின்சியல் ஆர்ம்டு கான்ஸ்டாபுலரி (பி.ஏ.சி) என்ற அமைப்பு 1987 மே மாதத்தில் தொடர் கொலைகளை மேற்கொண்டது. இந்த வழக்கு இன்னமும் நடந்து கொண்டிருக்கிறது.

8
தேசத்தின் சீற்றம்

'எனது புனர்வாழ்வுக்கு அரசு எந்த உதவியும் செய்யப்போவதில்லை என்பதுபோல் தோன்றியது. அரசு அதிகாரிகளிடம் இருந்து எந்தப் பதிலும் இல்லை. 'சந்தேகத்தின் பலன்களை' எனக்கு அளித்துதான் நான் விடுவிக்கப் பட்டுள்ளதாகவும் அதனால் மறுவாழ்வுக்கு நான் தகுதியானவன் இல்லை என்றும் கூறுகிறார்கள். இந்திய அரசமைப்புச் சட்டத்தில் உறுதியளிக்கப்பட்டுள்ள அடிப்படை உரிமைகள் எனக்கு வழங்கப்படுவதைத் தடுக்க எத்தனை வகையான சட்டத் தந்திரங்களைக் கையாள்கிறார்கள்?'

2012 ஜனவரி 12 அன்று, 13 ஆண்டுகள் 10 மாதங்களைச் சிறையில் கழித்துவிட்டு, ரோதக்¹ சிறையைவிட்டு வெளியேறினேன்.

எல்லாமும் எதிர்பாராவிதமாக, திடீரென நடந்தது.

இந்த நாளுக்கு ஓராண்டு முன்னதாகத்தான் ரோதக் சிறைக்கு மாற்றப்பட்டேன். இங்கும் 1997 முதல் இரு குண்டுவெடிப்பு வழக்குகள் நிலுவையில் இருந்தன. ஒருநாள் ரோதக் நீதி மன்றத்தில் ஆஜரானேன். எனக்கு வழக்கறிஞர் இருக்கிறாரா என்று நீதிபதி கேட்டார். இல்லை என்றும் அதற்கு என்னிடம் வசதியில்லை என்றும் கூறினேன். அவர் என்னை இலவச சட்ட உதவி மையத்துக்கு அனுப்பினார்.

இலவச சட்ட உதவி மையத்தில் வழக்கறிஞர் ராஜேஷ் ஷர்மாவைச் சந்தித்தேன். அவரிடம் என்னிடம் பணமில்லை என்றும் எனது அம்மாவின் மருத்துவச் செலவுக்கே எனக்கு வசதியில்லை என்றும் நேரிடையாகவே

கூறினேன். அது ஒரு பிரச்சனை இல்லை என்றார். விண்ணப் பங்கள் அனுப்புவதற்கான கட்டணம்கூட என்னிடம் கேட்டதில்லை. ஒரு வழக்கில் 1997 பிப்ரவரி 22 அன்று ரோதக் புதிய காய்கறிச் சந்தையில் நான் குண்டுவைத்ததாக குற்றம் சுமத்தப்பட்டிருந்தேன். இந்த சம்பவம் நிகழ்ந்து சுமார் 12 ஆண்டுகளுக்குப்பின் இந்த வழக்கு விசாரணைக்கு எடுக்கப்பட்டு குற்றங்களிலிருந்து விடுவிக்கப்பட்டேன். இந்த வழக்கிலும் சுபாஷ் தாண்டன் மீண்டும் சாட்சிக்கூண்டில் ஏறினார். அவர் சாட்சியமளித்தால் எனது குற்றம் நிரூபனமானதாக ஏற்கப்படலாம். ஆனால், அரசுத்தரப்பு கூற்றில் பல பலவீனங்கள் மற்றும் பாகுபாடுகளைத் தாம் காண்பதால் குற்றம் சுமத்தப் பட்டவரை விடுதலை செய்வதாக 2011 பிப்ரவரி 26 அன்று அறிவித்தார்.

இப்போது எனக்கு எதிராக ஒரே ஒரு வழக்கும் மட்டும் நிலுவையில் இருந்தது. முந்தைய வழக்குகளில் தண்டிக்கப்பட்டிருந்தாலும் அளித்திருக்கக்கூடிய தண்டனைக்காலத்துக்கு அதிகமாக சிறையில் இருந்துவிட்டேன்.

2010 மார்ச் முதல் ஒரு வழக்கில் விசாரணை போய்க்கொண்டி ருக்கிறது. நான் போலீஸ் காவலில் இருந்தாலும் அறிவிக்கப்பட்ட குற்றவாளி என்று பிரகடனம் செய்திருப்பதை நீதிபதி கவனித்தார்.

அரசுத்தரப்பு சாட்சிகள் தங்கள் சாட்சியங்களை அளித்து விட்டனர்.

இறுதி வாதங்களை எடுத்துவைக்க ராஜேஷ் தயாராக இருந்தார். அவர் தனது வாதங்களை ஆரம்பிக்கத் தொடங்கிய அதே தருணத்தில் நீதிபதி குறுக்கிட்டு, உங்கள் இறுதிவாதம் தேவையில்லை என்றார். பின்னர் குனிந்து சிறிதுநேரம் எழுதி னார். அதன்பிறகு என்னைப் பார்த்தார். நீங்கள் விடுதலையாகி விட்டீர்கள். போகலாம் என்றார். இவ்வளவு எளிதானதா நீதி?

மீண்டும் சிறைக்குக் கொண்டுவரப்பட்டேன். சககைதிகளிடம் செய்தியைக் கூறினேன். அவர்களுக்கு ஒரே மகிழ்ச்சி. அத் தருணத்தை கொண்டாட்டமாக்கினார்கள். எனது புத்தகங் களையெல்லாம் கொடுத்துவிட்டேன். எனது துணிகளை பேக் செய்தேன். எனது கணக்கில் ரூ.250 பணம் இருந்தது.

வெளியே வரும்போது பயமாக இருந்தது. மாலைக்கருக்கல். என்னை வரவேற்க யார் இருப்பார்? பெரிய கனமான திறவு கோல்கள் பெரிய பூட்டுகளைத் திறந்தன. கதவுகள் எனக்காகத் திறந்துகொண்டன. கையில் பையுடன் ஒவ்வொரு அடியாக நடந்தேன். இதோ வெளியில் வந்துவிட்டேன். கையில் விலங்கில்லை. சுற்றிலும் போலீஸார் இல்லை. தடா வாகனங்கள் நிற்கவில்லை. உண்மையிலேயே விடுதலை. ஆழமாகச் சுவாசித்தேன். இடதுபக்கம் நடந்தேன். பின்னர் வலதுபக்கம் திரும்பினேன். நேராக நடந்தேன். குறுக்காக நடந்தேன். முன்னே சென்றேன். திரும்பி சிறைக்கதவை நோக்கி நடந்தேன். மீண்டும் வலது பக்கம் திரும்பி நடந்தேன். இடது பக்கம் திரும்பி நடந்தேன். என்னால் எப்பக்கமும் நடக்க முடிகிறது என்பதே திகிலாக இருந்தது. ஆமாம், நான் நடக்கிறேன். சுதந்திரமாக நடக்கிறேன். யாரும் இப்படிப் போ, அப்படிப் போ, அங்கே நிற்காதே, இங்கே நிற்காதே என்று உத்தரவிடாமலே என்னால் சுயாதீனமாக நடக்க முடிகிறது. இந்த சுதந்திரத்தை அனுபவிக்க விரும்பினேன். மீண்டும் திரும்பினேன். சிறைக்கதவைப் பார்த்தேன். சிறைக் கோபுரத்தைப் பார்த்தேன். சிறைச்சாலை சுவர்களைப் பார்த்தேன். திரும்பினேன். மீண்டும் திரும்பிப் பார்க்காமல் நடந்தேன்.

அதிர்ஷ்டவசமாக, ரோதக் சிறை நகரின் மையப்பகுதியிலேயே இருந்தது. சாலையைக் கடந்தால் போதும் பஸ் நிலையம் வந்துவிடும். ஆனால், தனியாகச் சாலையை எப்படிக் கடப்பது? பயமாக இருந்தது. கடந்த பதினான்கு ஆண்டுகளில் ஒரு தடவைகூடத் தனியாகச் சாலையைக் கடந்ததில்லை. யாராவது போலீஸார் தரதரவென இழுத்துச்செல்வார்கள். அப்போது நன்றாக இருட்டத் தொடங்கியிருந்தது. எனக்குள் பாதுகாப்பின்மை உணர்வு எழுந்தது.

எப்படியோ ஒருவழியாகச் சாலையைக் கடந்து பஸ் நிலையத்தை அடைந்துவிட்டேன். பக்கத்தில் எஸ்.டி.டி பூத் எங்கிருக்கிறது என்று கேட்டுத் தெரிந்துகொண்டேன். அங்கு சென்று எனது ஆபி எண்ணுக்கு போன் செய்தேன். ஆபிதான் போனை எடுத்தார். நான் தான் பேசுகிறேன் என்பதை அவரால் நம்பக்கூட முடிந்திருக்காது. நான் விடுதலையாகி விட்டதாகவும் வீட்டுக்கு வந்து கொண்டிருப்பதாகவும் கூறினேன். நான் எங்கிருக்கிறேன் என்பதை யாருக்காவது தெரிவிக்க வேண்டும் என்று விரும்பினேன். அப்போதுதான் என்னை போலீஸார்

மீண்டும் கடத்திச்சென்றாலும் ரோதக் பஸ்நிலையத்தில் இருந்து நான் தொலைபேசியில் பேசியதை ஆபி வாக்குமூலமாக அளிப்பார்.

டெல்லி செல்லும் ஹரியானா போக்குவரத்துக் கழகப் பேருந்தைப் பிடித்து ஏறி அமர்ந்தேன். பேருந்து புறப்படக் காத்திருந்தேன். சிறை அதிகாரிகள் வந்து கைதுசெய்து அழைத்துக்கொண்டு போய்விடுவார்களோ என்ற படபடப்பு இருந்தது. சிறு குழந்தைகள் பேருந்தில் ஏறினர். அவர்களின் சின்னஞ்சிறிய கைகளையும் கால்களையும் ஆவலோடு பார்த்துக் கொண்டிருந்தேன். பெண்களுக்கு நடுவே உட்கார்ந்திருக்கும் கூச்ச உணர்வு ஏற்பட்டது.

பேருந்து கிளம்பியது. போக்குவரத்தைக் கவனித்தேன். சிறிய வியாபாரிகள் எனது பேருந்தோடு நடந்தபடியே ஜன்னல்களினூடாக வேர்க்கடலைப் பொட்டலங்களை விற்றுக்கொண்டிருந்தார்கள். இருள் கவிழ்ந்து தெரு விளக்குகள் அதிக பிரகாசத்துடன் எரிந்தன. எங்காவது போலீஸ் நிற்பது பார்வையில் பட்டால் துணுக்குற்றேன். பேருந்து டெல்லியினுள் நுழைந்ததுமே அதன் வெளிச்சம் கண்களைக் கூசச் செய்தது. அப்பாடியோ! எவ்வளவு உயரமான கட்டிடங்கள்; அகல அகமான சாலைகள். மக்கள் நாலாதிசைகளிலும் முண்டியடித்துக் கொண்டு விரைகிறார்கள். சாலை சந்திப்பு போக்குவரத்து சிக்னல்களில் அடுத்து விளக்கு மாறுவது எப்போது என்பதற்கான கடிகாரங்கள் வைத்திருக்கிறார்கள்.[2] மெட்ரோ ஸ்டேஷனையும் பார்த்து வியந் தேன். உயர, உயரமாகத் தெரிந்த கட்டிடங்கள்தான் ஷாப்பிங் மால்கள் என்பதைப் பிறகுதான் தெரிந்துகொண்டேன்.

ஏராளமான சுரங்கப்பாதைகள், ஏராளமான மேம்பாலங்கள். காஷ்மிரி கேட் வெளிமாநில பேருந்து நிலையத்தில் இறக்கி விட்டாலும் நான் எங்கிருக்கிறேன் என்பதை அடையாளம் காண முடியவில்லை. ஒரு ஆட்டோ பிடித்து என்னை பழைய டெல்லியில் இறக்கிவிடும்படி கூறினேன்.

நான் வளர்ந்த பகுதிக்கு வந்துவிட்டேன். இப்போது நிறைய கடைகள் இருந்தன. நான் நினைத்ததை விட அதிக ஜனநெருக்கடியாகத் தெரிந்தது. ஆனால், நிறைய விஷயங்கள் அப்படியேதான் இருந்தன. குறுகிய சந்துகள், கோணல் மாணலான சாலைகள், அந்தரத்தில் தொங்கும் மின்வாரியக்

கம்பிகள் எதுவும் மாறவில்லை. இஷா நமாஸுக்கான அஜான் ஓதப்பட்ட சத்தம் கேட்டது. கிட்டத்தட்ட இதே நேரத்தில்தான் பதினான்கு ஆண்டுகளுக்கு முன்பு இரவு தொழுகைக்காக நான் வீட்டைவிட்டு வெளியேறினேன். நமாஸ் முடிந்து திரும்பிக் கொண்டிருந்தேன். பதினான்கு வருடங்களுக்குப் பிறகு இப்போதும் திரும்பிக்கொண்டிருக்கிறேன். ஆனால், அன்னிய னாக உணர்கிறேன்.

ஆட்டோவுக்குப் பணம் கொடுத்துவிட்டு ,மூன்றாவது மாடியை நோக்கி வேகவேகமாக ஏறினேன். அதேவீடு. திடீரென வெளியேறி காணாமல்போன அதேவீடு. அப்போது எனக்கான சமையலில் ஆபி ஈடுபட்டிருந்தார். இப்போது நான் மாடியில் நுழைந்ததும் எனது அக்காள் ஆபி ஓடிவந்து என்னைக் கட்டிக்கொண்டு, அழத் தொடங்கினார். எங்கள் உறவினர்களையெல்லாம் அழைத்து நான் விடுதலையான தகவலைத் தெரிவித்தார். ஆனால், பயத்தில் யாரும் வரவில்லை. அப்படியும் சிலர் வந்து வாழ்த்திச் சென்றனர். ஆம்மி படுக்கையில் படுத்திருந்ததைப் பார்த்தேன். என்னைப்பார்த்து நான் வீடு திரும்பிவிட்டதை அறிந்துகொண்டார். ஆனால், அவரால் எழுந்து உட்காரவோ பேசவோ முடியவில்லை. நான் அவரை இறுக்கப் பிடித்துக்கொண்டு அசையவிடவில்லை. *‘ஆம்மிஜான், மெய்ன் ஆகயா’* என்றேன். அவர் எலும்பும் தோலுமாக ஆகிவிட்டார். அவளது பப்ளிமாஸ் கன்னங்கள் வற்றிப்போயிருந்தன.

எல்லோரும் கிளம்பிச் சென்றதும் மொட்டை மாடிக்கு ஏறினேன். அங்கு நட்சத்திரங்களைப் பார்த்துக்கொண்டு உட்கார்ந்தேன். அப்பு இப்பவும் மவுத் ஆகாமல் இருந்திருந்தால்...

ஆம்மியிடம் திரும்பி வந்தேன். அறையைச் சுற்றிப் பார்த்தேன். எனது பொருட்கள் அனைத்தையும் பத்திரமாகப் பாதுகாத்து வைத்திருந்தார். நான் வாங்கிய டேப்ரிக்கார்டர் அப்படியே இருந்தது. எனது அக்காள் மகன் கேட்டதற்கு தரமாட்டேன் என்று சொல்லிவிட்டாராம். என் மகன் திரும்ப வந்ததும் அவனுக்கு இது வேணும் என்று சொன்னாராம். நம்பிக்கையை ஒருபோதும் தளர விட்டதில்லை. இப்போது அவரது மகன் திரும்பிவிட்டேன். ஆனால் ஆம்மியால் பேச முடியவில்லை. பக்கவாதம் அவரது பேச்சைப் பறித்துக்கொண்டது. ஆனால், அவரது கண்களில் அதே ஒளி. அதன் மூலம் தனது மகிழ்ச்சியை

வெளிப்படுத்தினார். என்னைப் பார்த்து ஆனந்தித்தார்.

சிறையில் என்னை முதல் தடவை பார்க்கவந்தபோது அப்பு எனக்கு நஸிஹாத் (நல்லாலோசனை)⁴ வழங்கினார். எனது சிறை வாழ்க்கை முழுவதும் நான் அதை மறக்கவில்லை. சிறையாக இருந்தாலும் நல்லவர்கள், படித்தவர்களை அடையாளம்காண வேண்டும். கெட்டவர்கள், படிக்காதவர்களையும் தெரிந்து கொள்ள வேண்டும். நல்லவர்களை அணுகி அவர்களின் நல்ல பழக்கங்களைக் கற்க வேண்டும். கெட்டவர்கள் சகவாசத்தை ஒதுக்கவேண்டும் என்றார்.

என் சககைதிகளிடமிருந்துதான் பல விஷயங்களை கற்றுக் கொண்டேன். பொறியியல் திறன்கள் முதல் சிறிய நோய்களுக்கு நாமே சிகிச்சை அளித்துக் கொள்ள வசதியான ஆயுர்வேத முறைகள் வரை சிறையில்தான் கற்றுக்கொண்டேன். நெற்றி குளிர்ச்சியாகவும் உள்ளங்கை கதகதப்பாகவும் இருப்பது ஆரோக்கிய உடல்நிலைக்கு அறிகுறி என்பதை அங்குதான் கற்றேன். திஹார் சிறையில் இருந்து மாற்றப்படும் முன்பும் காஜியா பாத்திலும் நடத்தைச் சான்றிதழ் கோரி, வாங்கி வைத்துள்ளேன். சிறையில் இருந்தகாலம் முழுமையும் நான் கடைப்பிடித்த நன்னடத்தைக்கும் நல்லொழுக்கத்துக்குமான சான்றுகள் அவை. எந்தவிதமான கெட்ட பழக்கமும் அண்டவிடவில்லை. எனது உறுதியை எங்கும் தளரவிட்டதில்லை.

நன்னடத்தைச் சான்றிதழ்களை தகவல் அறியும் உரிமைச் சட்டத்தின்கீழ் விண்ணப்பித்துதான் பெற்றேன். நமது தலை முறைக்குக் கிடைத்துள்ள அரிய கொடை ஆர்.டி.ஐ. காஜியாபாத் சிறை நிர்வாகத்திடம் நன்னடத்தை சான்றிதழ் பெற ஆர்.டி.ஐ சட்டத்தை முதலில் பயன்படுத்தியது நான் தான்.

நன்னடத்தை சான்றிதழ் கோரி நான் விண்ணப்பித்ததற்குக் காரணம் வேலைக்கு விண்ணப்பிக்க இந்த சான்றிதழ்கள் எனக்கு உதவியாக இருக்கும் என்பதுதான். மேலும், எனக்காக 13 ஆண்டுகள் 10 மாதங்கள் காத்திருக்கும் ஆலியாவின் கரம் பிடிக்கவும் உதவும்.

ஆலியா பற்றி எண்ணும் போதே எனக்குள் புன்னகை தோன்றுகிறது. அப்படியே தூங்கிவிட்டேன். நாளைமுதல் எனது சுதந்திர வாழ்க்கையைத் தொடங்க வேண்டும்.

நான் மிக, மிக அதிகமாக முக்கியத்துவம் தரும் விஷயம் ஆம்மியைப் பார்த்துக்கொள்வதுதான். நான் சிறைக்குச் செல்வதற்கு முன்பிருந்தே அவர்தான் எனக்கு எல்லாம். இப்போது நான் அவருக்கு எல்லாமும் செய்ய வேண்டும். துணி துவைப்பது, இடத்தை சுத்தமாக வைத்துக்கொள்வது எனப் பல வேலைகளைச் சிறையில் கற்றுக்கொண்டேன். ஆனால், சமையல் செய்யத்தெரியாது. ஆம்மிக்கான சூடான சமையலை என்னால் தயாரிக்க முடியாது. அதனால் பஜாரில்தான் உணவை வாங்கிவந்து ஆம்மிக்கு ஊட்ட வேண்டியிருந்தது. அதேசமயம் ஆபி எப்போதெல்லாம் முடியுமோ அப்போதெல்லாம் சமைத்து எடுத்துவந்து கொடுத்துக்கொண்டிருந்தார். தனது சிறு குழந்தைகளைக் கவனித்துக்கொண்டு ஆம்மியையும் கவனிப்பது அவருக்குமே சிரமம்தான்.

ஆம்மியை மருத்துவமனைக்கு அழைத்துச் சென்றேன். சிறந்த சாத்தியமான மருத்துவ உதவியை அவருக்கு அளிக்க விரும்பினேன். அது எளிதானதல்ல. நான் மூன்று மாடிகள் இறங்கிவந்து ஒரு ரிக்ஷா ஏற்பாடுசெய்து மீண்டும் மூன்று மாடிகள் ஏறி ஆம்மியை கீழே இறக்கிவர வேண்டும். குறுகிய சந்திலிருந்து நடந்து வெளியேவந்தால்தான் ஆட்டோவில் ஏறமுடியும். திரும்பியதும் மீண்டும் மூன்று மாடிகள் ஆம்மியை ஏற்றவேண்டும். ஆம்மியை மருத்துவமனைக்கு அழைத்துச் செல்லும் நாட்களில் மிகவும் சோர்வாகிவிடுவேன். எனது கால்கள் பலமிழந்துவிட்டன.

எனது உடலும் இற்றுவிட்டதை உணரமுடிந்தது. சில சமயங் களில் எனது இடது காதில் திடீரென விசில் சத்தம் கேட்டது. எனது காதுகளில் பளார் பளார் என அறைந்ததன் விளைவாக இருக்கக்கூடும். மேலும், அதிக எண்ணெய், காரத்துடன் சமைக்கப்பட்ட உணவு எனக்கு செரிமானம் ஆவதில்லை. என் கண்களும் பலவீனமாக இருந்தன. மொத்தத்தில் சிறைக்கு வெளியேயான வாழ்க்கைக்கு என்னைத் தகவமைப்பது கடினமாக இருந்தது.

மேலும், இதிலிருந்து என்னை தகவமைத்துக் கொண்டு, பழைய வலிமையைப் பெருவதற்கும் கால அவகாசம் இல்லை. நான் உடனடியாக ஒரு வேலை தேடியாக வேண்டும். ஆம்மியின் மருத்துவ பில்கள் காத்திருந்தன; திரும்பச் செலுத்த வேண்டிய கடன்கள் குவிந்திருந்தன; அதைவிட மிக அவசியமாக எனது

வீட்டைச் சீரமைக்க வேண்டியிருந்தது. வீட்டின் சுவர்களில் விரிசல் ஏற்பட்டிருப்பதையும், கூரையில் கசிவு இருப்பதையும் கவனித்தேன். அதிலிருந்து தண்ணீர் ஒழுகுவதிலிருந்து தப்பித்து நனையாமலிருக்க ஆம்மி ஒரு மூலையில் ஒடுங்கியிருப்பதைப் பார்க்கும்போது பாவமாயிருக்கும்.

ஒருநாள் வெளியே சென்றுவிட்டுத் திரும்பும்போது வீடு முழுவதும் கோதுமை மாவு இரைந்து கிடந்தது. சப்பாத்தி சுடும் தாவா ஒரு மூலையிலும், திருப்பி ஒரு மூலையிலும் கிடந்தது. ஒரு நிமிடம் என்ன நடந்திருக்கிறது என்றே புரியவில்லை. அப்புறம் ஆம்மி கையில் கோதுமைமாவுடன் பேந்த பேந்த விழித்தபடி நிற்பதைப் பார்த்ததும்தான் புரிந்தது. நான் திரும்புவதற்குள் எனக்கு சப்பாத்தி தயாரிப்பதற்காக ஆம்மி முயன்றிருக்கிறார். ஆனால், தம்மால் ஒரு வேலையும் செய்யமுடியவில்லை என்பதே அவரை அதிர்ச்சிக்குள்ளாக்கி இருக்கிறது. அவரை அணைத்துக் கொண்டேன். இனிமேல் இதைப்போல் செய்யக்கூடாது என்றேன். அவரைக் கவனிப்பது இப்போது எனது முறையாகும்.

நான் உடனடியாக ஒரு வேலை தேடியாக வேண்டும். அதற்கு முன்பாக எனக்கான அடையாள அட்டைகளைப் பெற்றாக வேண்டும். எனது கடவுச் சீட்டு மற்றும் அனைத்து சான்றிதழ்களும் நீதிமன்றத்தில் கிடக்கிறது. குடும்ப அட்டையில் எனது பெயர் இருந்தது. அதில் நான் பிறந்த ஆண்டு 1981 என்று இருந்தது. அந்த குடும்ப அட்டை அடிப்படையில் ஆதார் அட்டை, பான் அட்டை அனைத்தும் விண்ணப்பித்துப் பெற்றுக்கொண்டேன்.

மக்களை என்னை ஏற்றுக்கொள்ளச் செய்வதுதான் மிகப் பெரிய போராட்டமாக இருக்கப் போகிறது. இப்போதுகூட ஒரு சிலருக்குத்தான் என்னுடன் பேசும் துணிச்சல் இருக்கிறது. நண்பர்களும் அக்கம்பக்கத்தாரும் என்னைத் தவிர்க்கிறார்கள். என்னை மீட்க முன்வந்தது உருது மொழி ஊடகங்கள்தான். டூ சர்க்கிள்ஸ் நெட்[5] இணையத்தில் எனது கதையை மொகமது அலி வெளியிட்டிருந்தார். ஆனால், எனது கதையை ஒரு தொடராக வெளியிட்டது உருது சாஹராதான். அதுதான் எனக்கு திருப்பு முனைய அளித்தது. அஜிஜ் பர்னே சாஹேப்[6] எனது வீட்டுக்கே வந்து என் குடும்பத்தைச் சந்தித்துச் சென்றார்.

ஆம்மியுடன் நான் அமர்ந்திருக்கும் படங்களை செய்தித்தாள்களும் பின்னர் தொலைக்காட்சி சேனல்களும் வெளியிட்டன. மக்கள் மனது மெது, மெதுவாக மாறத் தொடங்கியது. இப்போதுதான் மொகல்லாவாலாக்கள் அதாவது பக்கத்து வீட்டார் என்னுடன் முகம் கொடுத்துப் பேசத் தொடங்கினர். கடைக்காரர்களும் பழைய நண்பர்களும் என்னைத் தவிர்க்க முடியவில்லை. தமது அண்டைவீட்டுக்காரப் பையன் பயங்கரவாதி இல்லை என்ற உண்மையைப் போராடி நிரூபித்தவன் என்பதை உணர்ந்த அக்கம்பக்கத்தார் இப்போது பெருமைகொண்டு பாராட்டினர். அபாயகரமான பயங்கரவாதி என்ற சித்திரத்திலிருந்து இசுலாமியர்களை பாகுபாடாகவே அணுகும் ஒரு அமைப்பால் கடுமையாகப் பாதிக்கப்பட்டவனாக என்னைப் பார்த்தனர்.

ஒருநாள் மாலையில் ஒரு கான்ஸ்டபிளும் ஹவில்தாரும் என் வீட்டுக் கதவைத் தட்டினர். எனது விடுதலைக்குப் பின் இப்போதுதான் முதல் முறையாக காக்கி சீருடை தரித்தவர்கள் எனது வீட்டுக்கு வருகிறார்கள். அவர்கள் கையில் ஒரு வயர்லெஸ் கருவி இருந்தது. சீருடை அணிந்த மனிதர்களைப் பார்த்த உடனேயே ஆம்மியின் முகத்தில் பயம் பற்றியது.

நான் வீட்டுக்குள் சென்று எனது நன்னடத்தைச் சான்றிதழ்களைக் கொண்டுவந்தேன். அவற்றைப் பார்த்த அவர்கள் பாராட்டினர். நான் தலைமைச் செயலகத்துக்குச் சென்று அங்குள்ள உயர் அதிகாரி அரவிந்த் ராய் என்பவரைச் சந்தித்து ரிப்போர்ட் செய்ய வேண்டும் என்பதை என்னிடம் சொல்லுமாறு அனுப்பிவைக்கப்பட்டதாக அவர்கள் கூறினர். உடனே பாராஹிந்து ராவ் காவல் நிலையம் சென்றேன். அங்கு பொறுப்பில் இருந்த பங்கஜ்சர்மா என்பவரைச் சந்தித்தேன். அவரிடம் தயவுசெய்து போலீஸாரை அதுவும் குறிப்பாக சீருடையுடன் அனுப்ப வேண்டாம் என்று கேட்டுக்கொண்டேன். அவர்கள் என்னுடன் பேச விரும்பினால் என்னை காவல் நிலையம் அழைத்துப் பேசுமாறு கேட்டுக்கொண்டேன்.

அடுத்தநாள், டெல்லி தலைமைச் செயலகத்தின் உயர் அதிகாரி அரவிந்த் ராயைச் சந்தித்தேன். எனது கதையை அவர் கேட்டதாகவும் எனது மறுவாழ்வுக்கு டெல்லி அரசு உதவத் தயாராக இருப்பதாகவும் கூறினார். எனக்கு என்ன வேண்டும் என்று கேட்டார். எனக்கு ஒரு வேலையும், ஆம்மி

சிகிச்சைக்கு உதவியும் ஒரு வீடும் வேண்டும் என்றேன். நான் பேசுவதைக் கவனமாகக் கேட்டுக்கொண்ட அவர் உறுதியாக ஏதாவது செய்வோம் என்றார். எனது நம்பிக்கை அதிகரித்தது. அரசு உதவிக்காகக் காத்திருந்தேன்.

ஆனால், காலம்தான் விரயமானதேயொழிய ஒரு செய்தியும் வரவில்லை. ஊடகங்களில் நான் பிரபலமானதால் இந்திய கம்யூனிஸ்ட் கட்சி (மார்க்சிஸ்ட்), லோக் ஜன் சக்தி போன்ற கட்சிகள் எனது கோரிக்கைகளைக் கையில் எடுத்தன. தவறாகக்கைது செய்து சிறையிலடைக்கப்பட்ட இசுலாமிய இளைஞர்கள் பட்டியலில் எனது பெயரையும் சேர்த்தனர். எங்கள் அனைவருக்கும் மறுவாழ்வு அளிக்கவேண்டும் என்று இக்கட்சிகள் மனுக்கள் அனுப்பின. அவர்கள் டெல்லி முதல்வர் ஷீலா தீட்சித்துக்கும் குடியரசுத் தலைவருக்கும்கூட மனுக்கள் அளித்தனர். அவ்வாறு மனு அளிக்கும் நிகழ்வுகளில் நானும் கலந்து கொண்டேன். இச்சந்திப்புகளாலும் எதுவும் நடக்கவில்லை.

நான் சிறையில் இருந்து விடுதலையானதைத் தொடர்ந்து எனது வழக்கறிஞர்களைச் சந்தித்து நன்றி தெரிவிக்க விரும்பினேன். முதலில் இனிப்புகளுடன் பெரோஸ்கான் காஜ்ஜியைச் சந்தித்தேன். அவர் மிகவும் அன்பானவர். அந்த நாட்களில் எனக்காக அப்பு எவ்வளவு துயரங்களைச் சந்தித்தார் எனப் பேசத் தொடங்கினார். தென் ஆசிய சிறுபான்மை சமுதாயங்களுக்கான வழக்கறிஞர் அமைப்பிலும் சமுதாயங்களிலும் காஜ்ஜி சாஹேப் பணியாற்றி வந்தார். எனக்குப் பொருத்தமான வேலை குறித்து யோசிப்பதாகக் கூறினார்.

அடுத்து பஞ்சோலி சாஹேப்பைச் சந்தித்தேன். அவரும் அன்போடும் கரிசனத்தோடும் வரவேற்றார். எனது சோனாபேட் வழக்கறிஞர் தவிர அனைவரையும் சந்தித்தேன். ஏனென்றால் அவ்வளவு தொலைவு தனியாகப் பயணம் செய்ய முடியுமென்று தோன்றவில்லை. என்னை நினைவூட்டிக்கொண்ட உடனே வழக்கறிஞர்கள் அனைவரும் ஆச்சரியப்பட்டனர்.

ஜனநாயகம் மற்றும் மதச்சார்பின்மைக்கான பணிகளில் தன்னை தீவிரமாக ஈடுபடுத்திக் கொண்டுள்ள சப்னம் ஹஷ்மி[7] என்பவரைச் சந்திக்குமாறு முதலில் கூறியது பெரோஸ்கான் காஜ்ஜிதான். ஷப்னம் ஹஸ்மி அமைப்பான அன்ஹத் ஏற்பாடு செய்திருந்த ஒரு கூட்டத்துக்கு சென்றேன். டெல்லி அரசமைப்பு

மன்றத்தில் கூட்டம் நடந்தது. அங்கு நான் கேட்டவை எனது மனதுக்கு இதமானவையாக இருந்தது. எவ்வாறு இசுலாமிய மக்கள் புறக்கணிக்கப்படுகிறார்கள், அடிப்படை மனித உரிமை கள் எவ்வாறு மறுக்கப்படுகின்றன என்பன குறித்த தமது அனுபவங்களை என்னைப் போன்றே பாதிக்கப்பட்டவர்கள் பேசியதைக் கேட்டேன்.

அங்குஏற்பாடுசெய்யப்பட்டிருந்தசுவரொட்டிக்கண்காட்சியும் என்னைக் கவர்ந்தது. இந்து, இசுலாம், கிறித்துவர்கள் ஒரே மேடையில் அணிதிரள்வது குறித்த சுவரொட்டிகளை மிகவும் ரசித்தேன். அங்கு பாடப்பட்ட பாடல்கள் என்னைப் பாதித்தன. காங்கிரஸ் கட்சியின் திக்விஜய் சிங், இந்திய கம்யூனிஸ்ட்கட்சி (மார்க்சிஸ்ட்) பிருந்தா காரட் ஆகியோரின் உரைகள் எழுச்சி ஏற்படுத்தின. இந்தக் கூட்டத்தில்தான் ராம் புனியாணி[8] மற்றும் திரைப்படத் தயாரிப்பாளர் மகேஷ் பட் ஆகியோரின் அருமையான உரைகளைக் கேட்டேன்.

சில தனிநபர்கள் மற்றும் இசுலாமிய மத அமைப்புகள் வேலைவாய்ப்புகள் அளிக்க முன்வரத் தொடங்கின. என்னைப் பற்றி ஊடகங்கள் பேசத் தொடங்கிய பிறகுதான் இந்த அமைப்புகள் முன்வந்தன. இவர்கள் கடந்த ஆண்டுகளில் எந்த உதவியும் செய்யவில்லை என்ற கோபம் எனக்கு இருக்கிறது. அவர்கள் எனது பெற்றோருக்குக்கூட உதவ முன்வரவில்லை என்பதுதான் எனக்கு அதிக ஆத்திரமாக இருக்கிறது. அவர்கள் எனது குடும்பத்தை ஆதரித்திருந்தால் எனது அப்பு ஒருவேளை இப்போது உயிரோடு இருந்திருக்கலாம்; ஆம்மியை பக்கவாதம் தாக்காமல் இருந்திருக்கலாம்.

முதன் முதலில் எனக்காக விருது அறிவித்தவர், மனித உரிமைகளுக்கான மக்கள் விழிப்புணர்வுக் குழு (பி.வி.சி.எச்.ஆர்) நிறுவன உறுப்பினர் லெனின் ரகுவன்சிதான். பி.வி.சி.எச்.ஆர் 2012 ஜூலையில் ஜன் மித்ரா விருதும் ரூ 60,000 பொற்கிழியும் அளித்தது. மனித உரிமைகள் ஆணையத் தலைவர் இந்நிகழ்வில் கலந்து கொண்டார். எனக்கு பணம் தேவையாக இருந்தது என்பதைவிட, நீண்ட நெடிய துயர வாழ்க்கையைக் கடந்தும் எனது மானுடத்தை இழக்காமல் நீடித்திருப்பதற்காவும், இந்த சமுதாயத்தில் நானும் ஒருவர் என்ற உணர்வைப்பெரும் பெரும்போராட்டத்தில் ஈடுப்பட்டிருப்பதற்காகவுமான ஒரு அங்கீகாரமாக அந்த விருது இருந்தது.

மத அமைப்புகளும் எனக்கு நிதி உதவிகள் செய்தன என்பது உண்மைதான். அவர்கள் வெளிப்படையாக இல்லாமல் அமைதியாகக் கொடுத்தனர். ஜமாத்தில் இஸ்லாம், ஜமாத் உலாமா ஹிந்த் (அர்ஷத் மதானி பிரிவு) ஆகியவை முதல் தளத்தில் நான் வீடு வாங்கிக்கொள்ளுமளவுக்கான நிதியை அளித்தன. ஆலியாவுக்கு நல்ல வீட்டை அமைத்துத் தருமளவுக்கு பெரிதாக வளர விரும்பினேன். ஆலியாவை திருமணம் செய்வதில் நான் உறுதியாக இருந்தேன். அவருக்கு ஒரு வசதியான வாழ்க்கையைத் தர உறுதிகொண்டிருந்தேன்.

பல தனிநபர்கள் எனக்கு நிதி உதவிகள் செய்ததோடு வேறு பல வழிகளிலும் உதவியாக இருந்தனர். எனக்கு ஏர்கண்டிஷனர் கூட கொடுத்தனர். ஆனால், மின் கட்டணம் கட்டத்தான் என்னிடம் பணம் இல்லை.

இறுதியில் அன்ஹத்தில் பணியாற்ற முடிவு செய்தேன்.

கணினியை எவ்வாறு இயக்குவது என்பதுகூட எனக்குத் தெரியாததால் அதுதான் எனது முதல் இலக்காக இருந்தது. மின்னஞ்சலைக் கையாளக் கற்றேன். எனது ஊடகத் தொடர்புகளைப் பயன்படுத்தி அன்ஹத் நிகழ்ச்சிகளுக்கு மக்களைத் திரட்டினேன். நீதிமன்றநடைமுறைகள் மற்றும் வழக்கறிஞர்களுக்கு வழக்கினை விளக்குவது ஆகியவற்றில் எனக்கு நல்ல அனுபவம் இருப்பதால் தங்கள் பிரச்சனைகள், குறைகளை அன்ஹத்துக்குக் கொண்டுவரும் பாதிக்கப்பட்டவர்களுக்கு ஆலோசனைகளும் உதவிகளும் அளித்தேன்.

எங்கள் நிகழ்ச்சிகளுக்குக் கல்லூரி மாணவர்களைத் திரட்டுவதிலும் தேர்ச்சி பெற்றேன். பின்னர் முஜாபர்நகர் கலவரங்களில் பாதிக்கப்பட்டவர்களுடன் பணியாற்றிய பொழுது இந்த மாணவர்களை தன்னார்வப் பணியாளர்களாக அங்கு அழைத்துச் சென்றேன். ஜாட் கொலைவெறியர்கள் மேற்கொண்ட கொலைபாதக மதக் கலவரத்தால் பாதிக்கப்பட்ட இசுலாமிய மக்கள் கடும் அதிர்ச்சியிலும் பீதியிலும் தங்கள் சமுதாயங்களையே துறக்க முன்வந்தனர். இது மிகவும் அதிர்ச்சியானது. ஏனென்றால், நாட்டுப் பிரிவினையின்போதுகூட இங்கு எந்தக் கலவரமும் ஏற்பட்டதில்லை. அனைத்து சமுதாய மக்களும் நல்லிணக்கமாக இருந்தனர். இப்பகுதியிலிருந்து ஒரேஒரு இசுலாமியர் கூட பாகிஸ்தானுக்குக் குடிபெயரவில்லை.

பாதிக்கப்பட்ட இவர்களுக்கு இந்துக்களோ இசுலாமியரோ கிறித்துவரோ மக்கள் மதரீதியாக இல்லை என்பதைக் காண்பிக்க விரும்பினேன். நிவாரண முகாம்கள் ஏற்பாடு செய்தேன். போர்வைகள், மருந்துகள், உணவு, பொம்மைகள் சேகரித்து வழங்கினேன். அங்கு சியாசெட்[9] மூலம் கணினி பள்ளிகள் அமைக்க ஏற்பாடு செய்தேன். பழைய டெல்லியில் தம்மிர் — இ — மில்லட் அமைப்பு மூலம் அமைக்கப்பட்ட இதுபோன்ற ஒரு பள்ளியில் நான் ஈடுபட்டு வருகிறேன்.

இப்போது எனக்கு வேலை இருக்கிறது. இரண்டு அறைகள், பால்கனியுடன் கூடிய சொந்த வீடு முதல் தளத்தில் இருக்கிறது. ஜன்னல் வழியாகவும் பால்கனியில் அமர்ந்தும் வானத்தையும் நட்சத்திரங்களையும் பார்க்க முடியும் என்பதால் இந்த வீட்டைத் தேர்வு செய்தேன். சூரிய வெளிச்சம், காற்று இரண்டும் இருந்தது.

ராம் மனோகர் லோகியா மருத்துவமனையின் டாக்டர் மொஹ்சின் வாலிதான் ஆம்மியைக் கவனித்துக் கொண்டார். அவர் குடியரசுத் தலைவரின் மருத்துவராக இருந்தவர். அவரது பராமரிப்பில் ஆம்மி நன்றாகத் தேறி வந்தார். ஆனாலும் இன்னமும் தானாக நடக்கவோ பேசவோ இயலவில்லை.

ஆலியாவின் வாப்பாவைச் சந்தித்து அவரது கரம்பற்ற முறைப்படி அனுமதி கேட்கும் நேரம் வந்தது. பொதுவாக குடும்பத்தில் மூத்தவர் ஒருவர்தான் இதுபோன்ற சமயங்களில் பெண் வீட்டுக்குச் சென்றுபேசுவார்கள். ஆனால் எனக்கு யாரும் இல்லாததால் நானே சென்று எனக்கு பெண் கேட்டேன். போலீஸ் அதிகாரிகள், சிறை அதிகாரிகளுக்கெலாம் பயப்படாமல் தைரியமாகப் பேசியவன் என் எதிர்கால மாமனாருடன் பேசமாட்டேனா? எப்படியிருந்தாலும் சிறைக் கண்காணிப் பாளரிடம் பேசுவதுபோல பயப்படத் தேவையில்லை.

ஆலியாவின் அப்பா மறுத்துவிட்டார். வழக்குகளில் இருந்து விடுவிக்கப்பட்டது உண்மைதான் என்றாலும் பதினான்கு ஆண்டுகள் சிறையில் இருந்த ஒருவருக்கு எப்படி என் மகளைக் கொடுக்க முடியும் என்று கேட்டார்.

ஓடிப்போய் நீதிமன்றத்தில் பதிவுத் திருமணம் செய்து கொள்ள லாம் என்று பேசினோம். ஆனால் அது நன்றாக இருக்காது என்று எண்ணினோம். அதனால் ஒரு யோசனை செய்தேன். எங்கள் சமுதாயத்தைச் சேர்ந்த மதிப்புமிக்கவர்கள் கொண்ட

குழுவை அமைத்தேன். எனது வழக்கறிஞர் பெரோஸ்கான் காஜ்ஜி, ஒரு மருத்துவர், ஒரு சார்ட்டட் அக்கவுண்டண்ட், எங்கள் குடும்பத்துக்கு அதிக உதவிகள் செய்த வணிகர் சாவ்லா சாஹேப்பின் மகன் ஆகியோரைக் கொண்ட குழுவுடன் ஆலியாவின் தந்தை வீட்டு வாயிற்படி ஏறினோம். பிரதிநிதிகள் முன்மொழிந்து பேசினார்கள். இறுதியில் ஆலியாவின் தந்தை ஒப்புக்கொண்டார்.

2012 அக்டோபர் 12 அன்று ஆலியா — எனது நிக்காஹ் நிகழ்ந்தது. டவுன் ஹாலில் உள்ள ஒரு மண்டபத்தில் அவரது அப்பா நிக்காஹ் ஏற்பாடு செய்தார். ஆஜாத் சந்தை ஹவேலியில் நான் வாலிமா ஏற்பாடு செய்தேன். நான் அறிந்த அனைவரையும் திருமணத்துக்கு அழைத்தேன். அனைத்து உறவினர்களும் வந்துவிட்டனர் என்றாலும் உறவினர்களைவிட எனது புதிய வட்டத்தைச் சேர்ந்த நண்பர்கள், நலன் விரும்பிகளின் கூட்டமே அதிகமாக இருந்தது.

எனது வழக்கறிஞர்கள் அனைவருக்கும் அழைப்பிதழ் அனுப்பினேன். பஞ்சோலி பெயர் திருமண அழைப்பிதழில் எனது காப்பாளர் என இடம் பெற்றிருந்தது. நிக்காஹ் அன்று காலையில் எனக்கு ஒரு தொலைபேசி அழைப்பு வந்தது. அது மகேஷ் பட். திருமணத்துக்கு மனப்பூர்வ வாழ்த்துகளைத் தெரிவித்தார்.

எனது அழைப்புக்கு மதிப்பளித்து இவ்வளவு பேர் வருவார்கள் என்று நான் நினைக்கவில்லை. பனாரஸில் இருந்து ரகுவன்சி வந்ததைக்காண இன்ப அதிர்ச்சியாக இருந்தது. ராஜேஷ் ஷர்மா தவிர எனது அனைத்து வழக்கறிஞர்களும் வந்து வாழ்த்தினர். ஆனால், ராஜேஷ் ஷர்மா தனக்குப் பதில் தனது தந்தையை அனுப்பி வாழ்த்தினார். பரிசும் அளித்தார். டாக்டர் வாலி வந்தார். பாரா ஹிந்துராவ் காவல் நிலைய தலைமை அதிகாரி போலீஸ் அதிகாரியாக இல்லாமல் சிறப்பு விருந்தினராகக் கலந்து கொண்டார்.

பல பத்திரிகையாளர்கள் கலந்து கொண்டனர். அஜிஜ் பர்னே, பிபிசி செய்தியாளர் இக்பால் அகமது, டிசிஎன்னில் இருந்து மொகமது அலி, மனோஜ் மித்தா உள்ளிட்ட பத்திரிகையாளர்களுடன் ராம் விலாஸ் பஸ்வான்[11] போன்ற அரசியல் தலைவர்கள், அதீப் சாஹிப்[10], ஆசிப் மொகமது போன்ற எம்பிக்கள், டெல்லி எம்.எல்.ஏக்கள் கலந்து கொண்டனர்.

நான் அழைப்பு விடுக்காத பிரபலங்களும் கலந்து கொண்டு இன்ப அதிர்ச்சி அளித்தனர். அவர்களில் ஒருவர் எழுத்தாளர் அருந்ததிராய். அவர்கள் வருகை என்பது எனக்கான ஆதரவு நடவடிக்கை எனபதால் ஒவ்வொருவர் பெயரையும் குறிப்பிட விரும்புகிறேன்.

பப்பே விருந்து ஏற்பாடு செய்திருந்தேன். புலால் மற்றும் மரக்கறி ஆகிய இரு உணவுகளும் வைக்கப்பட்டிருந்தன. புலால் உணவு உண்பவர்கள் மரக்கறி உணவும் கலந்து உண்பதைக் கண்டேன். இரவு விருந்தில் கோழி பிரியாணி, குர்மா, ஆலூ சலான், கீர் மற்றும் குளிர்பானங்கள் வைக்கப்பட்டிருந்தன. இதுதான் பாரம்பரிய பழைய டெல்லி விருந்து. வந்திருந்தவர்கள் அனைவரும் ரசித்து, ருசித்து உண்டனர்.

இந்தத் திருமணத்தின் ஆகச்சிறந்த அம்சம் ஒரு சக்கர நாற்காலியில் ஆம்மி அமர்ந்தபடியே அனைவரையும் புன்முறுவலுடன் வரவேற்றதுதான். அவரது மகன் என்பதுதான் எனது பெருமை என்பது உறுதி.

அப்புவின் நண்பர்களும் மற்றவர்களும் எங்களது திருமணச் செலவை எதிர்கொள்ள உதவினர். அதில் மிஞ்சிய பணம் நாங்கள் தேனிலவு செல்லப் பயன்பட்டது. ஆலியாவும் நானும் குலு, மனாலி சென்று கடினமான கடந்த காலத்தை மறக்க முயன்றோம். அங்கு நான் பாராகிளைடிங் கூட சென்றேன். இப்போது எனக்குப் பயம் என்பதே அற்றுப்போய் விட்டது. நான் சிறையில் கழித்த காலம்தான் என்னை உறுதியான மனிதனாக்கியது.

நாங்கள் எங்கள் புதிய வீட்டுக்குத் திரும்பினோம். ஆனால், கடந்த காலம் காணாமல் போகவில்லை.

பத்திரிகையாளர்கள் என்னைப் பேட்டி காண வந்தனர். அப்போது சிறையில் என்னை எவ்வாறு வதைகள் செய்தனர் என்றும் கேட்டனர். அவர்கள் சென்றபிறகுதான் அதனை ஆலியாவும் கேட்டுக் கொண்டிருந்திருக்கிறார் என்பதை அவர் கன்னங்களில் வழியும் கண்ணீரிலிருந்து அறிந்தேன். எனது சிறைவாழ்க்கை குறித்து ஆலியா அதிகம் கேட்டார். அந்த அனுபவங்களின் சுமையை அவர் மீது சுமத்த நான் விரும்பவில்லை.

இரவுகளில் விழித்துக்கொண்டு என்னைப் பார்த்தபடி உட்

கார்ந்திருப்பார். என்ன என்று கேட்டால், வலி தாங்காமல் நான் கதறியதைக் கேட்டு கண்விழித்துவிட்டதாகக் கூறுவார். உள்காயங்கள் வலிகளாக எனது உடலைத் துளைத்துக் கொண்டு தான் இருந்தது. ஆனால், இது மோசமான கனவு என்றும், இதைப்பற்றி கவலைப்பட வேண்டாம், கனவில் அழுதால் அப்போது என்னை எழுப்பிவிட்டால் போதுமென்றும் கூறுவேன். எனது வேலையில் ஈடுபாட்டோடு இருந்தாலும் பேருந்தில் செல்லும்போதும் சோர்வில் விழும்போதும் காரணமில்லாத கோபம், எரிச்சல், கடுகடுப்பு ஆகியவை ஏற்படுகிறது.

எனது சீராய்வு மனுக்கள் இன்னமும் உயர் நீதிமன்றத்தில் நிலுவையில் இருந்தன. இந்த மனுக்கள் எனக்கு எதிராகத் திரும்பினாலும்கூட நான் மீண்டும் சிறைக்கு அனுப்பப்பட மாட்டேன். ஆனால், பயங்கரவாதம் தொடர்பு வழக்குகளில் குற்றம் சுமத்தப்பட்டவன் என்ற ஒரு தடை நீடிக்க நான் விரும்பவில்லை. மேலும், போலீஸின் கண்கள் என்னை பின் தொடர்கின்றன.

சிபிஐ தலைமை அலுவலகம் வரும்படி நான் அழைக்கப் பட்டேன். துண்டாவை[12] நான் காணவேண்டும் என்றனர். என்னுடன் வர பஞ்சோலியும் ஒப்புக்கொண்டார். துண்டா என்று அழைக்கப்படும் ஒருவர் முன்னால் நிறுத்தப்பட்டேன். அவர்மீது நாற்பது வெடிகுண்டு வழக்குகள் உள்ளன.

அவர் ஒரு வயதான மனிதராக இருந்தார். என்னைத் தெரியுமா என்று அவரிடம் போலீஸ் கேட்டது. எனது இதயம் படபடக்கத் தொடங்கியது; எனக்கு எதிராக இன்னமும் சதி செய்கிறார்களோ? ஆனால் என்னைப் பார்த்தது இல்லை என்று அவர் கூறினார். இதற்கு முன்னால் அவரைத் தெரியுமா என நானும் கேட்கப்பட்டேன். இல்லை என்றேன்.

சிறப்பு இயக்குனர் (சீராய்வு மனுக்கள்), எஃப்.ஈ.எம்.ஏ[13] முன் எனக்கு எதிரான வழக்கு 2014ல் வந்தது. மீண்டும் பஞ்சோலி என்னுடன் வந்தார். இந்தியிலும் ஆங்கிலத்திலும் அவர்கள் பேசியதில் இருந்து நான் புரிந்துகொண்டது என்னவென்றால், நான் குற்றமற்றவன் என்பதில் நீதிபதி சமாதானம் அடைந்த போதிலும் ரூ.50,000 அபராதம் விதித்திருக்கக்கூடாது என்பது தான். இருந்தாலும், சாட்சியங்கள் போதுமான அளவுக்கு இல்லையென்றாலும் என்னை குற்றவாளியாகக் காண்பதற்கான

சில அழுத்தங்கள் இருப்பதைக் காண்பதால் ரூ.5,000 அபராதம் கட்ட வேண்டும் என்றார்.

எஃப்.ஈ.எம்.ஏ சிறப்பு இயக்குனர் (சீராய்வு மனுக்கள்) ஸ்ரீ துர்கா சரண் தாஸ் பிறப்பித்த உத்தரவு:

> *மனுதாரர் தனது 18 வயதில் சிறைக்கு அனுப்பப்பட்டு 14 ஆண்டுகள் கழித்து 2012ல் விடுதலை செய்யப்பட்டுள்ளார். 19 வழக்குகளில் 17 வழக்குகளில் மாவட்ட குற்றவியல் நடுவர்களால் விடுவிக்கப்பட்டுள்ளார். இணை நீதித்துவ அதிகாரியால் அனுப்பப்பட்ட சம்மன் உரிய முறையில் அவருக்கு அனுப்பப்படவில்லை. அவர் சிறையில் இருக்க இல்லத்துக்கு அனுப்பப்பட்டுள்ளது. இவ்வாறு இந்த வழக்கின் அனைத்து சூழல்கள் மற்றும் உண்மைகளைக் கருத்தில்கொண்டு பார்க்கும் போது நான் ஒரு நேரான பார்வையை மேற்கொண்டு இணை நீதித்துவ அதிகாரி விதித்த ரூ.50,000 அபாரதத்தை ரூ.5,000 ஆகக் கட்டுப்படுத்துகிறேம். மனுதாரர் 1,200 அமெரிக்க டாலர்கள் வைத்திருந்ததை அரசுத்தரப்பு நிரூபிக்கவில்லை.*
>
> *— சிறப்பு இயக்குனர். 11.06.2014.*

பஞ்சோலியிடமே ரூ.5,000 கடன் வாங்கி அங்கேயே அபராதத்தைக் கட்டினேன்.

எனது புனர்வாழ்வுக்கு அரசு எந்த உதவியும் செய்யப்போவ தில்லைஎன்பதுபோல்தோன்றியது.அரசு அதிகாரிகளிடம்இருந்து எந்தப்பதிலும் இல்லை. என்.டி.டி.வியில் பர்கா தத் நிகழ்ச்சிக்கு அழைக்கப்பட்டபோதுதான் எனது இழப்பீடு வழங்கப்படாதது தற்செயலானது அல்ல என்பதைப் புரிந்துகொண்டேன். அந்த நிகழ்ச்சி த பக் ஸ்டாப் ஹியர். ஒரு மூத்த போலீஸ் அதிகாரியும் இந்நிகழ்ச்சிக்கு அழைக்கப்பட்டிருந்தார். எனக்கு ஏன் மறுவாழ்வு அளிக்கப்படவில்லை என்று அந்த அதிகாரியிடம் பர்கா கேள்வி எழுப்பினார். 'சந்தேகத்தின் பலன்களை' எனக்கு அளித்துதான் நான் விடுவிக்கப்பட்டுள்ளதாகவும் அதனால் மறுவாழ்வு உதவிக்கு நான் தகுதியானவன் இல்லை என்றும் அவர் கூறினார். இந்திய அரசமைப்புச் சட்டத்தில் உறுதியளிக்கப்பட்டுள்ள அடிப்படை உரிமைகள் எனக்கு வழங்கப்படுவதைத் தடுக்க எத்தனை வகையான சட்ட தந்திரங்களைக் கையாள்கிறார்கள்?

2014 மார்ச் 9ல் அனுஷா எங்கள் வாழ்க்கையில் வந்தாள். இப்போது இந்த அழகான குழந்தையைச் சுற்றிதான் எங்கள் வாழ்க்கை இருந்தது. அப்போதுதான் இது என் மண்டையில் உறுத்தியது — அனுஷா கானுக்கு என்ன மாதிரியான எதிர்காலம் காத்திருக்கிறது? அவளுக்கு நல்ல கல்வி அளிக்க உண்மையிலேயே விரும்புகிறேன். எனது கல்வியை நிறைவு செய்யவே விரும்பினேன். உயர் பாதுகாப்பு சிறையில் இருப்பதைக் காரணம்கூறி இக்னோவ் செல்வதை சிறைஅதிகாரிகள் தடுத்து விட்டனர்.

அனுஷா படிக்க விரும்புகிறேன். அநீதிக்கு எதிரான போராட்டத்துக்கு அனுஷா தன்னை அர்ப்பணிக்க வேண்டும் என்று விரும்புகிறேன். அவளது கல்வி தன்னைச் சுற்றியுள்ள உலகைப் புரிந்துகொள்ள உதவ வேண்டும். முறையான கல்வி கற்கும் வாய்ப்பு எனக்கு இல்லை. சிறையில் கழித்த ஆண்டுகள் பெரும்கல்வி! வேதாகமம் வாசித்தேன்; ராமாயணம், கீதை வாசித்தேன். துரதிர்ஷ்டவசமாக, குரு கிரந்த் சாகிப் எனக்கு கிடைக்கவில்லை. குரான் மொழிபெயர்ப்பும் வாசித்தேன். இந்த மதங்கள் எல்லாம் ஒரு குறிப்பிட்ட காலத்துக்காக உருவாக்கப் பட்ட அரசமைப்புச் சட்டங்கள் என்பதுதான் எனது எண்ணம். ஒரு கடலில் கலக்கும் நதிகள் போன்றுதான். அனைத்து மதங்களையும் மதிக்கிறேன்.

உண்மையில் நான் என் மகளுக்கு என்ன கற்றுத்தர விரும்புகிறேன் என்றால் நேர்மறை சிந்தனைக் கலைதான்! எனது நேர்மறை சிந்தனைத் திறன் தான் என்றாவது ஒருநாள் விடுதலையாவேன் என்ற நம்பிக்கைரேகை அழியாமல் பார்த்துக் கொள்ள உதவியது. பின்னர், நேர்மறை சிந்தனை எழுத்தாளர் நார்மன் வின்செண்ட் பீலே எழுதிய த அமேசிங் ரிசல்ட்ஸ் ஆப் பாசிடிவ் திங்கிங் என்ற ஆங்கிலப் புத்தகத்தின் இந்தி மொழிபெயர்ப்பை வாசிக்க நேர்ந்தபோது, நான் பிறவியிலேயே நேர்மறைச் சிந்தனையாளன் என்பதைப் புரிந்து கொண்டேன்.

இருந்தாலும், வாழ்க்கையில் தான் யார் என்பதை அனுஷாதான் முடிவு செய்யவேண்டும் என்பது உண்மைதான். அறிவுரையும் வழிகாட்டுதலும் அளிக்க முடியும். காலத்தின் அரசியல் சூழலைப் பொறுத்துதான் அனைத்தும் அமையும். காலம்தான் அவளது எதிர்காலத்தை முடிவுசெய்யும் அம்சம்.

நமது நாட்டின் சூழல் சாதகமாக இல்லாததால் இன்னமும் அச்சத்துடன்தான் வாழ்கிறேன். பல இசுலாமிய இளைஞர்கள் குறிவைத்துக் கடத்தப்படுகிறார்கள். போலீஸாரின் தாக்குதல் களுக்கும் பாதிப்புகளுக்கும் எளிதாகப் பலியாகக்கூடியவர்களாக இசுலாமிய மக்கள் இருக்கிறார்கள். உயர்நீதிமன்றம் முன் இரண்டு சீராய்வு மனுக்கள் உள்ளன. அவற்றில் விடுவிக்கப்படுவேன் என்ற நம்பிக்கை உள்ளது. சில நேரங்களில் இந்த இந்தியாவை விட்டு வெளியேறி வேறு பாதுகாப்பான ஒரு இடத்தில் வாழ வேண்டும் என்று விரும்புகிறேன். ஆனால் அப்படி ஒரு இடம் எங்குதான் இருக்கிறது?

குறிப்புகள்

1. ரோதக் ஹரியானாவில் உள்ளது. டெல்லி வெளிமாநில பேருந்து நிலையத்தில் இருந்து 84 கிமீ தொலைவில் இருக்கிறது.
2. ஆமிர் இங்கு போக்குவரத்து சிக்னல் விளக்குகளைக் குறிப்பிடுகிறார்.
3. டெல்லி மெட்ரோ ரயில்வே கார்ப்பரேசன் 1995 மே 3 அன்று அமைக்கப் பட்டது. மெட்ரோ ரயில் 2002 முதல் ஓடத்தொடங்கியது.
4. வழக்கமாக மூத்தோரால் வழங்கப்படும் நல்லறிவுரைகள்
5. மாசாசுசெட்ஸ் அடிப்படை மின் இதழ். இரு வட்டங்கள் இந்தியாவையும் இசுலாம் உலகையும் இணைக்கின்றன. இங்கு பணியாற்றிய மொகமத் அலி தற்போது தி இந்துவில் உள்ளார்.
6. அஜிஜ் பர்னே— ரோஜ்னாமா ராஷ்டிரிய சஹாரா (நாளிதழ்), பாஜ்மி சஹாரா (மாத இதழ்), ஆல்மி சஹாரா (வார இதழ்) ஆகிய குழும இதழ்களின் ஆசிரியர். தற்போது இதிலிருந்து விலகி அஜிஜ் உல் ஹிந்தி என்ற உருது நாளிதழைத் தொடங்கியுள்ளார். உருது பத்திரிகைத்துறைக்கு உரமேற்றியவர் என்றாலும் பரபரப்புத் தன்மைக்காக விமர்சிக்கப்பட்டவர்.
7. 2003ல் குஜராத்தில் இசுலாமியர்கள் இனப்படுகொலை செய்யப்பட்டதைத் தொடர்ந்து ஷப்னம் ஹஸ்மி ஜனநாயகம் மற்றும் மத நல்லிணக்கத்துக்காக இப்போதே நடவடிக்கையில் இறங்குவோம் (அன்ஹத்) என்ற அமைப்பை உருவாக்கினார். வீதி நாடகக் கலைஞரும், தொழிலாளர்களுக்காக நாடகம் போடும்போது குண்டர்களால் கொலைசெய்யப்பட்டவருமான சப்தர் ஹஸ்மியின் சகோதரி ஆவார்.
8. ராம் புணியானி — மும்பை ஐஐடி உயிரி மருத்துவ பொறியியல் பேராசிரியர். வகுப்பு நல்லிணக்கப் பணிகளில் முழு நேரம் ஈடுபட இப்பதவியில் இருந்து விருப்ப ஓய்வு பெற்றார்.
9. ஹைதராபாத் அடிப்படையிலான ஊடக நிறுவனம், உருது நளிதழ் கொண்டு வருகிறது. பழைய நகரத்தில் இளைஞர்களுக்கான கணினி மையங்கள் அமைக்கிறது.
10. மாநிலங்களவை உறுப்பினரான மொகமது அதீப். இசுலாமிய இளைஞர்கள் சட்டவிரோதமாக கைது செய்யப்படுவதற்கான தேசிய அளவிலான பிரச் சாரத்தைத் தொடுத்துள்ளார். இசுலாமியர்கள் தமக்கான சொந்த அரசியல் கட்சிகள் தொடங்குவதை எதிர்க்கிறார். அந்தந்த கட்சிகளில் இருந்தபடியே போராட வேண்டும் என்பது அவரது கருத்தியல் ஆகும்.

11. பட்டியல் சாதியில் பிறந்த ராம் விலாஸ் பஸ்வான் பீகார் மாநிலத்தைச் சேர்ந்தவர். இந்திரா காந்தி திணித்த அவசரநிலைப் பிரகடனத்தை எதிர்த்து சிறை சென்றார். லோக் சக்தி கட்சியைத் தொடங்கினார். மத்திய அமைச்சராக பதவி வகித்துள்ளார்.

12. 2013 ஆகஸ்டில் துண்டா கைது செய்யப்பட்டதாக பத்திரிகை செய்திகள் கூறுகின்றன. இது குறித்த முரண்பட்ட செய்திகளும் உள்ளன. அவர் 2000த்திலேயே வங்கதேசத்தில் இறந்துவிட்டதாகக் கூறப்பட்டது. பின் அது தவறு என்று கூறப்பட்டது. 2006ல் கென்யாவில் கைது செய்யப்பட்டார். ஆனால் தப்பிவிட்டார். அவர் அப்துல் குத்துஸ் என்றபெயரில் பாகிஸ்தான் வழங்கிய கடவுச்சீட்டு வைத்திருந்தார்.

13. அன்னிய செலவாணி மேலாண்மை சட்டம், 1999.

நன்றி நவிலல்

பல மனிதர்களிடமிருந்து நேசத்தையும் உதவிகளையும் பெற்றிருக்கிறேன். உங்கள் ஒவ்வொருவருக்கும் எனது நன்றிகள். எனக்கு உதவிகள் புரிந்தவர்களில் பெரும்பாலானோர்களை இப்புத்தகத்தில் ஏற்கனவே குறிப்பிட்டிருக்கிறேன். மற்றவர்கள் பெயர்களை நான் மறந்திருந்தாலும் அவர்களது அன்பையும் பாசத்தையும் என்றும் மறக்கமாட்டேன் என்பதை அவர்கள் அறிவார்கள்.

பல சிறைகளில், எனக்குப் பல வழிகளில் உதவிகள் செய்த எனது சக கைதிகளுக்கு நான் என்றும் நன்றியுள்ளவனாக இருப்பேன். கசூரி சிறையில் உணவு கடத்தியதாக என் மீது கூறப்பட்ட புகாருக்கு எதிரான மேல் முறையீட்டு மனுக்களை எழுதுவதற்கு உதவியவர்கள்; கடுமையான தருணங்களில் உடனிருந்து நான் நம்பிக்கையிழக்காமல் ஊக்கமளித்தவர்கள் அனைவருக்கும் எனது நன்றிகள். அவர்களில் பலர் இன்னமும் சிறைக்கம்பிகளுக்குப் பின்னால்தான் இருக்கிறார்கள். இது எனது கதை

மட்டுமல்ல, அவர்களின் கதையும்தான் என்பதை அவர்கள் அறிவார்கள்.

எனது விடுதலைக்காக உண்மையாகவும் தீவிரமாகவும் பணியாற்றிய வழக்கறிஞர்களை நான் பெற்றது, எனது பெரும்பேறாகும். தவறான பொய் சாட்சியம் அளிக்க மறுத்த சாட்சிகள்; நியாயமான தீர்ப்பளித்த நீதிபதிகள் அனைவருக்கும் எனது நன்றிகள்.

விடுதலைக்குப் பிறகு என்னை ஆதரித்துக் கொண்டிருக்கும் அனைவருக்கும் எனது நன்றி நவிலலைக் காட்ட விரும்புகிறேன். பத்திரிகையாளர்கள், அரசியல் வேறுபாடுகள் இல்லாமல் தங்கள் உதவிகளை நல்கியதோடல்லாமல் இன்றும் தொடர்ந்து கொண்டிருக்கும் அரசியல் தலைவர்கள். அவர்களின் உதவி களால் மட்டுமே, இந்து, முஸ்லிம், கிறித்துவம், சீக்கியம் என அனைத்து மதத்தவரும் இந்த நாட்டின் சம உரிமைகொண்ட சொத்துகள் என்ற உணர்வினையும் நம்பிக்கையினையும் நான் பெற முடிந்திருக்கிறது.

ஷப்னம் ஹஸ்மி மற்றும் அன்ஹத் குழுவிற்கு எனது தனிச் சிறப்பான நன்றிகளைத் தெரிவிக்க விரும்புகிறேன். அன்ஹத் இப்போது எனது இரண்டாவது குடும்பம். தனது ஆதரவுக்கரம் நீட்டிய ஹர்ஷ் மந்திருக்கும்.

எனது கதையை எழுதும்படி என்னைத் தூண்டி, அதை சட்டம், அரசியல் பொறுத்தப்பாட்டில் உருவாக்கிய நந்திதா ஹக்ஸருக்கும் எனது நன்றி. எந்தக் கட்டணமும் விதிக்காமல் தனது நோயாளியாக என்னை எடுத்துக்கொண்ட டாக்டர் அச்சல் பகத்துக்கும் எனது நன்றி.

எனது கதையைப் பதிப்பிக்க முன்வந்த ரவி சிங், இப்புத்த கத்தை எடிட் செய்து எனக்கு வாசித்துக்காட்டிய பரோமித்திரா ஆகியோருக்கும் நன்றி.

என் மீது முழுமையான நம்பிக்கை கொண்டு எனது விடு தலைக்காகப் பாடுபட்ட எனது குடும்பத்தினருக்கு நான் என்றென்றும் நன்றியுள்ளவனாக இருப்பேன். தமது ஆதரவினை நல்கிய எனது சகோதரிகள் மற்றும் மாமாக்களுக்கும், குறிப்பாக தமது பாதுகாவலரை இழந்தபின்னும் இந்த உலகத்தில் வெளியே வந்து தனது மகனுக்கு நீதி கிடைக்கப் போராடி தன்னிகரில்லாத

துணிச்சலை வெளிப்படுத்திய ஆம்மிக்கும் நன்றி.

நம்பிக்கையை ஒரு துளியும் இழக்காமல் எனக்காகக் காத்திருந்த ஆலியாவுக்கும், எனது வாழ்வின் ஜீவனாகவும் மகிழ்ச்சியாகவும் திகழும் செல்லக்குட்டி அனுஷாவுக்கும் நன்றி.

எங்களது புதிய இல்லத்தில் நான் அலுவலகம் புறப்படும் முன்பான ஒரு காலை நேரத்தில் ஆம்மியுடன்

ஆம்மியுடன் கடைசி ஈத் திருநாள்; சில தினங்கள் கழித்து இதே நாற்காலியில் அமர்ந்து காலமானார்.

ஆலியா, நான் – எங்கள் திருமண நாளில்.

ஆலியா இப்போது என் மனைவி

அன்ஹத் ஏற்பாடு செய்த ஒரு கருத்தரங்கில் ஆலியா, அனுஷா, நான்.

மனித உரிமைகள் கருத்தரங்கில் அனுஷாவுடன் நான்.

இந்த அமைப்பால் பலியாக்கப்பட்டவன் என்று மட்டும் என்னைச் சித்திரிக்கும் மின்னூடகம்.

இசுலாமியத் தலைவர்கள் ஏற்பாடு செய்த கூட்டத்தில் உரையாற்றிக் கொண்டிருக்கிறேன்.

பின்னொருநாள்

அன்று, அக்டோபர் 2015. டெல்லியில் எனது இல்லத்தில் ஆமிருடன் நான் அமர்ந்திருந்தேன். இப்புத்தகத்தின் முதல் எழுத்துப்படியை முழுமையாக வாசித்து முடித்திருந்தார். இடையிடையே சில சொற்கள், தொடர்களுக்கான அர்த்தங்களைக் கேட்டுத் தெரிந்துகொண்டார். தனது புத்தகம் விரைவில் வெளிவர உள்ளது என்ற கிளர்ச்சிவயப்பட்டிருந்தார்.

அவரது புத்தகத்தின் பின்னிணைப்புகளுக்கான வாய்ப்புகள் குறித்து விவாதித்துக் கொண்டிருந்தோம். தனது புகைப்படங்களை ஒரு பென்டிரைவில் எடுத்துவந்திருந்தார். புகைப்படங்கள் தனிக்கோப்புகளில் நேர்த்தியாக ஒழுங்கமைக்கப்பட்டிருந்தன; பல்வேறு கூட்டங்களில் தான் உரைநிகழ்த்தும் புகைப்படங்கள், தன்னைப் பற்றி நாளிதழ்கள், இதழ்கள் வெளியிட்ட செய்திகள் மற்றும் கட்டுரைகளின் நறுக்குகள், நியூயார்க் டைம்ஸ் அவர் குறித்து எழுதிய நீண்ட கட்டுரையும் அவற்றில் அடக்கம், போராட்டங்கள், ஆர்ப்

பாட்டங்களில் அவர் கலந்துகொண்ட படங்கள் மற்றும் அவரது திருமணம் மற்றும் குலு, மனாலி தேனிலவு புகைப்படங்கள் என தனி கோப்புகளில் ஒழுங்கு செய்திருந்தார்.

அவரது தேனிலவு புகைப்படங்கள் கோப்பினை திறந்தபோது அதில் ஆமிர் பாராகிளைடிங் சாகசத்தில் ஈடுபட்ட பல புகைப்படங்கள் இருந்தன. முதல் புகைப்படத்தில் ஆமிர் வானத்தைப் பார்த்துக்கொண்டு இருந்தார். இரண்டாவது ஒன்றில் அவர் கிளைடரில் இருந்தார். மூன்றாவதில் அவர் பாராகிளைடில் பறந்த காட்சி இருந்தது. பாராகிளைடரில் பறந்தபடியே தரை யிறங்கிய புகைப்படமும் இருந்தது.

'உண்மையிலேயே சுதந்திரமாக உணர்ந்தேன்.'

'பாராகிளைடரில் பறக்க ஆலியா முயலவில்லையா?'

'இல்லை. மிகவும் பயந்தார்.'

'எது உங்களைச் சுதந்திரமானவராக உணரச்செய்கிறது? சிறையில் இருந்து வெளியேவந்து கிட்டத்தட்ட நான்கு ஆண்டுகள் முடிந்துள்ளன.'

'உண்மைதான், ஒருவகையில் சுதந்திரமானவன். அனைத்து அடிப்படை வசதிகளும் இருக்கின்றன. சிறையில் இவை எதுவும் கிடையாது. நான் விரும்பும் எங்கும் செல்லலாம், விரும்பும் யாரையும் சந்திக்கலாம், விரும்பும் எதையும் சாப்பிடலாம். ஆனால் உண்மையான சுதந்திரத்தை என்னால் உணர முடியவில்லை.'

'ஏன் அப்படிச் சொல்கிறீர்கள்?'

'எனது வழக்குகள் இன்னமும் நீதிமன்றத்தின் முன் உள்ளன. இரண்டு சீராய்வு மனுக்களை உயர்நீதிமன்றம் இன்னமும் விசாரிக்கவில்லை. நீதி கிடைக்க இன்னமும் எத்தனை ஆண்டுகள் நான் காத்திருக்க வேண்டும் என்பது தெரியவில்லை.'

தேசிய மனித உரிமைகள் ஆணையம் என்ன செய்கிறது?

ஆமிர் வழக்குகள் நிலைகுறித்து விரிவான அறிக்கை அளிக்குமாறு டெல்லி காவல் ஆணையருக்கு மார்ச் 2014ல் தேசிய மனித உரிமைகள் ஆணையம் நோட்டீஸ் அனுப்பியுள்ளது. பதினான்கு

ஆண்டுகள் தவறாக சிறையில் அடைக்கப்பட்டதற்காக ரூ 5 லட்சம் இழப்பீடு வழங்கும் உத்தேசம் இருப்பதாக மனித உரிமை ஆணையம் அறிவித்திருப்பதாக செய்திகள் வருகின்றன. ஆனால், எவ்வளவு தொகை கொடுத்தாலும் தான் இழந்த ஆண்டுகளைத் திரும்பத் தராது என்கிறார் ஆமிர்.

'உங்கள் வேலை என்ன ஆனது? அன்ஹத்தில் இருந்து விலகி விட்டீர்களா?'

தான் அன்ஹத்திலிருந்து விலகவில்லை என்கிறார். இப்போதும் தன்னார்வ அடிப்படையில் அங்கு பணியாற்றிக்கொண்டுதான் வருகிறார். ஆனால், அன்ஹத் நிதிநிலை மோசமாக இருக்கிறது. அனைத்து அரசுசாரா அமைப்புகளுமே அமைதி, ஜனநாயகம் மதச்சார்பின்மை மற்றும் மத நல்லிணக்கம் ஆகிய பிரச்சனை களுக்காகப் பணியாற்றுவதாகக் கூறுகிறார். அவர்களுக்கு எதிராக அரசு பொய் வழக்குகளைப் போடுகிறது. மேலும், தாம் வணிகம் செய்து பணம் ஈட்டவேண்டும் என ஆலியா விரும்புவதாகவும் ஆமிர் கூறுகிறார். தனது மகள் குறித்து ஆலியா அதிகம் கவலைகொள்கிறார். ஏனென்றால், இருவருமே அனுஷாவுக்கு நல்ல கல்வியளிக்க விரும்புகிறார்கள். அவர் ஏதாவது வணிகத்தில் ஈடுபடவேண்டும் என்று நானும் அவருக்குக் கூறியதை நினைவூட்டினேன். வணிகத்தின் இடையே கிடைக்கும் நேரத்தில் சமூகச் செயல்பாடுகளிலும் ஈடுபடலாம். நிச்சயமற்ற புன்னகையை உதிர்க்கிறார்.

'ஆம், நினைவிருக்கிறது. வியாபாரத்துக்கு முயற்சித்தேன்.'

தமது பணத்தில் ரூ 50,000 போட்டு மற்றொரு பங்குதாரருடன் இணைந்து செயற்கை நகைகள் வியாபாரம் தொடங்கியதாகக் கூறினார். அதில் அவர்கள் ரூ.12,000 லாபமும் எடுத்துள்ளனர். ஆனால், நகைகள் எங்கு வாங்கப்படுகிறது என்ற தகவலை ஆமிரின் பங்குதாரர் கூற மறுத்திருக்கிறார். ஆமிர் ஏன் இதை இணையம் வழியாகச் செய்யக்கூடாது? இதற்கு தனக்குச் சிறிது பயிற்சி தேவைப்படுகிறது என்றார். 'நான் இப்போதுதான் உலகினைப் புரிந்துகொள்ளத் தொடங்கியிருக்கிறேன். இன்னும் கொஞ்சகாலம் ஆகலாம்' என்று கூறி புன்னகைக்கிறார் ஆமிர்.

ஆனால், அவரது கண்கள் அவரது புன்னகையை வெளிப்படுத்த வில்லை. 'இன்னமும் கொடுங்கனவுகள் வருகிறதா?' என்றேன்.

'இல்லை. இப்போது எவ்வளவோ பரவாயில்லை. ஆனால், இன்னமும் சிகிச்சையில் இருக்கிறேன்.'

ஆமிரின் குணாம்சத்தைப் பொறுத்தவரை மிகவும் குறிப்பிட்டுச் சொல்லத்தக்கது யதார்த்தத்தை எதிர்கொள்ளும் போராட்ட குணமும், அதோடு மல்லுக்கட்டுவதும் ஆகும். அவரை நேர் காணல்கள் செய்தபோது ஆமிருக்கு சில உளவியல் சிகிச்சைகள் தேவை என்று உணர்ந்தேன். ஆனால், இப்பரிந்துரையை அவர் எவ்வாறு எடுத்துக் கொள்வாரோ என்ற அச்சம் காரணமாக அவரிடம் சொல்லவில்லை. ஆனால், அவரே எனக்கு அத்தகைய மருத்துவ உதவி தேவைப்படுகிறது என்பதை வெளிப்படையாகச் சொன்னபோது எனக்கு உண்மையில் ஆச்சரியமாக இருந்தது.

யாராவது உளவியல் மருத்துவரைத் தெரியுமா என என்னிடமே ஆமிர் கேட்டார். நான் டாக்டர் அச்சல் பகத் அவர்களிடம் பேசி நேரம் வாங்கித் தந்தேன்.

'அடுத்து டாக்டர் அச்சல் பகத்தை சந்திக்கும்போது எனது நன்றியைத் தெரிவிக்க மறக்காதீர்கள்.' ஆமிர் இதனை என்னிடம் மூன்றாவது தடவையாகச் சொல்கிறார்.

இதன் மூலம் தான் உளவியல் சிகிச்சை எடுத்துக்கொள்கிறேன் என்பதையும் ஒப்புக்கொள்கிறோம் என்பதை பிரக்ஞையில் எடுத்துக்கொள்ளவில்லை. இது உண்மையில் சிறப்பானது. சிகிச்சை எப்படிப் போய்க்கொண்டிருக்கிறது? என்று விசாரித்தேன்.

'உண்மை உங்களுக்குத் தெரியவேண்டுமா? நான் எனது கதையைக் கூறினேன். அதைக்கேட்ட உதவி சிகிச்சையாளர் கதறத்தொடங்கிவிட்டார்.'

நாங்கள் சிரித்துக்கொண்டோம். ஆமிரின் பயங்களும் பிரச்சனைகளும் உண்மையானவை. எதிர்காலம் குறித்தும் தனது சின்னஞ்சிறிய குடும்பம் குறித்தும் அரசியல் பயங்கரவாதம் அதிகரிப்பது குறித்தும் ஆமிருக்கு ஏற்பட்டுள்ள பதற்றத்தை ஒரு மருத்துவர், எந்த அளவுக்கு தணிக்கமுடியும் என்பது எனக்கு வியப்பாகத்தான் இருந்தது.

அவரது அம்மா குறித்துக் கேட்டேன். சில நாட்கள் முன்பு மறைந்துவிட்டதாகக் கூறினார்.

அம்மா ஒரு நாற்காலியில் உட்கார்ந்திருக்க ஆலியாவும்

அனுஷாவும் பக்கத்தில் நிற்க ஒரு புகைப்படம் காண்பித்தார். 'இதுதான் எங்கள் கடைசிப் புகைப்படம். அடுத்து சில நாட்களில் மவுத் ஆனார். கடந்த ஈத் பெருநாளில் எடுத்தபடம் இது. மகிழ்ச்சியாகத் தெரிகிறார் இல்லையா? அன்றைக்கு, ஆம்மிக்கான உணவை ஆலியா தயார் செய்து கொண்டிருந்தார். ஆம்மியின் டயாபாரை நான் மாற்றினேன். ஒரு டம்ளர் குடிநீர் ஆம்மிக்கு கொடுத்தேன். அவர் நாற்காலியில் உட்கார்ந்திருந்தார். என்னைப் பார்த்தார். கண்களில் நீங்காத அன்பு. கவலையுடன் பார்த்தார். ஆழமான ஒரு சுவாசம். அத்துடன் அவர் உயிர் பிரிந்தது. அது, 2015 அக்டோபர் 15 காலை 9 மணி ஆகும். அவரது கடைசி ஆண்டுகளிலாவது ஆம்மியுடன் இருக்க நான் கொடுத்து வைத்திருந்தேன். மருமகளைப் பார்த்துவிட்டார், பேத்தி எடுத்துவிட்டார்...'

ஆலியா எப்படி இருக்கிறார்?

ஆமிர் இப்போது தர்மசங்கடமாக நெளிகிறார். தமது மனைவி குறித்துப் பேசும்போது வெட்கப்புன்னகை வெளிப்படுகிறது. அவரது உதடுகளில் புன்னகை நெளியும்போது அவரது கண்களும் சிரிக்கின்றன. 'ரொமாண்டிக் சினிமாக்களுக்கு அழைத்துப்போவதில்லை என்று ஆலியா இன்னமும் புகார் கூறுகிறார். ஆனால், எனக்கு தீவிர கதைப்படங்கள்தான் பிடிக்கின்றன.'

'அனுஷா— எனது மகள் குறித்து கவலைப்படுகிறேன்.'

'ஏன் அவளுக்கு என்னாச்சு?' சற்று பதற்றத்துடன் கேட்கிறேன்.

'அரசியல் சூழ்நிலை மேலும் மேலும் மோசமடைகிறது. நிதிஷ் வெற்றிபெற்றுள்ளார். ஆனால் வகுப்புவாதம் வளர்கிறது. 2013ல் முஜாபர்நகர் கலவரங்களைப் பார்த்தேன். 2014ல் தில்சாத் பாக்கில் தேவாலயம் எரிக்கப்பட்டது. நானே சிறுபான்மையினருக்கு எதிரான அடக்குமுறைகளை எதிர்கொள்கிறேன். எனது மகள் வளரும்போது என்ன மாதிரியான உலகை எதிர்கொள்வாள்?'

'இக்கவலையை வெளிப்படுத்துவதோடு இப்புத்தகத்தினை நிறைவு செய்யலாமா?'

'இல்லை. நான் முழுமையாக விடுதலையடையவில்லை. ஆனால், நான் சிறையிலும் இல்லை. வெளியிலும் இல்லை. அநீதிக்கு

எதிராகப் போராடிக்கொண்டிருக்கிறேன். ஜனநாயகம் மற்றும் மதச்சார்பின்மைக்கான போராட்டத்தில் நாம் மேலும், மேலும் இணைந்தால் நாம் இந்த சமுதாயத்தை மாற்றலாம்.'

முதலில் அவரது இச்சொற்கள், வெறும் அரசியல் அலங்கார சொற்களாகப்பட்டது; ஆனால், அவரது உணர்வுகளைப்பார்க்கும் போது ஜனநாயகம், மதச்சார்பின்மை ஆகிய சொற்களை மிகவும் ஆழமான அர்த்தங்களில் ஆமிர் உச்சரிப்பதைப் புரிந்துகொள்ள முடிந்தது. அந்த ஒரு நம்பிக்கையில்தான் ஆமிர் வாழ்கிறார். அந்த ஒரு நம்பிக்கைதான் ஆமிரை வாழ வைக்கிறது.

நந்திதா ஹக்ஸர்
புதுடெல்லி

பின்னிணைப்பு 1

*138 (2007) டெல்லி லா டைம்ஸ் 759 (டிபி)
டெல்லி உயர்நீதிமன்றம்*

ஆர். எஸ். சோதி & பி. கே. பாஷின், ஜெஜெ
மொகமத் ஆமிர் கான் — மனுதாரர்

எதிர்
அரசு — பிரதிவாதி

Criminal Apeal No. 823 of 2003 & Cri. M. 6130 of 2003 - Decided n 4.8. 2006

இந்திய குற்றவியல் சட்டம், 1860, — பிரிவுகள் 302, 307, 436 — வெடிபொருள்கள் சட்டம் — பிரிவு 3 — கொலை, கொலை முயற்சி, தீயால் வினையாற்றுதல் — வெடிபொருள்களைப் பயன்படுத்துதல் — சூழ்நிலை சாட்சியங்கள் — சான்றுகளை ஏற்றல் — சம்பவ இடத்தில் மனுதாரரின் இருப்பை ஐயம் கொள்ள முடியாது; ஆனால், இருத்தல் மட்டுமே

குற்றம்சாட்டப்பட்டவர் மீது சுமத்தப்பட்ட குற்றங்களை நிரூபிக்கப் போதுமானதல்ல — இந்த வழக்கில் சூழ்நிலைகள் குற்றச்சாட்டப்பட்டவர் மீதான குற்றங்களை நிரூபிக்க சூழ்நிலையால் எழுந்த சம்பவக் கோர்வை போதுமானதாக இல்லை — குண்டுவெடிப்புக்கு முன்பாக மனுதாரர் அக்கடையில் இருந்தார் என்ற ஒரு உண்மை போதுமானது இல்லை— குண்டுவைப்பதற்காக அவர் வரவில்லை — குண்டுவெடித்த நாற்காலியைச் சுற்றி மற்றவர்களும் இருந்துள்ளதால் வேறு சாட்சியங்கள் இல்லாத நிலையில் மனுதாரரை மட்டும் தனிமைப்படுத்தி குற்றம் சுமத்த முடியாது — கூடுதல் செசன்ஸ் நீதிபதி அளித்த உத்தரவு ரத்து செய்யப்படுகிறது — குற்றவாளி மீது சுமத்தப்பட்ட குற்றங்களை நிரூபிக்க அரசுத்தரப்பு தவறி விட்டது — குற்றங்கள் நிரூபிக்கப்பட்டுள்ளதாக வழங்கப்பட்ட தீர்ப்பு ரத்து செய்யப்படுகிறது.

(பக். 763 — 764 பாராக்கள் 11 — 14)

முடிவு: சீராய்வு ஏற்கப்பட்டது.

கட்சிக்காரர்களுக்காக ஆலோசகர்கள்:

மனுதாருக்காக: திரு ராஜேஷ் மகாஜன், அட்வகேட்.

பிரதிவாதிக்காக: திரு ரவீந்தர் சைடா, கூடுதல் அரசு வழக்கறிஞர், ஜெகதீஷ் பிரகாஷ் உடன்.

தீர்ப்பு

ஆர். எஸ். சோதி, ஜெ. குற்றவியல் சீராய்வு மனு *Criminal Apeal No. 823 of 2003,* 23.4.2003 அன்று வழங்கப்பட்ட குற்ற நிரூபண தீர்ப்பினையும் 8.5.2003 அன்று டெல்லி கூடுதல் செசன்ஸ் நீதிபதி அவர்களால் ஐபிசி 302/307/436 பிரிவுகள் கீழும், இந்திய வெடிபொருள்கள் சட்டம் பிரிவு 3ன் கீழும் மனுதாரர் மீதான குற்றங்கள், டெல்லி கரோல்பாக் காவல் நிலையம் எப்.ஐ.ஆர் எண் 631/1997ன்படி தொடரப்பட்ட செசன்ஸ் வழக்கு எண் 104/1998ல் நிரூபிக்கப்பட்டுள்ளதாக கூறப்பட்டு அறிவிக்கப்பட்ட தண்டனையையும் எதிர்த்து மனுதாரர் சீராய்வு மனு தாக்கல் செய்துள்ளார்.

2 அரசுத்தரப்பு விளக்கம், மனுதாரர் மறுசீராய்வு கோரும் கூடுதல் செசன்ஸ் நீதிபதி உத்தரவில் கூறப்பட்டுள்ளபடி:

"26.10.1997 அன்று துணை ஆய்வாளர் சந்தீப் சிங், தலைமைக் காவலர் மக்கன் சிங் மற்றும் இதர அதிகாரிகளுடன் ரோந்து சென்றபோது, ஹர்தயாள் சிங் சாலை, அஜ்மல் கான் சந்திப்பு அருகே மாலை 7 மணி அளவில் குண்டுவெடித்த சத்தத்தினை சந்தீப் சிங் கேட்டு, சம்பவ இடம் அருகே, அதாவது ரோஷான் டி குல்ஃபி கடைக்குச் சென்றார். துணை கூடுதல் காவலர் மற்றும் ஏசிபியும் உடன் சென்றனர். குண்டுவெடிப்பில் பலருக்குக் காயங்கள் ஏற்பட்டிருந்தன. கடைக்கும் பாதிப்பு ஏற்பட்டிருந்தது. காயமடைந்தவர்கள் டாக்டர் ராம் மனோகர் லோகியா மருத்துவமனைக்கும் ஸ்ரீ கங்காராம் மருத்துவமனைக்கும் சிகிச்சைக்காகக் கொண்டுசெல்லப்பட்டனர். பசந்த் விஹார் குடியிருப்பு வாசியான குமாரி சோனியா, த/பெ ஜி. எஸ். அரோரா உயிரிழந்ததாக மருத்துவர்களால் அறிவிக்கப்பட்டார்.

காயமடைந்தவர்களிடமிருந்து எம்.எல்.சி சேகரித்துக் கொண்டு துணை ஆய்வாளர் சந்தீப் சிங் சம்பவ இடத்துக்குத் திரும்பினார். ரோஷான் டி குல்ஃபி கடை உரிமையாளர் அசோக் குமார் சோனியிடம் துணை ஆய்வாளர் சந்தீப் சிங் வாக்குமூலம் பதிவு செய்தார்.

அசோக் குமார் சோனி அளித்த வாக்குமூலத்தில் ரோஷான் டி குல்ஃபி கடை மற்றும் உணவகத்தின் உரிமையாளர் தாம் என்றும், சம்பவம் நடந்த 26.10.97 அன்று மாலை 7 மணிக்கு அங்கு இருந்ததாகவும் கூறினார். அப்போது கடையில் வாடிக்கையாளர்கள் கூட்டம் அதிகமாக இருந்துள்ளது. உணவுப்பொருள்கள் ஊழியர்கள் மூலம் வாடிக்கையாளர்களுக்கு பரிமாறப் பட்டுக்கொண்டிருந்தன. திடீரென குண்டு வெடித்தது. கடை முழுவதும் புகை மூடியது. பலர் காயமடைந்தனர் என்றார்.

காவல்நிலையத்துக்கு புலனாய்வு ஆய்வாளர் (ஐஓ) அனுப்பிய ருக்கா அடிப்படையில் முதல் தகவல் அறிக்கை பதிவு செய்யப்பட்டது. அவரும் சம்பவ இடத்துக்கு நேரில் சென்று ஆய்வு செய்தார். சம்பவ இடம் அவரால் புகைப்படம் எடுக்கப்பட்டது. மேலும் சம்பவ இடத்திலிருந்து இரும்புப் பொருட்கள்,

டிப்பா போன்ற பொருட்கள் சேகரிக்கப்பட்டன. காயமடைந்தவர்களின் வாக்குமூலம் நேரில் பார்த்த சாட்சிகளின் வாக்குமூலங்கள் சேகரிக்கப்பட்டன, உயிரிழந்த குமாரி சோனியாவின் உடல் உடல்கூறு பரிசோதனைக்கு அனுப்பப்பட்டது.

ஆய்வின் போது கைப்பற்றப்பட்ட வெடிக்கும் பொருட்கள் சண்டிகார், சி.எப்.எஸ்.எல் நிறுவனத்துக்கு ஆய்வுக்காக அனுப்பிவைக்கப்பட்டது.

இந்த வழக்கின் ஆய்வு குற்றப்பிரிவுக்கு மாற்றப்பட்டது. எப்.ஐ.ஆர் எண் 49/98 வழக்கில் குற்றம்சுமத்தப்பட்ட ஆமிர் கான் 27.2.1998 அன்று கைது செய்யப்பட்டார்; காவல்நிலையம் ரயில்வே மெயின், டெல்லி. ஒரு ரிவால்வர் மற்றும் பயன்படுத்தப்படாத 10 காட்ரிட்ஜ்கள் அவரிடமிருந்து பறிமுதல் செய்யப்பட்டன. குற்றம் சுமத்தப்பட்டவர் விசாரணை செய்யப்பட்டு வாக்கு மூலம் பெறப்பட்டது. விசாரணையின்போது கரோல் பாக், ரோஷான் டி குல்ஃபி கடையில் குற்றவாளி குண்டு வைத்தார் என்பது தெரியவந்துள்ளது.”

3. புலனாய்வு நிறைவடைந்த நிலையில் மனுதாரர் மற்றும் குண்டு தயாரித்து அதனை மொகமது ஆமிர் கானுக்கு வினி யோகித்ததாகக் குற்றம் சுமத்தப்பட்டுள்ள மொகமது ஷகீல் ஆகியோருக்கு எதிராக காவல்துறை நீதிமன்றத்தில் வழக்கு தாக்கல் செய்தது. அவரது சக குற்றவாளி விடுவிக்கப்பட்டுள்ள நிலையில் மனுதாரர் மீது 302/307/436 பிரிவுகளின்கீழும் வெடி பொருள்கள் சட்டம், பிரிவு 3ன் கீழும் குற்றங்கள் சுமத்தப் பட்டன.

4. மனுதாரருக்கு எதிராக தொடுக்கப்பட்ட குற்றங்களின் தொகுப்பு என்னவென்றால் 26. 10. 1997அன்று ரோஷான் டி குல்ஃபி என்று அறியப்படும் பீடன் புராவில் அவர் குறைந்த திறன் கொண்ட வெடிகுண்டுகளை அதிக மக்களைக் கொல்லும் நோக்குடன் வைத்துள்ளார். குண்டு வெடித்து குமாரி சோனியா உயிரிழக்கக் காரணமாக இருந்துள்ளது. மேலும் இதனால் பலருக்கு காயங்கள் எற்பட்டுள்ளன. தவிர சொத்து சேதமும் எற்பட்டுள்ளது. ஆனால் தம்மீது சுமத்தப்பட்ட குற்றச்சாட்டுகள் புனையப்பட்டவை என்று மனுதாரர் முறையீடு செய்துள்ளார்.

அவரது மனு விசாரணைக்கு எடுக்கப்படுகிறது.

5. அரசுத்தரப்பு தனது தரப்பை நியாயப்படுத்த, காயமடைந்த நபர்கள் உட்பட 62 சாட்சிகள் அளித்த சாட்சியங்களை ஆய்வு செய்திருக்கிறது. பிரதிவாதி தரப்பினை விசாரணை மன்றம் கீழ்க்கண்டவாறு பதிவுசெய்துள்ளது:

> *"பாகிஸ்தானில் திருமணம் செய்து கொடுக்கப்பட்ட தனது சகோதரியைக் காண பாகிஸ்தான் செல்வதற்காக விசா கோரி விண்ணப்பிக்க சாணக்கியபுரியில் உள்ள பாகிஸ்தான் தூதரகத்துக்கு 1997ல் சென்றுள்ளார். அங்கு குப்தா ஜி என்பவர் சந்தித்து இந்திய அரசு உளவுத்துறைக்காகப் பணியாற்றுவதாக அறிமுகப் படுத்திக் கொண்டுள்ளார். அவரை அருகிலுள்ள கடைக்கு அழைத்துச் சென்று நாட்டுக்காக சேவையாற்றினால் அரசு அவருக்கு நிதி உதவி செய்வதோடு உங்கள் குடும்பத்தையும் பாதுகாக்கும் என்று கூறினார். பாகிஸ்தான் கடற்படை, அதன் அதிகாரிகள், பாகிஸ்தான் கடற்படை தொடர்பான லச்சினை முத்திரைகளின் தொகுப்பு ஆகியவற்றை சேகரிப்பதுடன் கராச்சியில் அவரைச் சந்திக்கும் ஒரு நபர் அளிக்கும் ஆவணங்களையும் சேகரித்துக்கொள்ள வேண்டும் என்று கூறப்பட்டுள்ளார். 12.12.1997 அன்று தனது சகோதரியைச் சந்திக்க கராச்சி சென்ற அவர் அங்கு நோய்வாய்ப்பட்டுள்ளார். அவர் சேகரிக்க வேண்டிய ஆவணப்பொருள்களைச் சுற்றி கடுமையான பாதுகாப்பு போடப்பட்டுள்ளதால் அவற்றை அவரால் சேகரிக்க முடியவில்லை, ஆனால், கராச்சியில் ஒரு நபர் மூலம் பெறவேண்டிய ஆவணங்களைச் சேகரித்துள்ளார். 12.2.1998 அன்று இந்தியா திரும் பினார். திரும்புகையில் வாகா எல்லையில் பாகிஸ்தான் போலீஸ் மற்றும் இந்திய போலீஸால் பயணிகள் கடுமையாகப் பரிசோதிக்கப்படுவதைப் பார்த்து, பயந்து, பாகிஸ்தானில் பெற்று இந்தியாவில் சேர்க்கப்படவேண்டிய ஆவணங்களைத் தூக்கி வீசியெறிந்துள்ளார். அதன்பிறகு குப்தாஜியைச் சந்தித்து தனது இயலாமையை வெளிப்படுத்தியுள்ளார். இதனடிப்படையில் பொய்வழக்குகளில் சிக்கவைத்து விடுவேன் என்று குப்தாஜி மிரட்டியுள்ளார். 20.2.98*

அன்று பகதூர்கார் சாலையைக் கடக்கும்போது ஒரு ஜிப்சிவேனில் சிலரால் கடத்தப்பட்டு, குப்தாஜி, ஏசிபி ரவி சங்கர், ஆய்வாளர்கள் ராஜேந்தர் பாட்டியா, ராகேஷ் தீட்சித், சுபாஷ் தாண்டன் ஆகியோர் இருந்த அலுவலகத்துக்குக் கொண்டுசெல்லப்பட்டார். அங்கு அவர்களால் சித்ரவதை செய்யப்பட்டு வெள்ளைத் தாள்களில் கையெழுத்து பெற்று இந்த வழக்கில் தவறாகச் சேர்க்கப்பட்டார்.

எப்படியிருந்தாலும், இந்த வழக்கில் அவரது கூற்றுக்கு சாட்சிகள் இல்லை."

6. அரசுத்தரப்பு வாதம் முதன்மையாக அரசுத்தரப்பு சாட்சி (அ.சா) 1, திரு விகாஷ் மற்றும் அ.சா அவர் தாயார் திருமதி சுஷ்மா நருலா ஆகியோரின் சாட்சியங்களையே சார்ந்துள்ளது. அதாவது அ.சா 1, திரு விகாஷ். 26.10.1997 அன்று அவரும் அவரது தாயார் சுஷ்மா நருலா, என். டி. வர்மா, அவரது மனைவி நமிதா, மகள் வாணி ஆகியோர் கரோல் பாக்குக்கு சாமான்கள் வாங்கச் சென்றதாக அவர் தமது சாட்சியத்தில் கூறியுள்ளார். கரோல் பாக்கில் இந்த சாட்சி மற்றவர்களுடன் அஜ்மல்கான் சாலை ரோஷான் டி குல்ஃபி கடைக்குச் சென்றார். ரோஷான் டி குல்ஃபி கடையில் கடும் கூட்டம் இருந்துள்ளது. அதனால் சிறிதுநேரம் காத்திருந்துள்ளனர். சிறிது நேரத்தில் இடது ஓரத்தில் மூன்றாவது வரிசையில் இடம் காலியாகும்போல் தெரிந்துள்ளது. அநேகமாக அது இரண்டாவது அல்லது மூன்றாவது மேசையாக இருக்கலாம். கோல் கோப்பாஸ் முடித்த மனுதாரர் இருக்கையை காலிசெய்துள்ளார். அவரது கன்னத்தில் காணப்பட்ட நிரந்தர வெட்டுக்குறி மூலம் குற்றவாளியை அடையாளம் கண்டுகொண்டுள்ளார். குற்றவாளி இருக்கையைக் காலி செய்து 4 அல்லது 5 நிமிடங்களுக்குப்பின்னர், சாட்சியும் மற்றவர்களும் இந்த இருக்கைகளில் அமர்ந்த பின்னர், ஒரு குண்டு வெடித்ததாக சாட்சி கூறியுள்ளார். சாட்சி, அவரது தாயார், என்.டி. வர்மா, அவரது மனைவி, மகள் ஆகியோர் இந்த குண்டுவெடிப்பில் காயமடைந்துள்ளனர். அதன்பின்னார் குண்டுவெடிப்பால் காயமடைய நேர்ந்தது குறித்து சாட்சி விளக்கியுள்ளார். குற்றவாளி நாற்காலியில் இருந்து எழுந்து செல்லும்போது கையில் பை இருந்ததாகவும் அவர் கூறுகிறார்.

7. சாட்சி 56. சுஷ்மா நருலா தனது சாட்சியத்தில் 26.10.97 அன்று

தான், தனது மகன் மற்றும் அண்டைவீட்டாருடன் சாமான்கள் வாங்க கரோல் பாக் சென்றதாகவும் தொடர்ந்து ரோஷான் டி குல்ஃபி சென்றதாகவும் கூறுகிறார். அங்கு சிறிது நேரம் காத்திருக்க நேர்ந்ததால் 5/7 நிமிடங்கள் காத்திருந்துள்ளனர். ஒரு மேசை காலியாவதைப் பார்த்துள்ளனர். அவர்கள் அந்த மேசையை நோக்கிச் சென்றுள்ளனர். அங்கு இரண்டு பையன்கள் இருந்துள்ளனர். ஒருவர் தாடி வைத்திருந்தார். மற்றவர் கன்னத்தில் வெட்டுக்குறி இருந்தது. மேசை காலியானதும் இந்த சாட்சியும் மற்றவர்களும் அந்த மேசையை ஆக்கிரமித்துள்ளனர். உடனேயே மேசை அடியில் குண்டு வெடித்ததாகவும் இதனால் படுகாயமடைந்ததாகவும் அவர் கூறுகிறார். மனுதாரர் அமர்ந்திருந்த நாற்காலியில்தான் தான் அமர்ந்ததாக சாட்சி கூறுகிறார். காயமடைந்த மற்ற சாட்சிகள் குற்றவாளியை அடையாளம் காட்டவில்லை.

8. இந்த இரு சாட்சியங்கள் தவிர குற்றவாளியை குண்டு வெடிப்புடன் தொடர்புபடுத்தக்கூடிய வேறு தடயங்கள் இல்லை என்பது இங்கு கவனத்தில் எடுத்துக்கொள்ளப்படலாம். மனுதாரர் வழக்கறிஞர் தனது வாதத்தில், சாட்சியங்கள் அதிகபட்சமாக நிரூபிக்கமுயலும் கூற்றான குற்றவாளி ரோஷான் டி குல்ஃபி கடையில் இருந்தது மற்றும் அவர் எழுந்து சென்ற மேசையின் அடியில் குண்டு வெடித்தது ஆகிய தடயங்கள் மட்டுமே குற்றம்சுமத்தப்பட்டவரையும் அவர் குண்டு வைத்ததையும் தொடர்புபடுத்தப் போதுமானதல்ல என்று குறிப்பிடுகிறார். சந்தேகம் வலுவாக இருந்தபோதிலும் அதை சாட்சியமாக எடுத்துக்கொள்ள முடியாது. எப்.ஐ.ஆர் 49/98 வழக்கில் 27.2.1998 அன்று குற்றவாளி கைது செய்யப்பட்டுள்ளார். இது சம்பவம் நிகழ்ந்து நீண்டகாலத்துக்குப் பின்னர் நிகழ்ந்துள்ளது. அவர் பிடிக்கப்பட்டதன் பிறகான இந்தக் காலத்தில் அவர் பலர் முன் காட்டப்பட்டுள்ளார். அவரது புகைப்படங்கள் செய்தித்தாள்களில் வெளியாகியுள்ளது. இதனால் டி.ஐ.பியில் இணைய மனுதாரர் மறுத்துள்ளார். இதற்காக கொண்டு வரப்பட்ட விண்ணப்பம் நியாயப்படுத்தப்படுகிறது. எப்படியானாலும் குற்றவாளியை அடையாளம் கண்ட சாட்சிகள் பெயர்கள் பட்டியலிடப்படவில்லை. ரோஷான் டி குல்ஃபி கடையில் நடந்த குண்டுவெடிப்பையும் மனுதாரரையும் தொடர்புபடுத்தக்கூடிய எதுவும் காணப்படவில்லை. இதைவிட, இவருடன் குற்றம் சுமத்தப்பட்ட இணைக் குற்றவாளி இந்த

வழக்கிலிருந்து ஏற்கனவே விடுவிக்கப்பட்டது சுவராஸ்யமானது. குற்றவாளியுடன் ரோஷான் டி குல்ஃபி குண்டு வெடிப்பைத் தொடர்புபடுத்தக்கூடிய எந்தப் பொருளும் இல்லாத நிலையில் குற்றம்சுமத்தப்பட்டார் என்பது மட்டுமே குற்றத்தை நிரூபிக்கப் போதுமானதல்ல.

9. சுமார் 3¼ ஆண்டுகளுக்கு முன் மனுதாரர் தம்மிடம் பழைய இரும்புப் பொருள்களை கொள்முதல் செய்ததாக பழைய இரும்புப்பொருள் வியாபாரியும் அ.சா 36மான முகேஷ் நய்யார் அளித்த சாட்சியம் மூலம் பலனடைய அரசுத்தரப்பு வலுவாக முயல்கிறது. குண்டு தயாரிப்பதற்கான பொருள்களை பழைய இரும்பு வியாபாரியிடம் சேகரித்து, அதைக்கொண்டு குண்டு தயாரித்து ரோஷான் டி குல்ஃபி கடையில் வைத்து, வெடிக்கச் செய்து பயங்கரத்தை உருவாக்கினார் என்பதை நிரூபிக்க இதுவே போதுமென்று அரசுத்தரப்பு இதை முன்வைத்தது.

10. அரசுத்தரப்பு உதவியுடன் இந்த வழக்கின் பதிவுகளை நுட்பமாக ஆய்வு செய்தோம். அப்போது, அ.சா 1 மற்றும் அ.சா 56 தவிர குற்றம்சுமத்தப்பட்ட மனுதாரர்தான் குண்டு செய்வதற்கான பொருட்களை கொள்முதல் செய்தார், குண்டு தயாரித்தார், ரோஷான் டி குல்ஃபி கடை மேசையின் அடியில் வைத்தார் என்பதற்கான எந்த சாட்சியமும் இல்லை என்பது புலனாகியது. இந்த சாட்சியமும் குற்றம்சுமத்தப்பட்டவரையும் குற்றத்தையும் தொடர்புபடுத்தவில்லை. அ.சா 36 பொறுத்தவரை, குற்றவாளி ரோஷான் டி குல்ஃபி கடையில் குண்டுவெடிக்கச் செய்யத் தயாரித்த குண்டுக்கான பொருட்களை அவரிடம்தான் கொள்முதல் செய்தார் என்பதை நிரூபிக்க அ.சா 36 குற்றவாளிக்கு ரசீதோ அல்லது பில்லோ எதுவும் கொடுக்கவில்லை. இதுதவிர அதற்கான ஆதாரம் ஏதுமில்லை. உண்மையில் அ.சா 36 கடையில் பறிமுதல்செய்யப்பட்ட இரும்புப் பொருட்கள் தேசிய இயற்பியல் சோதனைக்கூட ஆய்வுக்கு அனுப்பப்பட்டது. அந்த ஆய்வறிக்கைக்கூட நீதிமன்றத்தில் தாக்கல் செய்யப்படவில்லை. மட்டுமல்லாமல் ஆய்வறிக்கை சோதனைக்கூடத்திலேயே அழிக்கப்பட்டுள்ளது. மேலும், குற்றவாளி ரசாயனப் பொருட்கள் வாங்கியதற்கான சாட்சியங்களாகத் தாக்கல் செய்யப்பட்ட அ.சா 10,11, 28 மற்றும் 32 ஆகிய சாட்சியங்கள் ஆய்வுக்குட்படுத்தப்பட்டதில் எதுவுமே அரசுத்தரப்பினை ஆதரிக்கவில்லை. குண்டு தயாரிப்பதற்கான வேதிப் பொருட்களை குற்றம் சுமத்தப்பட்டவர் கொள்முதல்

செய்வதற்கான ஆதாரங்கள் இல்லை. இதர சாட்சிகளைப் பொருத்தவரை பெரும்பாலானோர் காயமடைந்தவர்கள். அவர்களும் குற்றம் சுமத்தப்பட்டவரை குற்றம் நடந்த இடத்தில் பார்த்ததாகக் கூறவில்லை. அல்லது போலீஸாரே சாட்சிகளாக சேர்க்கப்பட்டுள்ளனர். அவர்களது சாட்சியங்கள் குற்றம்சுமத்தப் பட்டவரை குற்றத்துடன் தொடர்புபடுத்த ஏற்றுக்கொள்ளப்பட மாட்டாது.

11 சம்பவ இடத்தில் மனுதாரர் இருந்தது சந்தேகத்துக்கு இடமில்லாமல் இருக்கலாம். ஆனால் இருப்பு மட்டுமே குற்றம் சுமத்தப்பட்டவர் மீதான குற்றங்களை அவர்தான் செய்தார் என்பதை நிரூபிக்காது. குற்றம்சாட்டப்படவர் இருக்கையில் இருந்து எழுந்துசென்ற பின்னர்தான் குற்றம் நிகழ்ந்தது என்பதிலும் சந்தேகம் இல்லை. இதுவும்கூட குற்றவாளிதான் குண்டுவைத்துவிட்டு எழுந்துசென்றார் என்பதை நிரூபிக்கப் போதுமானதல்ல. குற்றவாளி கோல் கோப்பஸ் உண்ணத்தான் அங்கு வந்தார் என்பது பதிவுசெய்யப்பட்டுள்ளது. ஆனால் அவரதுகைவண்ணத்தால்தான் குண்டு வெடிப்பு நடந்தது என்பதற்கான பதிவுகள் இல்லை. அதனால்தான் குற்றவாளி குற்றத்தின் பாதிப்பிலிருந்து தப்பித்திருக்கலாம். சந்தேகம் எவ்வளவு வலுவாக இருந்தாலும், அது தடயத்துக்கு மாற்று ஆகாது. இந்த வழக்கைப் பொறுத்தவரை சூழ்நிலையால் எழும் தொடர் நிகழ்வுகள் குற்றம்சுமத்தப்பட்டவரே குற்றவாளி என்பதை நிரூபிக்கப் போதுமானதாக இல்லை.

12. விசாரணை நீதிமன்றம் தமது தீர்ப்பில் குற்றவாளியின் குற்றம் நிரூபணம் ஆவது குறித்து இவ்வாறு கூறுகிறது:

> “அ.சா 1 விகாஷ், அ.சா 56 சுஷ்மா நருலா ஆகியோரின் சாட்சியங்கள் குண்டுவெடிப்பு ஒரு குண்டால் ஏற்பட்டுள்ளது என்பதையும் அது ஆமிர் கானால் வைக்கப்பட்டது என்பதையும் அவர் அந்த நேரத்தில் கடையில் இருந்தார் என்பதையும் இதனால் பலர் படுகாயமடைந்ததற்கும் குமாரி சோனியா உயிரிழப்புக்கும் இவரே காரணமாக உள்ளார் என்பதையும் போதுமான அளவுக்கு நிரூபிக்கிறது.”

13. விசாரணை நீதிமன்றத்துக்கு பெரும் மதிப்பளிப்பதோடு, அ.சா 1 மற்றும் அ.சா 56 ஆகியவர்களின் சாட்சியங்களை

ஆராய்ந்ததில் கூறப்பட்டதுபோல் அவர்களின் சாட்சியங்கள் முடிவை நோக்கி இட்டுச்செல்லவில்லை என்பதையும் கவனத்துக்கு கொண்டுவருகிறோம். அதிகபட்சமாக, குற்றம் சுமத்தப்பட்டுள்ள மனுதாரர் குண்டு வெடிப்பு நடந்த இடத்தில் குண்டுவெடுப்பு நடப்பதற்கு முன்பாக இருந்தார் என்பது மட்டுமே உண்மை. ஆனால் குண்டு வைத்தார் என்பதற்கு அது போதுமானதல்ல. பாரா 31ல் “பதிவு தடயங்கள், முன்னர் கூறிய கடையில் குற்றவாளிதான் குண்டு வைத்தார் என்பதை நிரூபிக்கப் போதுமானவை.” மீண்டும் ஒருமுறை, எந்த தடயம் குற்றவாளிதான் குண்டுவைத்தார் என்பதை போதுமான அளவு நிரூபிக்கிறது என்பதை நாங்கள் காண இயலவில்லை என்பதை பெரு மதிப்புடன் கூறுகிறோம். அ.சா 56 மேசையில் இரண்டு பையன்கள் இருந்ததாகக் கூறுகிறார். அ.சா 12, உயிரிழந்தவரின் தாய், ஒரு குடும்பம் அந்த மேசையில் உட்காரும் முன் அந்த மேசையில் 4/5 பையன்கள் இருந்ததாகக் கூறுகிறார். அவர்களில் ஒருவர் மனுதாரர் என்பதை அவர் கூறவில்லை. மனுதாரர் இருந்த மேசையில் மற்றவர்களும் இருந்தார்கள் என்றால் மனுதாரர்தான் குண்டுவைத்தார் என்பதற்கு ஆணித்தரமான வேறு ஆதாரங்கள் இல்லாதபோது மனுதாரரை மட்டும் தனிமைப்படுத்தி அவர்தான் குண்டு வைத்ததாகக் கூற முடியாது.

14. வழக்கில் பதிவு செய்யப்பட்ட அனைத்து ஆவணங்களையும், செசன்ஸ் நீதிமன்ற தீர்ப்பையும் மிக கவனமாக ஆராய்ந்ததில், மறு ஆய்வுக்கு உட்படுத்தப்பட்ட தீர்ப்பு நிலைக்கவில்லை என்று கருதுகிறோம். குற்றம் சுமத்தப்பட்ட மனுதாரர் மீதான குற்றங்களை நிரூபிக்க அரசுத்தரப்பு துரதிர்ஷ்டவசமாகத் தவறியிருக்கிறது. இதன்படி சீராய்வு மனு ஏற்கப்படுவதுடன் 23.4.2003ல் வழங்கப்பட்ட தீர்ப்பும் 8.5.2003ல் வழங்கப்பட்ட தண்டனையும் ரத்து செய்யப்படுகிறது.

குறிப்பு: மேலே தரப்பட்ட நீதிமன்ற ஆவணத்தில் ஏராளமான தவறுகளும் பிழைகளும் காணப்படுகின்றன. ஆமிர் பெயரே தவறாக எழுதப்பட்டுள்ளது. மற்ற ஆவணங்கள் மற்றும் நோட்டீஸ்களிலும் இதுதான் நிலைமை.

சொல்லடங்கல்

மொகமது ஆமிர் கான்,
நந்திதா ஹக்ஸர்
பழைய டெல்லி
புதுடெல்லி
ஷாஜஹானாபாத்
குயிலாமுபாரக்
தாஸ்டாஸ்கோய்
பூல் வாலன் கி சேயிர்
மீர்ஸா காலிப்
ஷௌகிதார்
ரவீந்தர் கௌசிக்
போலீஸ்
எதிரிசாட்சிகள்
என். டி. பஞ்சோலி
சோனாபேட்
ரோதக்
காஜியாபாத்
அப்பு
ஆம்மி
நானி
நானா
மவுலானா அப்துல் லதீப் சாஹேப்
குவாம்–இ-பஞ்சாபியன்
மொகமது காஷிம் ஹான்
மியாமுனா பி
இஷா நமாஸ்
ஃபஜ்ர் நமாஸ்
பள்ளிமரான்
சாதர் பஜார்
ஜானாபா (ஷமன் ஆரா)
ஆபி
ரோஷன் ஆரா
யாஹியா ஹான்
தொழில்முறையற்ற உளவாளி
ஆசாத் சந்தை
சம்ஜௌதா எக்ஸ்பிரஸ்
சௌத்திரி
பத்ஷாஹி
ஹக்கிம்
குவாடியனியர்கள்
முஹாஜிர்கள்
கட்டாகட்
எம்.கியூ.எம் - முத்தாகிடா குவாமி இயக்கம்
ஜல்லாட்
‘அன்பின் கெழுதகைகள்’
சுபாஷ் தாண்டன்

ராஜிந்தர் பாட்டியா
ராகேஷ் தீட்சித்
அனில் துரேஜா
வீரேந்திர சிங், ரமேஷ் குமார்
வெளி மாநிலங்கள் குற்றப்பிரிவு சிறை
சாவ்லா சாஹேப்
திஸ் ஹாஜரி நீதிமன்றம்
சோனாபேட்
பில்குவா
ஷகீல்
ரோஷான் டி குல்ஃபி
துண்டா
தமிழ்நாடு சிறப்பு காவல்படை
டெல்லி ஆயுதப்படை
டெல்லி சிறைத்துறை காவலர்
உயர் அபாய வார்டு
வாரண்டுகள்
சக்கர்
முலாஹிஜா
கூடாரம்
முலாகாட்
நம்பர்தார்
டியோதி
பெரோஸ்கான் காஜ்ஜி
அமார்
ரோதக்
பாரா ஹிந்துராவ் காவல் நிலையம்
கசூரி செல்
காரக்கிருகம்
நீதிபதி எம். எஸ். சபர்வால்
சப்ஜி மண்டி
முர்லிவாலா குவான்
சாந்தினி சவுக்
சுனில் ஷர்மா
சோலா பட்டூரி
விரோதசாட்சிகள்
ஷாவ்ரி பஜார்
கலி மத்கெவாலி
திலக் ராம்சிங்
பிளேட்பாஜ்
முண்டகானா
ஜஷ்பால் பத்தி
குரேஷி
ஷகாபுதின் காவ்ரி
ஷாகித் அஜ்மி
குல்வீந்தர் சிங்
அப்துல் அஜிஜ்
சந்தர் பான்
அப்துல் சத்தார்
டஸ்னா சிறை
குல்புஷன் ராவல்
காஜியாபாத்
என். டி. பஞ்சோலி
அஜிஜ் பர்னே
ராஜேஷு ஷர்மா
டாக்டர் அச்சல் பகத்
ஆர். எஸ். சோதி
பி.கே. பாஷின்